D1771404

**பிரபு தர்மராஜ்** (28.11.1982)

கன்னியாகுமரி மாவட்டம் நாகர்கோவிலில் பிறந்தார. இளங்கலை காட்சித் தொடர்பியல் பட்டம் பெற்ற இவர் 'அரேபியாவுக்குப் போன தீக்கொளுத்தி ஆவரான்' என்ற குறுநாவலையும், 'கோலப்பனின் அடவுகள்', 'ஆதிக்குடிமக்களும் ஆல்கஹாலும்', 'ழ்' மற்றும் 'ச்சூ காக்கா' ஆகிய சிறுகதைத் தொகுப்புகளையும், 'கசவாளி காவியம்', 'மில்லரின் மின்கம்பம்', 'ராணி இல்லம்' மற்றும் 'ஜாப் மார்சியா' ஆகிய நாவல்களையும், 'சக்ரவர்த்தி திரையரங்கம்' என்னும் சினிமா விமர்சன புத்தகத்தையும், 'களிறும் பிடியும் பின்னே ஞானும்' என்னும் கவிதைத் தொகுப்பையும் எழுதியிருக்கிறார். ஆனால் இதுவரையிலும் இலக்கியத்துக்காக எந்தவொரு விருதுகளையும் இவர் பெறவில்லை...

# பதினெண் மேற்கணக்குக் காதைகள்

பிரபு தர்மராஜ்

எதிர் வெளியீடு

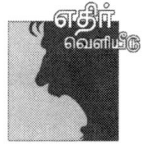

பதினெண் மேற்கணக்குக் காதைகள்
பிரபு தர்மராஜ்

முதல் பதிப்பு: ஜனவரி 2025

எதிர் வெளியீடு,
96, நியூ ஸ்கீம் ரோடு, பொள்ளாச்சி - 642 002
தொலைபேசி: 04259 226012, 99425 11302

**விலை: ரூ. 250**

Patinen Melkanakkuk kaataikal
Prabhu Dharmaraj

Copyright © Prabhu Dharmaraj
First Edition: January 2025

Published by
Ethir Veliyeedu, 96, New Scheme Road, Pollachi - 2
email: ethirveliyedu@gmail.com
www.ethirveliyeedu.com

ISBN: 978-93-48598-90-5
Cover Design: Harisankar
Cover Art: Roy Kannthali
Printed at Jothy Enterprises, Chennai.

All rights reserved. No part of this book may be reprinted or reproduced or utilised in any form or by any electronic, mechanical or other means, now known or hereafter invented, including Photocopying and recording, or in any information storage or retrieval system, without permission in writing from the Publisher.

என்னுரை

### யாவரும் நளனே!

யார் வேண்டுமானாலும் உணவு சாப்பிடலாம்! ஆனால் உணவு சமைப்பது என்பது ஒரு கலை! யார் வேண்டுமானாலும் சமைக்கலாம்! அதற்குப் படித்தமும், பயிற்சியும், முயற்சியும் வேண்டும்! என்னுடைய நண்பன் ஒருவன் நிறைய புத்தகங்களைப் படிப்பான். குறிப்பாக ஒரு எழுத்தாளரின் தீவிரமான விசிறியாக இருந்தான். அவன் ஒருநாள் எழுதத் துவங்கினான். அவனது எழுத்துக்களில் அவனது ஆதர்ச எழுத்தாளரின் அப்பட்டமான சாயல் இருந்தது. ஒன்றைப் புரிந்து கொள்ளுங்கள் நண்பர்களே! படைப்பாளர்கள் ஒன்றும் தேவதூதர்களல்ல! அவர்களும் உங்களைப் போல சாமானியர்களே! நீங்கள் ஒரு வேலையைச் செய்வதைப் போலவே எழுத்தாளர்களும் எழுதுவதை வேலையாகச் செய்கிறார்கள்... இதிலும் உயர்வு தாழ்வு இல்லை...

ஒரு கடையில் போய் தோசை சாப்பிடுகிறீர்கள்! அந்த தோசை வெகு சுவையானதாக இருக்கிறது! அந்த தோசையைச் சுட்டவரைக் கூப்பிட்டுப் பாராட்டியிருக்கிறீர்களா? அல்லது ஒரு பவுன் மோதிரத்தைக் கையிலிருந்து கழற்றி அந்த தோசை மாஸ்டருக்குக் கொடுத்திருக்கிறீர்களா? அல்லது அந்த தோசை மாஸ்டரைக் கூடவே கூட்டிக் கொண்டு வந்து விடுவீர்களா? மாட்டீர்கள்! ஏனென்றால் நீங்கள் சாப்பிட்ட தோசைக்குப் பணம் கொடுத்தாக வேண்டும். உங்கள் நாவுகளைக் கவர்ந்த அந்த தோசைக்காக அந்தக் கடையைப் புகழ்வீர்கள்! உங்கள் வார்த்தைகளின் வாயிலாக அந்தக் கடைக்கு இன்னும் கூடுதலான ஆட்கள் தோசை சாப்பிட வருவார்கள்! அவ்வளவுதான்...

எந்த பிம்பத்தையும் அண்ணார்ந்து பார்க்காதீர்கள்! யாரையும் குனிந்து பார்க்காதீர்கள்! பிம்பங்களை வணங்காதிருங்கள்!

ரசிக, வாசக, பார்வையாள, ஆராதக மனோபாவங்களை விட்டு விலகுங்கள்! நீங்கள் என்பதுதான் நீங்கள்! நாமென்பது நாம்தான்... வேறு யாரோ அல்ல! நூல் வாசிக்கும் அனுபவத்தை விடவும் எழுத்தனுபவம் என்பது சுகானுபவம்! ஒவ்வொருவரின் அனுபவங்களும் தனித்தனி! அவை ஒவ்வொன்றும் எழுதப் படவேண்டும்! எப்படி எழுத வேண்டும் என்று என்னிடம் கேட்கிறார்கள்... நான் ஒரு எழுத்தாளன் என்று உங்கள் ஆழ்மனதில் யாரோ பதிவு செய்திருக்கிறார்கள். அப்படியில்லை. எனக்கு எழுத்தின் மீது வெறுப்பு வந்து விட்டால் நான் எழுத்தை விட்டுவிட்டு மாடு மேய்க்கப் போய் விடுவேன். அதுதான் எனக்குப் பிடித்தமான வேலை!

என் கையில் ஒரு *SLR* கேமரா வந்த போது என்னுடைய வயது 12. அதிலிருந்த லென்சை உடைத்து அதை வெய்யிலில் காட்டி வைக்கோல் போர் ஒன்றுக்கு தீவைத்த போது துவங்கியது என்னுடைய புகைப்படக்கலை. நான் விஸ்காம் படித்த காலத்தில் எல்லாப் பாடங்களையும் தேடிப் போய்ப் படித்து அதை முயற்சி செய்வேன். எல்லா லேப்களிலும் என்னுடைய காலடித் தடங்களே அதிகமாக இருக்கும். அதனால் ஊடகத் துறை சார்ந்த அத்தனை வித்தைகளையும் கற்றுக் கொள்ள முடிந்தது.

சொன்னால் நம்ப மாட்டீர்கள்... ஹேசல்ப்ளாட், மமியா (மாமியா அல்ல) போன்ற மீடியம் ஃபார்மேட் கேமரா துவங்கி கேனன், நைகான், ஃபியூஜிஃபிலிம், சோனி போன்ற எல்லா கேமராக்களையும் என்னால் இயக்க முடியும். ஃபோட்டோஷாப், லைட்ரூம், இன் டிசைன் போன்ற டிசைனிங் சாஃப்ட்வேர்களில் உட்கார்ந்து டிசைனிங் செய்யத் தெரியும்.

ஆரி, ரெட், பேனாவிஷன், ப்ளாக் மேஜிக் போன்ற வீடியோ கேமராக்களையும் இயக்க முடியும். ஆவிட், ப்ரிமியர் ப்ரொ, ஃபைனல் கட் ப்ரோ போன்ற எடிட்டிங் சாப்ட்வேர்களில் சுலபமாக வீடியோ எடிட்டிங் செய்ய முடியும். ப்ரோடூல்ஸ், ஆடோசிட்டி, கோக்கோஸ் ரீப்பர் போன்ற ஆடியோ எடிட்டிங் சாப்ட்வேர்களில் வேலை செய்யத் தெரியும். பென்சில் ஓவியங்கள், ஆயில் பெயிண்டிங், வாட்டர் கலர் பெயிண்டிங், அக்ரிலிக் பெயிண்டிங், கவிதைகள், கட்டுரைகள், சிறுகதைகள் எழுதுதல் என்று ஒன்றையும் விட்டு வைத்தது கிடையாது.

என்னால் ஒரு திரைக்கதையை எழுதி, ஆட்களை நடிக்க வைத்து, அதைப் படம் பிடித்து, எடிட்டிங் செய்து, அதற்கு இசையமைத்து, அதற்கு டி.ஐ செய்து வெளிக் கொண்டு வரமுடியும். இது மாத்திரமல்ல! எனக்கு நன்றாக சமைக்கத் தெரியும்! சாந்து சட்டி தூக்கி, மட்டக்கட்டை பிடித்து கொத்த வேலை செய்ய முடியும்! மண்வெட்டி பிடித்து வரப்பு வெட்டத் தெரியும்! மீன் பிடிக்கத் தெரியும்! இதற்கெல்லாம் காரணம் பயிற்சி மாத்திரமே... இது எப்போதுமே ஒரு தலைக்கனமாக மண்டைக்குள் இருந்ததில்லை. ஆனால் தன்னம்பிக்கையாக எப்போதும் மனதுக்குள் இருக்கும். என்னால் இந்த வேலைகள் அனைத்தையும் மற்றோர்க்குக் கற்றுக் கொடுக்கவும் முடியும்.

நான் எழுதுவேனென்று என்றுமே நினைத்ததில்லை. எழுத்து என்பது ஒரு மொழிவடிவம். நீங்கள் சந்தித்த அனுபவங்களை உங்களைத் தவிர்த்து வேறு யாராலும் சொல்லிவிட முடியாது. அதை எழுத்து வடிவில் சொல்வது மிகவும் எளிமையானது. அடிப்படையில் நான் ஒரு சோம்பேறி என்பதால் நான் என்னுடைய காதுகளால் கேட்ட ஒரு கதையைப் படமாக எடுக்க நிறைய அலைய வேண்டும்! ஆகையால் எழுதுவது ஒன்றுதான் என்முன்பாக அப்போதைக்கு இருந்த ஒரே மார்க்கம்.

‘அரேபியாவுக்குப் போன தீக்கொளுத்தி ஆவரான்’ கதையை எழுதிவிட்டு நண்பர் ஒருவரின் பரிந்துரையின் பேரில் ஒரு பதிப்பகத்துக்குச் சென்றேன். அவர்கள் என்னை சாகித்திய அக்காடமி விருது வாங்கி வரச் சொன்னார்கள். அது எந்தக் கடையில் கிடைக்கும் என்று தெரியாததால் நானும் திரும்ப வந்து விட்டேன். பின்பு அதை ஆசான் வா.மு,கோமு வாசித்து விட்டு சப்தமாகச் சிரித்து விட்டு பதிப்பித்தார். அப்படியே அடுத்தடுத்த புத்தகங்கள் வெளிவந்தன. அதுதான் நான் எழுத்தாளனான கதை. இது என்னுடைய பன்னிரெண்டாவது சிறுகதைத் தொகுப்பு.

சிறுவயதில் அம்புலி மாமா, பூந்தளிர், ராணி காமிக்ஸ், முத்து காமிக்ஸ், பார்வதி சித்திரக் கதைகள் ஆகியவற்றைப் படிப்பேன். டாம் அண்ட் ஜெர்ரி, லாரல் அண்ட் ஹார்டி மற்றும் சார்லி சாப்ளின், பிங்க் பேந்தர் மாதிரி ஷோக்களை மாத்திரம் பார்ப்பேன். பதின்மங்களில் சரோஜா தேவி, பேசும் ஆவிகள் போன்ற வகைமைப் புத்தகங்களைப் படிப்பேன். பிற்பாடு ஒரு

கையில் ஆங்கில டிக்ஷனரி வைத்துக் கொண்டு மறுகையில் டெபோனேர் படிக்கும் பழக்கம் வந்தது. நான் காமசாஸ்திரம் புத்தகம் படித்தபோது என்னுடைய வயது 19. இவைகள்தான் வாசிப்பு பற்றிய என்னுடைய அனுபவம். மட்டுமல்லாது காதல் கடிதங்களை நிறைய எழுதுவேன். அது ஒரு பெரிய பயிற்சி.

சிரிப்பது எனக்கு மிகவும் பிடிக்கும் என்பதால் எல்லா சோகக் கதைகளையும் நகைச்சுவையாக எழுதினேன். சீரியசாக எழுதி நானொரு 'பெரிய எழுத்தாணி' என்று காட்டிக் கொள்ள ஆசையில்லை. ஒவ்வொருவரும் ஒரு பாணியில் எழுதும்போது நமக்கென்று ஒரு பாணியிருந்தால் நல்லாயிருக்கும் என்றெண்ணி அது கைகூடியதைக் கண்டு எனக்கே ஆச்சர்யம். என் கதைகள் முதலில் என்னைச் சிரிக்க வைத்தாலேயொழிய அது பதிப்பகத்துச் செல்லாது.

கசவாளி காவியம் என்னுடைய சொந்தக் கதை. மூன்று வருடங்கள் நான் முட்டி போட்டு அழுத கதை. நான் ஒப்பாரி வைத்தது போதாதா? அதை வாசிப்பவர்கள் ஏன் வாசித்துவிட்டு ஒப்பாரி வைக்க வேண்டும்? என்ற நோக்கில் எழுதப் பட்டது. அதை வாசித்த அநேகம் பேர் படிப்பைப் பாதியில் விட்டவர்கள். அவர்கள் வெட்கத்தைத் துறந்து மீண்டும் கல்லூரியில் சேர்ந்து படிப்பை முடித்ததாகச் சொன்னதும் எனக்கு மிகவும் ஆச்சர்யம். அது போக அவ்வளவு வருத்தமான கதையை இவ்வளவு எளிமையாகவும், நகைச்சுவையாகவும் எழுத முடியுமா என்று கேட்பவர்களுக்கு ஒற்றைப் பதிலைத்தான் சொல்லியிருக்கிறேன்.

"உங்களால் முடியும்! அதற்கு நீங்கள் 'நான்' என்ற உங்களைத் துறக்க வேண்டும்! பிம்ப ஆராதனை, உருவ வழிபாடு அல்லது ரசிக மனோபாவத்தில் இருக்கும் ஒருவனால் தனக்குள்ளிருக்கும் ஒரு கலைஞனை ஒருபோதும் வெளிக் கொணர முடியாது!"

யார் வேண்டுமானாலும் எழுதலாம்! பதிப்பிக்கலாம்! எழுதுவதற்கு என்று இதுவரைக்கும் எந்த சட்ட விதிமுறைகளும் இல்லை! நீங்கள் புதிதாக ஒன்றை எழுதி விட்டால் எழுத்துலகில் ஒரு புது வகைமை பிறக்கும்! அவ்வளவே!

நூல்கள் வாசிப்பது நல்லது! அதை விட எழுதுவது இன்னும் நல்லது. "அப்போ உன்னுடைய புத்தகங்களையும் படிக்கக் கூடாதா?" என்று நீங்கள் கேட்கலாம். அதற்கு என்னுடைய

பதில், "நீங்கள் சிரிக்க வேண்டுமென எண்ணினால் என்னுடைய புத்தகங்களை எடுத்துப் படியுங்கள்!" நம்முடைய சொந்தக் கதைகளை விடவும் சுவாரஸ்யமான ஒன்று இந்த உலகில் இல்லவே இல்லை. யாரோ சமைத்த அல்லது இன்னொரு தட்டிலிருந்து உணவை உண்டு கொளுத்து சாப்பாட்டு ராமனாக இருப்பதை விட, நீங்கள் சமைத்ததைப் பரிமாறுங்கள்! உணவின் உருவங்கள் மாறும்! ஏனெனில் இங்கு யாவரும் நளனே!

அருட்பெருஞ்சோதிக்கு நன்றி

| | | |
|---|---|---|
| 1. | ஹெலிகாப்டர் கருத்தானின் சீட்டுக்களி | 13 |
| 2. | நாக்காமடத்தானின் நீர்மரணம் | 28 |
| 3. | கவிஞர் காளவாயன் காலமான கதை | 39 |
| 4. | தக்கலை நெடுங்கண்டனின் ஸ்மரணானந்தரத்தே ஓர்மிக்கானொரு திவசம் | 54 |
| 5. | கில்லர் பில்பாஜியின் கருநாவு | 74 |
| 6. | கிறுக்குக் கிருதண்டம் | 90 |
| 7. | டிஸ்கோல் தாமோதரனின் சுரண்டல் | 111 |
| 8. | பச்சத்தண்ணி ஜான் படகாய் மாறின கதை | 134 |
| 9. | கொலுசுக்க மருமொவ கிணுக்கு | 147 |
| 10. | வீடுங்குடியுமற்றவன் | 157 |
| 11. | சுடுகாட்டுப் பவுல்தாசின் கருத்த சந்தி | 174 |
| 12. | கிளிமானூர் திருமேனியின் கிண்ணார ஊர்வலம் | 186 |

1

# ஹெலிகாப்டர் கருத்தானின் சீட்டுக்களி

புதுக்கிராமத்து ஊரின் அம்மன்கோயில் அருகிலுள்ள படிப்பகத்தின் பின்பக்கத்தில் ஏழு பிரகஸ்பதிகள் பாய்விரித்து அமர்ந்து, சீட்டுவிளையாட ஆயத்தப்பட்டார்கள். மூன்றுகட்டுகள் சீட்டை ஒன்றுசேர்த்து கோரம்பாய்மீது நீளவாக்கில் விரித்து வைத்தான் வைகுண்டம். ஆளுக்கொரு சீட்டை 'பெருசு' எடுத்தார்கள்.

கொளுக்கட்டை என்ற ஆறுமுகம் எடுத்தது டைமண்ட் ஆஸ்.

நீலம் என்ற திருநீலகண்டனுக்குக் கிளாவர் ஒன்பது.

கருத்தானுக்கு ஸ்பேடு ரெண்டு.

துண்டம் கனகுக்கு டைமண்ட் ஐந்து.

வைகுண்டத்துக்கு ஆர்ட்டின் ராணி.

'நாற' என்று உள்ளன்போடு அழைக்கப்பட்ட நாகரெத்தினத்துக்கு டைமண்ட் நான்கு.

துக்கை என்ற ரமணி எடுத்தது ஸ்பேடு ஆஸ்.

சீட்டுக்களிலேயே பெரியது துக்கை ரமணி எடுத்த ஸ்பேடு ஆஸ் சீட்டுதான் என்கிற வகையில் எல்லாவரும் எழுந்து வரிசைக்கிரமமாக முதலில் துக்கை, இரண்டாவதாக கொளுக்கட்டை, வைகுண்டம், நீலகண்டன், துண்டம்கனகு, நாற, கடைசியாக கருத்தான் என்று வரிசையில் வட்டமாக அமர்ந்து கொண்டார்கள். செவன்ஸ் கேம். தலைக்கு நூறுரூபாய். மொத்தம் ஏழு களி. முதல் ஆட்டத்துக்கும் கடைசி

ஆட்டத்துக்கும் டபுள்பாய்ண்ட். இறுதியில் குறைவான பாய்ண்ட் வைத்திருப்பவருக்குக் காசு கிடைக்கும். ஒருபேப்பரைக் கையிலெடுத்த வைகுண்டம் வரிசையாகப் பெயர்களை எழுதித் தன்னுடைய கால்களினடியில் வைத்துக் கொண்டான்.

கட்டுகளிலேயே குறைவான எண் கொண்ட சீட்டை எடுத்த கருத்தான்தான் முதலாமாட்டத்துக்குச் சீட்டுகளைக் கலைத்துப் போடவேண்டும். முதலில் ஆறுசீட்டுகளை ஆளுக்கொன்றாகப் போட்டு தனக்கும் சேர்த்து ஒரு சீட்டைப் போட்டுவிட்டு பின்பு வரிசையாக எல்லாருக்கும் ஆளுக்கு பதின்மூன்று சீட்டுகள் போட்டதும் அனைவரும் தத்தமது சீட்டுகளை எடுத்துக் கைகளில் வைத்து அடுக்கிக் கொண்டார்கள். குளோஸ்டு ஜோக்கராக ஒரு கார்டை வெட்டி, சீட்டுக்களின் அடியில் கவிழ்த்து வைத்து 'டைமன் ஜேக்'கை வெட்டி, சீட்டு வரிசையின் அடியில் வைத்து, கட்டாக இருந்த சீட்டுகளைப் பரப்பிவிட்டு கட்டுகளின் முதலில் இருந்த கார்டை நிமிர்த்தி ஓப்பன் கார்டாக அறிவித்தான்.

கலவையிலேயே கையில் ரம்மி சேர்ந்து கையில் வைத்திருப்பவர்கள் மாத்திரம் ஜோக்கர் என்னவென்பதை ரகசியமாகப் பார்க்கலாம். ஓப்பன் கார்டை எடுக்க வேண்டுமெனில் ஒன்று ரம்மி சேர்ப்பதற்காக எடுக்கலாம் அல்லது கையில் ரம்மி இருந்தால் எடுத்து விளையாடலாம் என்பது விதி. கையில் ரம்மி இல்லாவிட்டால் கட்டுகளிலிருந்து மாத்திரமே சீட்டை எடுக்க வேண்டும். மேலிருக்கும் நபர் போட்ட சீட்டை எடுத்துச் சேர்க்கக் கூடாது. ஆட்டம் துவங்கி மூன்று சுற்றுக்கள் வந்தும்கூட யாரும் டிக் செய்யவில்லை.

கலைந்த சீட்டுக்களைக் கையிலெடுக்கும்போதே மூன்று ஜோக்கர்களோடு ஒரே ஒரு ஃபோர்த் கார்டு விழுந்தால் டிக் என்னுமளவிற்கு கொளுக்கட்டைக்கு சூதுத்தாய் அருள் பாலித்து நின்றாள் என்றாலும் மூன்று ரவுண்டுகள தாண்டியும் அந்தக் குறிப்பிட்ட சீட்டு விழாத கோபத்தில் தன்னுடைய மேல் கையான துக்கையிடம் கத்தினான் கொளுக்கட்டை.

"எலே துக்க... கோம்பையா! ஒரேயொரு காடப் போடாம்லே! கையிலயே சிக்குன்னு புடிச்சிவச்சி அவிச்சா திங்கப்போற? பேதீல போவாம்? இங்கயே கார்டுகளு விக்கட்டா கக்கட்டான்னி

நிக்கி! கைல எடுக்கம்பயே ஒன்சு! செவம் ஒரு ஒத்தக் காடப் போட்டாம்னா கமத்திருவெம்!"

"ஆமா நீ கேக்கிய காடுகள 'இந்தாப் போ தம்பி வச்சிக்கா'ன்னு போட்டு ஒன்னிய ஜெயிச்ச வச்சியதுக்குத்தானே மத்த ஆறுவேறும் இஞ்ச வந்து வேலையத்துப் போயி குண்டியக் குத்தவச்சி வெளாடுகோம்? கார்டுகள கலச்சி வெளையாடப் பழகுடே மொதல்ல! ஒத்தக்காடு வரும்வரும்னு இருந்தா புல்லுல பூப்பூத்துரும் பாத்துக்கா! இந்தா புடிச்சிக்கா... கெட்டவனுக்கு எட்டு!" என்று கிளாவர் எட்டை எடுத்துப்போட்டான் துக்கை.

"எவனுக்கு வேணும் ஒனக்க சீமைல கெடந்த எட்டு?" என்று கட்டுகளிலிருந்து ஒருசீட்டை உருவினான் கொளுக்கட்டை.

பருத்த தடிமானமான உடல்கட்டும், நான்கடி உயரமும்கொண்ட கொளுக்கட்டை ஆறுமுகம் ஒருடெம்போ டிரைவர். டெம்போ ஓட்டிய நேரம்போக ஊரிலுள்ள நண்பர்களை அழைத்து சீட்டாடுவது அவனது வழக்கம். எப்படியாவது ஜெயித்து செலவுக்குக் காசைத் தேற்றிவிடுவான்.

கட்டிலிருந்து வந்த சீட்டும் வேலைக்குதவாமல் போனதில் கொளுக்கட்டைக்கு நிரம்ப வருத்தம் வந்தது. "ச்சை! மூணு ஜோக்கரு இருந்து என்ன மயித்துக்கு?" என்று சலித்தவாறே ஸ்பேடு ஒன்பதைப் போட அதை எடுத்து ஆட்டத்தை நிறைவுசெய்தான் வைகுண்டம்.

ஆளாளுக்கு வயிற்றுக்குப் பாய்ண்ட் வைத்திருந்தார்கள். கொளுக்கட்டைக்கு மாத்திரம் பத்துபாய்ண்ட் இருந்தது. வைகுண்டத்துக்கு ஒழுகினசேரியிலிருந்த ஒரு தடி டிப்போவில் வாட்ச்மேனாக வேலை. மாதச் சம்பளக்காரனான அவனுக்கு இதுவொரு உபரி வருமானமாகயிருந்தது. வைகுண்டத்தைப் பொறுத்தமட்டில் நூறுரூபாய் என்பதுபெரிய சக்கரமென்றாலும் ஜெயித்தால் அறுநூறு ரூபாய் வருகிறதல்லவா? ஆசையே அதிகப் பிரசங்கித்தனத்துக்குக் காரணம். எல்லாவருக்குமான பாயிண்டையும் எழுதிவிட்டு, "அடுத்த கலவை யார்டே? ஏல நாற நீதாம்ல! எடுத்துக் கலைச்சிப் போடு!" என்றவாறே சீட்டுகளை எடுத்துக் கொடுத்தான் வைகுண்டம்.

'நாற' என்ற நாகஜோதிக்கு ஒரு ரைஸ்மில்லில் பணி! வாரம் ஒருநாள் விடுமுறை! இன்று தீபாவளியானதால் நேரப்

போக்குக்கு விளையாடினான். அடுத்த ரவுண்டில் நீலகண்டன் ஜெயித்தான். நீலகண்டன் ஒரு அரசுப் பள்ளி ஆசிரியர். எப்போதாவது பொழுதுபோக்குக்குச் சீட்டாட அமர்வான்.

“கண்டியா? நீலாண்டனுக்குச் சீட்டு கெடந்து குமியி! ரெகுலரா வெளையாடுகவனுவள வுடவும் எப்பமாது உக்காருகவனுவோளுக்கு இப்புடித்தாம்டே சீட்டு வந்து சரசரன்னி நிக்கிம்! லே துக்க ஒனக்கச் சீட்டக் கொண்டா பாக்கட்டு!” என்றவாறே பாய்ண்ட் எண்ணிமுடித்த ரமணியிடமிருந்த கார்டுகளை வாங்கிப் பார்த்த கொளுக்கட்டைக்குக் கோபம் வந்தது. அதிலிருந்த ஒருகார்டை எடுத்து ரமணியிடம் நீட்டிக்கேட்டான்,

“இந்தக் கார்ட என்னக் கு..ணைக்கிப் புடிச்சி வச்சிருக்க நீ? ஆவஸ்யமில்லாம?”

“ஒனக்குத் தேவைன்னு சொல்லி இதப் போடணும்ன்னி அவசியம் வல்லதுமுண்டாடே? எனக்கு விருப்பமுள்ள கார்ட வுடுவெம்! வெளாட விருப்பமிருந்தா வெளாடு! இல்லைன்னா எந்திச்சி வீட்டுக்கு போ அந்தால!” என்றான் ரமணி.

ரமணி ஒரு பட்டதாரி. ஆனால் எந்தவேலைக்கும் போவதில்லை. மனைவி ஆனந்திக்கு பஞ்சாயத்து ஆஃபீசில் வேலையானதால் ரமணி தன்னையொரு நிரந்தர வேலையில்லாப் பட்டதாரியாகவே தகவமைத்துக் கொண்டவன். அடுத்த கலவை முடிந்து களி துவங்கியது.

“லே துண்டம்! சீட்ட ஒழுங்கா மாத்திப்புடி! கண்ணாடியையிம் போட்டுக்கிட்டு தூக்கிப் புடிப்பாம்! அத்தற சீட்டையும் எல்லாவனுக்கும் காணிச்சிக்கிட்டு நட! எங்கேர்ந்து பாசாவா? ஒனக்க பதிமூணுசீட்டும் ஒனக்க அந்த ஒணந்த கண்ணாடில தெரியி! ஓங்கிட்டேர்ந்து கார்ட பொறக்கியே நீலாண்டெம் இதோட மூணுதடவ அடிச்சிட்டாம்!” என்றான் கொளுக்கட்டை.

துண்டம் ஒரு வெல்டிங் ஒர்க்ஷாப்பில் வேலைசெய்து வந்தான். முன்பொருமுறை வெல்டிங் அடித்துக்கொண்டிருந்தபோது கண்ணில் தீப்பொறிபட்டு கண்ணாடி அணிய வேண்டிய சூழல் வந்தது. மேலும் துண்டத்துக்கு சீட்டுகளை முகத்தினருகில் வைத்துப் பார்ப்பதுதான் சவுகரியமாக இருந்தது. அவனிடம்

என்னென்ன சீட்டுகள் இருக்கின்றன? அவனுக்கு எந்தச் சீட்டைப் போடக்கூடாது? எதைப் போடவேண்டுமென்பதை அருகிலிருப்பவர்கள் அவனது மூக்குக் கண்ணாடியின் பிம்பத்தில்தான் அறிந்து கொள்வார்கள். அந்தக் கண்ணாடி ஒருவகையில் துண்டடத்துக்கு அசவுகரியமும்கூட...

அப்போது அங்கே ஒரு டிவி.எஸ்.பிஃப்டி வந்துநின்றது. அதிலிருந்தவரைக் கண்டதும் ஏழுபேரும் அடித்துப் பிடித்து எழுந்துநின்றார்கள். வந்தவர் கோட்டார் போலீஸ் ஸ்டேசனிலுள்ள போலீஸ்காரரான முத்துராஜ். வைகுண்டம் மெதுவாக தன்னுடைய காலைக் கொண்டு பாயிண்ட் பேப்பரை பாயினடியில் தள்ளிவிட்டான்.

“என்னடே.. சீட்டு வெளையாடுகேளா? பைசா வச்சா வெளையாடுகியோ?” என்றார் முத்துராஜ்.

“ச்சை.. பைசால்லாம் வச்சி வெளாடல சார்! தீவாளில்லா! நேரம் போவல்ல பாத்துக்கிடுங்க?” என்றான் கொளுக்கட்டை பல்லை இளித்தவாறே...

“ஓ அப்ப மத்த நாட்கள்ள எல்லா நேரம் ஜெட்டு வேகத்துல போகுமில்லியா?”

“அப்டியெல்லாமில்ல சார்! கிக்கிக்கி! ஆமா சாரென்ன இன்னேரத்துக்கு இந்த வழிக்கி ஒருவரவு?” என்றான் நாரை.

“அதொண்ணுமில்லடே! சாமிதாசு வாத்தியாருக்க மொவெம் ஆல்பர்ட்டுக்கு பாஸ்போர்ட் என்கொயரி வந்துருக்கு! அவுக வூட்டுக்குப் போனடிச்சா ரிங்கே போமாட்டங்கு! அதாம் எஸ்.ஐ சொல்லிவுட்டாரு! நீங்க உக்காந்து வெளாடுங்க! பைசாவச்சி மாத்தரம் வெளையாடுகத நா அனுமதிக்க மாட்டம் பாத்துக்காங்க!” என்று சொல்லிவிட்டுப் போன முத்துராஜ் நேராக சுவாமிதாசின் வீட்டுக்குப் பக்கத்திலிருந்த மீனாட்சிசுந்தரத்தின் வீட்டிலுள்ள டெலிஃபோனிலிருந்து ஸ்டேசனுக்கு போன் செய்தார், “ஹலோ ஏட்டைய்யா! புதுக்கிராமத்து லைபரிக்கிட்ட சக்கரம் வச்சி சீட்டுக்களி நடக்கு! ரெண்டு பேர்த்த அனுப்புங்கோ! நா இஞ்சத்தா இருக்கேம்!” என்று சொல்லி ஃபோனைக் கட் செய்துவிட்டு பாஸ்போர்ட் வெரிஃபிகேசன் செய்யப் போனார்.

மீனாட்சிசுந்தரம் மெதுவாக வீட்டிலிருந்து வெளியேறி யாரெல்லாம் விளையாடுகிறார்கள் என்று எச்சரிக்கப்போனவர் அம்மன்கோயில் அருகில் நின்று பார்த்தார். அந்தக் கூட்டத்தில் தன்னுடைய மைத்துனன் நீலகண்டன் விளையாடினதைப் பார்த்து அவனை மாத்திரம் அழைத்தார்.

“லே நீலாண்டா! எள்ளோல வா இஞ்ச? ஒரு காரியஞ் சொல்லணும்!”

“ஆங் எத்தாம்... செத்த இருங்கோ! இந்தா கடசீ களி! அஞ்சே நிமுசத்துல வந்துருகேம்!”

கூட்டத்தை எச்சரிக்கப் போனவர் அதேகூட்டத்தில் கருத்தானும் இருந்ததைக் கண்டு பொதுவான எச்சரிக்கை கொடுக்காமல் தன்னுடைய மைத்துனனை மாத்திரம் காப்பாற்றுவதற்கு கருத்தானோடு ஒரு முன்பகை இருந்ததை வெளிப்படையாக ஒத்துக் கொள்ளத்தான் வேண்டும். ஒருமுறை கருத்தான் வளர்த்து வந்த ‘பாண்டி’ என்னும் நாய் தெருவில் ‘சிவனே’ என்று நடந்துபோனபோது மீனாட்சிசுந்தரத்தின் மனைவி அமுதா அதை “ச்சீப்போ நாய” என்று கல்லால் அடித்து விரட்ட, கடுப்பான கருத்தபாண்டி அமுதாவைத் தன்னுடைய பற்களால் தீண்ட, கோபமடைந்த அமுதா தடியொன்றைக் கையால் தூக்கி பாண்டியைத் தடவ, பாண்டி தாக்கப்பட்ட கோபத்திலும் கருத்தான் அமுதாவைத் தாக்கமுடியாத ஆத்திரத்திலும் அவளது கணவன் மீனாட்சிசுந்தரத்தின் முதுகில் தன்னுடைய பொற்பாதங்களால் இரண்டு தடங்களைப் பதிக்க இறுதியில் போலீஸ் ஸ்டேஷன் இருவரையும் சமாதானப்படுத்தி அனுப்பி வைத்த கதைதான் மீனாட்சியின் அந்தப் பொது எச்சரிக்கை விலக்கத்துக்குக் காரணம்.

“ஏலே.. நீலாண்டம்! வான்னு கூப்டா வாடே! வக்கணைல இருக்க?” என்று லேசான எரிச்சலில் அழைக்க நீலகண்டன் முனகியவாறே, “ஒருலீவுநாள்ல சும்மாகெடக்க வுடியாம்லியே கோம்பக் கொப்பன..ளி? ஒரு ஒடப்பொறந்தாளையிம் கெட்டிக் குடுத்துக்கிட்டு இந்த ஓந்தானுக்க பொறத்தால நடக்கணுமா? எங்கக்காளுக்கு தாலி கெட்டுனானா? எனக்குத்தாலி கெட்டுனானான்னு வெளங்கமாட்டங்கி! அவளக் கண்டா மாத்தரம் கம்பு கவட்டைக்கெடையில மடங்கிரும்! கொம்மயக் கொல்லிக்கி?”

18 பதினெண் மேற்கணக்குக் காதைகள்

“என்னெடே நீலாண்டா! வாய்க்காத்த ஒரு குசுகுசுப்பு?” மீனாட்சி.

“ஏத்தான் அதெல்லா ஒண்ணுமில்ல! என்ன காரியமா விளிச்சிய?” நீலகண்டன்.

“ஏலே! அந்தச் சாமிதாசுக்க வீட்டுக்கு ஒரு வாலென் வந்தாம்லியா? அவெம் நம்மூட்டுலேர்ந்துதாம்டே ஸ்டேசனுக்கு விளிச்சி சீட்டு வெளாட்டு காரியத்தச் சொல்லி கூட ரெண்டு வாலம்மாறுவள வரத்துனாம்! இப்ப ஆளுக எத்தும் பாத்துக்கா! மரியாதிக்கி வூடுபோய்ச் சேரு! கெவ்ர்மெண்டு உத்தியோகத்துல இருந்துக்கிட்டு கோர்ட்டுக் கேசு வாங்கி கக்கத்துக்க வச்சிக்கிடாத! போ ஊட்டுக்கு!” என்று மெலிதான குரலில் எச்சரித்தார்.

“அப்புடியா.. நாம் போயி அவுனுவக்கிட்டயிம் சொல்லிக்கிட்டு மாத்தி உட்டுக்கிட்டு வாரேம்! நீங்க வூட்டுக்குப் போங்கோ!” என்று பதறிய நீலகண்டனைக் கையமர்த்திய மீனாட்சி, “லேய்... நாஞ்சொல்லுதம்லா.. போடேஅந்தால!” என்று சொல்லிக் கொண்டிருக்கும்போதே தூரத்திலிருந்து ஒருகுரல் கேட்டது.

“எண்ணோ! ஏ கருத்தாண்ணோ! மணிமூணு! திர்நேலிக்கி பண்ணி லோடு கொண்டு போவாண்டாமா?”

இவர்கள் சீட்டாடிக் கொண்டிருந்த படிப்பகத்தின் பின்பக்கம் ஒருபெரிய வயல்வெளியும், அதன் அந்தக்கரையில் பக்கத்து ஊருக்குச்செல்லும் பாதையில் நின்றுகொண்டிருந்த வேலுதான் கருத்தானைக் கூப்பிட்டான். கருத்தான் ஒரு ஆட்டோ டிரைவர். அவன் வைத்திருந்த ஒரு ஆதிகால டீசல் ஆட்டோவில் வேலுவின் பன்றிப்பண்ணையிலிருந்து நான்குனேரி, திருநெல்வேலி ஆகிய ஊர்களுக்கு பன்றி லோடு கொண்டுசெல்வது கருத்தானின் பதிவுகளில் ஒன்று.

“ஏழுமணிக்கி மேல வெய்யிலு தாந்து இருட்டுக்காத்த லோடுகொண்டு போலாம்லேய்!” என்று கருத்தான் சப்தமாகப் பதில் சொல்லிவிட்டு கூட்டத்தில் சன்னமான குரலில், “என்னெஞ்சிறலாய்ன்? பெரிய புஷ்பக்கூடையல்லா ஏத்திட்டு போறாம் பிண்டேலெறந்தய! பேசஞ்சர் ஆட்டோவுல பண்ணியக் கொண்டு போறாம்ன்னு சொல்லி ஒருபெயலுஞ்ச் செரக்கியிம் எனக்க வண்டில ஏற மாட்டுங்காவோ!

வாண்டாம்ன்னி சொன்னாலுங் கேக்கமாட்டனுவ! இவுனுவ தரக்கூடிய முன்னூறு ஊவா சக்கரம் வண்டிய சர்வீசு வுடியதுக்கே பத்தாது! வண்டிக்காத்தயிம் ஊர்ப்பட்ட நாத்தம்! மனியெந் தாங்குவானா?” என்று முணுமுணுத்துக் கொண்டு அம்மன்கோயில் பக்கம் பார்வையைச் செலுத்தினான்.

அங்கே மீனாட்சியும், நீலகண்டனும் பேசிக் கொண்டிருந்ததைக் கண்ட கருத்தான் வைகுண்டத்திடம் கண்ணைக்காட்டி,

“எடே வையுண்டம்! அங்க பாத்தியா மச்சினனுக்க வாயி மச்சானுக்க செவிக்காத்த இரிக்கி? என்ன ரெகசியம் பேசுகானுவோ? இங்கோர்ந்து சந்தரனுக்கு ராக்கெட்டு வுடப் போறானுவளோ என்னமோ?”

என்று சொல்லிக்கொண்டிருக்கும்போதே அங்கு ஒரு ஆட்டோ வந்து நிற்க கைகளில் லத்திக் கம்போடு இரண்டு போலீஸ்காரர்கள் இறங்கி,

“லேய் எவனும் ஓடப்புடாது!” என்று சொன்னதும்தான் தாமதம் கருத்தான் அதிரடியாக எழுந்து வயல்வரப்பில் குதித்து சுமார் எழுபது கிலோமீட்டர் வேகத்தில் ஓடிக்கொண்டிருந்தான்.

இதைக் கண்ட கொளுக்கட்டை ஓடிப்போய் வயலுக்குள் குதிக்க தொடை வரைக்கும் சகதியில் சிக்கி கால்களை ஒருஎட்டுகூட எடுத்து வைக்கமுடியாமல் போலீசைப் பார்த்துப் பல்லை இளிக்க அதிலொரு போலீஸ்காரர் சொன்னார்,

“அடப் பண்ணிப் பெயெலே! இந்தத் தொளியெரும சரீரத்தையுங் கொண்டுகிட்டு தெருவுலயே உருண்டுகிட்டுதான் நடப்பா? இதுல தொளிக்காத்த என்ன யாத்தர? வந்து ஏறுலே வண்டியில!” என்று சொல்லவும் மற்றவர்கள் சிரித்தார்கள்.

இன்னொரு போலீஸ்காரர், “லே இந்த நாய எறங்கித் தூக்குங்க செவம் செளிக்குள்ள முங்கிறாம?” என்றதும் நாறையும், துக்கையும் வயலுக்குள் இறங்கி கொளுக்கட்டையைத் தூக்கினார்கள்.

மீனாட்சிசுந்தரம் நீலகண்டனிடம் சொன்னார், “பாத்தியா நாஞ்சொன்னம்லா! போ ஊட்டுக்கு!” எனவும் நீலகண்டன் அங்கிருந்து மெதுவாக நகர்ந்தான். அப்போது பாஸ்போர்ட் என்கொயரி முடித்துவிட்டு முத்துராஜ் வந்தார்.

“சார்! ஆனாலும் எங்கள மாட்டி உட்டுட்டேளே?” என்று கனகு அவரிடம் உருக முத்துராஜ், “சக்கரம் வச்சிச் சீட்டுக் களிச்சிக்கிட்டு எனக்கிட்டயே பவுடு வைக்கிய இல்லியா? ஆமா.. மொத்தம் ஏழுபேரு இருந்தானுவல்லா! அஞ்சிபேருதாம் நிக்கா? மிச்ச ரெண்டுவேரும் ஆத்துல தண்ணிய எறைக்கவா போனானுவா? எங்கவே அவுனுவள?” என்று கேட்க ஒருபோலீஸ்காரர் சொன்னார்,

“சார்! நாங்க வரம்ப இஞ்ச இவுனுவதாம் இருந்தானுவோ! இதுல ஒருத்தம் மட்டும் அந்தா ஓடிக்கிட்டிருக்காம் பாருங்கோ!”

கருத்தான் தூரத்தில் ஒரு புள்ளியாய் மறைந்து ஓடிக் கொண்டிருந்தான்.

“சார்! வாத்தியான் நீலாண்டனும் வௌாண்டாம் பாத்துக்கிடுங்க!” என்று கொளுக்கட்டை பாய்ண்ட் பேப்பரைக் காட்டி, அதில் என்.எல் என்று எழுதியிருக்க அப்போதுதான் இடுப்புவரைக்கும் சகதிபுரண்டுநின்ற கொளுக்கட்டையைக் கண்டு முத்துராஜ் கேட்டார்,

“இவெம் மாத்தரம்யாம்டே தொளிபொரண்டு நிக்காம்! நாத்து வல்லதும் நடப் போனானா?” என்று கேட்க போலீஸ்காரரில் ஒருவர் நடந்த கதையைச் சொல்ல, “ஹ்ம்ம்ம்... எஸ்கேப் ஆகப் பாத்துருக்க இல்லியா சக்கப்பழ குண்டா? செரி ஸ்டேசன்ல போயி பேசிக்கிடலாம்! அந்த நீலாண்டனையும் கூட்டிக்கிட்டு வாங்க! அஞ்சிபேரு ஒத்தப்படையாப் போவப்டாது! ஸ்டேசன்ல சாமிக்குத்தம் ஆயிரும்!” என்றுசொல்ல வீட்டுக்குள் ஒளிந்து கொண்டிருந்த நீலகண்டனைச் சட்டையை அணிந்து கொண்டு வரச்சொல்லி கூட்டிப் போனார்கள்.

“எல்லாரையிம் ஒரே ஆட்டோவுல கூட்டிக்கிட்டுப் போவமுடியாது! இந்த ஆட்டோ யாருக்க!” என்று பக்கத்தில் நின்றுகொண்டிருந்த ஆட்டோவைக் காட்டிக்கேட்டார் முத்துராஜ்.

“சார்! அது அந்தா ஓடுகாம்லா கருத்தாம்! அவனுக்கதான்!”

“செரி! அப்போ அவந் தானா ஸ்டேசனுக்கு வருவாம்! ஒங்கள்ள யாருக்குலே ஆட்டோ ஓட்டத் தெரியும்?” என்றார் முத்துராஜ்.

"சார்! நா ஓட்டுவெம்!" என்று வைகுண்டம் கையைக் காட்ட "செரி வண்டிய எடு!" என்றுசொல்லி இரண்டு ஆட்டோக்களில் எல்லாரையும் ஏற்றினார். கருத்தானின் ஆட்டோ ஸ்டார்ட் செய்யப்பட்டதும் "டகடகடக" என்று ஒருபெரும் கூச்சலோடு சலம்ப அதைக் கேட்டதும் முத்துராஜ் அதிர்ச்சியில் கேட்டார், "என்னடே இது? எலிக்காப்டர் கணக்கா சத்தம்போடுகு!"

கொளுக்கட்டை, "இதுக்க பேரே எலிகாப்டர்தா சார்! எப்புடி சளம்புகு பாத்தீளா? அவனுக்க பேரும் அதுதாம்! எலிக்காப்டர் கருத்தாம்!" என்று சொல்லிச் சிரிக்க முத்துராஜ் அங்கிருந்த இரண்டு ஆட்டோக்களையும் அனுப்பிவிட்டு அவரது டி.வி.எஸ் பிஃப்டியைக் கிளப்பி சட்டையில்லாமல் நின்றுகொண்டிருந்த துண்டம் கனகுவைத் தன்னுடைய வண்டியின் பின்பக்கத்தில் ஏறச்சொன்னபோது ஒருபெண்ணின் குரல்,

"எப்பா! இந்தாங்கோ!" என்றுசொல்லி ஒருகாகிதப் பொதியை நீட்ட முத்துராஜ் கேட்டார், "யார்ம்மா நீ? என்னதிது?"

"சட்டயுஞ் ஜட்டியும் சார்! இது கனகுவின் மனைவி ஜோதி.

"ஏம்மா! ஒனக்க மாப்பளைய நா என்ன சம்மந்தம் பாக்கவா கூட்டிக்கிட்டுப் போறேம்? போலீஸ் ஸ்டேசனுக்குப் போறோம்... பைசாவச்சி சீட்டு வெளாடிருக்காம்மா?" முத்துராஜ்.

"இந்த ஜட்டியவாது போடச் சொல்லுங்கோ சார்!" - ஜோதி.

"நா வேணும்னா மாட்டி வுடட்டாம்மாளு?"

"ஹிஹிஹி!"

"லே... அதவாங்கி அரையில உடுத்தாம்ல! வாயப் பாத்துக்கிட்டு நிக்க?" என்று முத்துராஜ் கனகுவிடம் சொல்ல கனகுவுக்கு வெட்கம் வந்துவிட்டது. மறைவில் போய் உடுத்திக் கொண்டுவரவே முத்துராஜ் அவனை வண்டியில் ஏற்றிக்கொண்டு கிளம்பினார்.

ஸ்டேசனுக்குள் ஆறுபேரையும் வரிசையாக அமர்த்தியிருந்தார்கள். சம்பவம் நிகழ்ந்த சற்றைக்கெல்லாம் கொளுக்கட்டையின் மைத்துனன் கம்பிமுத்து. விஷயத்தைக் கேள்விப்பட்டு கொளுக்கட்டையின் டெம்போவை எடுத்துக்கொண்டு கருத்தானின் வீட்டுக்குப் போனான். வீட்டுக்குப் பின்னாலுள்ள கோழிக்கூட்டில் ஒளித்திருந்த கருத்தானிடம் போய் அவனது

ஆட்டோ போலீஸ் ஸ்டேசனுக்குச் சவாரி போன காரியத்தையும், போலீஸ் ஸ்டேஷனில் கிடந்தால் கருத்தானுடைய ஆட்டோ காக்கா குருவிகளின் கக்கூசாக மாறிவிடும் அபாயத்தையும் எடுத்துரைத்து அவனையும் கூட்டிக்கொண்டு போலீஸ் ஸ்டேஷனில் வந்து நின்றான் கம்பிமுத்து. கம்பிமுத்துவின் பெயர்க்காரணம் இக்கதைக்குத் தேவையற்ற ஒன்று.

எஸ்.ஐ செல்லுக்குள் கோழி திருடி ஒருத்தனைப் போட்டுப் பொளந்து கொண்டிருந்தார். கம்பிமுத்து கருத்தானை உள்ளே அனுப்பிவிட்டு வெளியில் போடப்பட்டிருந்த பெஞ்சில் உட்கார்ந்தான். முத்துராஜ் உள்ளே வந்த கருத்தானிடம் கேட்டார்,

"நீ நல்லா ஓடுவ என்னப்போ? இந்நாள் வரைக்கிம் சுமார் எத்தர கிலோமீட்டர் ஓடிருக்க நீ?" என்று கருத்தானின் காது வாக்கில் ஒன்று வைத்தார். கருத்தான் அடி வாங்கியதைக் கண்டதும் மற்ற ஆறுபேருக்கும் சிரிப்பாணி பொத்துக் கொண்டு வந்தது.

எஸ்.ஐ செல்லைத் திறந்தவாறே வெளியில் வரவும் தன்னுடைய கையில் இருந்த பாயிண்ட் பேப்பரை எஸ்.ஐயிடம் கொடுத்தார் முத்துராஜ். டேபிளில்போய் அமர்ந்த எஸ்.ஐ முத்துராஜிடம் கேட்டார்,

"இதுல ஓடுனது யாரு?"

"அந்த நிக்காம்லா அவந்தாம்!" - முத்துராஜ்.

கருத்தான் தலையைக் குனிந்துகொண்டான்.

எஸ்.ஐ கருத்தானிடம், "நீ இப்ப என்ன பண்ணுகன்னா.. ரோட்டுலயே ஓடிப்போய் செட்டிக்கொளத்து ராணி டீ ஸ்டால்ல போயி பத்து டீ வாங்கிட்டு திரும்பி ஓடியே வரணும்... அதுவும் இருவது நிமிசத்துக்குள்ள! நடந்து போனேன்னு தெரிஞ்சின்னா வாழ்க்கையில எப்பவுமே நடக்கமாட்ட! குதுரமொகத்த தரிச்சிருவெம் பாத்துக்கா!" என்று கருத்தானிடம் சொல்லிவிட்டு முத்துராஜிடம், "சார்! அவனுவகிட்ட இருந்து சீஸ் பண்ணுன பைசாவுலெர்ந்து அம்பது ரூவாய்க்கி பெட்ரோல் அடிச்சிக்கிட்டு இந்தப் பயலுக்க பொறத்தால போயிட்டு வாங்க! ஓட்டத்த நிறுத்துனாம்னா வண்டியக் கொண்டு போயி மூலத்துலயே ஏத்திருங்கோ!" என்றார்.

ஸ்டேஷனைவிட்டு வெளியேற முற்பட்ட கருத்தானிடம் எஸ்.ஐ, "மறுவுடியும் எங்கயாச்சிம் ஓடிறமாட்டல்லா?"

முத்துராஜ், "அதெல்லாம் ஓடமாட்டாம் சார்! அவனுக்க ஆட்டோதாம் அந்தா நிக்கி!"

எஸ்.ஐ, "அப்பஞ்சரித்தாம்! சரி டீஎத்தர ருவாடே?" என்றார் கருத்தானிடம்,

"ரெண்டு ரூவாசார்!" - கருத்தான்.

"ஏட்டைய்யா அவனுக்க கையில ஒரு இருவத்தஞ்சி ரூவா குடுங்கோ!"

ஏட்டைய்யாவிடம் காசை வாங்கிவிட்டு ஓடத் துவங்கினான் கருத்தான். ஸ்டேஷனிலிருந்து செட்டிக்குளம் பிரதானசாலை வழியாகப் போனால் ஒன்றரை கிலோமீட்டர் தூரத்திலிருந்தது. தீபாவளியாதலால் ஆங்காங்கே வெடிச்சப்தம் கேட்டவண்ணமிருந்தன.

எஸ்.ஐ அந்த பாய்ண்ட் பேப்பரை எடுத்து ஒவ்வொருவரது பெயராகக் கேட்டுவிட்டு சொன்னார், "எலேய் ஒங்களுக்கெல்லாம் வேற வெளையாட்டுகளே தெரியாதா? பைசா வச்சி சூதாடுகது சட்டப்படி தப்புன்னு தெரியிமா?"

"தெரியும் சார்!" - நீலகண்டன்.

"மாறி தெரிஞ்சும் வெளையாண்டுருக்கிதிய?" எஸ்.ஐ

கொளுக்கட்டையின் இடுப்பின் கீழிருந்த சகதியைக் கண்ட எஸ்.ஐ கேட்டார்,

"நீ என்னடே கொளத்துக்குள்ள வுழுந்துட்டியா?"

ஏட்டைய்யா சிரித்தவாறே நடந்தகதையைச் சொன்னார்.

"அப்போ நீயும் நல்லா ஓடுவல்லியா? அவங்கூடவே போயி பத்து உள்ளி வட வாங்கிட்டு வாறியா?" எனவும் கொளுக்கட்டைக்குச் சப்தநாடியும் ஒடுங்கி கையெடுத்துக் கும்பிட்டான்,

"செத்துப் போயிருவம்யா நா!"

"அப்ப ஒனக்கு வேறென்ன வெளையாட்டெல்லாம் தெரியும்?" எஸ்.ஐ.

"கிரிக்கெட் வெளையாடுவெம் சார்!" - கொளுக்கட்டை.

"கேட்ச் புடிக்கத் தெரியுமா?" - எஸ்.ஐ

"நல்லாப் புடிப்பேம் சார்!" - கொளுக்கட்டை முகத்தில் மகிழ்ச்சியின் வெள்ளம் கரைபுரண்டோடியது.

"வெரி குட்! அப்ப நம்ம ஒருகேம் ஆடுவோம்! இந்தக் கம்ப நா மூணுதடவ ஓங்கிட்ட வீசுவெம்! நீ அதக் கரெக்டாப் புடிக்கணும்! எப்புடி?"

"புடிச்சிருவெம் சார்! - என்ற கொளுக்கட்டையின் முகத்தில் ஒரு அசாத்தியத் தன்னம்பிக்கை தெரியவே எஸ்.ஐ, "புடிக்கலைன்னா ஒழுகினசேரில உள்ள கலையரசி டீஸ்டால்ல இங்கேர்ந்து ஓடியேப் போயி பத்து மோதகம் வாங்கிட்டு வரணும்! எப்புடி?"

"சரி சார்!" - கொளுக்கட்டைக்குத் தன்னுடைய கேட்ச் பிடிக்கும் திறமையில் ஒரு அசைக்க முடியாத நம்பிக்கை பிறந்தது. எஸ்.ஐ மேஜை டிராயரிலிருந்து ஒரு முழுஅடி ஸ்கேல் நீளத்தில் ஒருமுனையில் இரும்புப் பூண் பூட்டின கம்பைக் கையில் எடுத்ததும் கொளுக்கட்டைக்கு மரணவாசனை வீச ஆரம்பித்துவிட்டது. சுவரின் ஒரு ஓரத்தில் கொளுக்கட்டை நின்று கொள்ள எஸ்.ஐ அந்தக் கம்பை வேகமாய்ச் சுழற்றி வீச அது 'விஷ்க்' என்ற சப்தத்தில் சுழன்றவாறே பறந்து போனது.

அது வந்த வேகத்தைக் கண்ட கொளுக்கட்டை பயந்துபோய் விலகிவிட 'டமார்' என்ற சப்தத்தோடு சுவரில் மோதிவிழுந்தது.

"பாத்தியா?" - எஸ்.ஐயின் முகத்தில் ஒருவித எகத்தாளம் தெரிந்தது.

"அந்தக் கம்ப இங்க எடுத்துட்டு வா!" - எஸ்.ஐ

கொளுக்கட்டை ஒருவிதத் திகிலோடு அதை எடுத்துக் கொண்டுபோய்க் கொடுத்தான். செட்டிக்குளமாவது ஒரு கிலோமீட்டர்தான். ஒழுகினசேரி ரெண்டு கிலோமீட்டர் என்பதை நினைத்துப் பார்க்கவே பதட்டமாக இருந்தது.

இரண்டாவது முறையும் கம்பைப் பிடிக்காமல் விட்டு விட்டான்.

ஹெலிகாப்டர் கருத்தானின் சீட்டுக்களி

“ஐயா! என்னைய மன்னிச்சிருங்கோ! செத்த பைய வீசுனேள்னா புடிச்சிருவெம் பாத்துக்கிடுங்கோ!” கொளுக்கட்டை புயலாய்க் கரையைக் கடந்தான்.

“நாந்தாஞ்சொன்னம்லாடே! ஒனக்குப் புடிக்கக் களியாதுன்னு?” - எஸ்.ஐயின் முகத்தில் ஒருவித எகத்தாளம்.

மூன்றாவது முறை கம்பு வேகமாக வீசப்பட்டது. கொளுக்கட்டை பாய்ந்து போய் விழுந்து உயிரை வெறுத்து அந்தக் கம்பைப் பிடித்தான்.

“சபாஷ்! எவ்வளவு தைரியமிருந்தா நா வீசுன கம்பப் பிடிப்ப?” என்றவாறே எஸ்.ஐ அந்தக் கம்பை ஓங்க கொளுக்கட்டைக்கு அதிர்ச்சி. எஸ்.ஐ சிரித்தார்,

“இனிமே ஊருக்குள்ள எவனாது சீட்டத் தொட்டியோ? தொவச்சிப் புடுவெந் தொவச்சி! ஸ்டேசன்ல பின்னுக்க ஒரு ரூமு கக்கூசெல்லாம் இருக்கு! எல்லாத்தையிம் ஜோரா ஒட்டற அடிச்சி, கழுவிக் குடுத்துட்டு வீட்டுக்குப் போலாம்!” என்றதும் ஆளுக்கு ஒருவேலை ஒதுக்கப் பட்டது. சற்றுநேரத்தில் செட்டிக்குளத்திலிருந்து டீ வந்ததும் வேலை முடிந்துவந்த ஆறுபேருக்கும் டீ வழங்கினார்கள். செட்டிக்குளம் வரைக்கும் கால்நோக ஓடிய கருத்தானின் நாக்கு வாயின் வலதுபக்கம் தள்ளியிருந்தது.

வேலைகள் முடிந்து வெளியில் வந்ததும் கம்பிமுத்து டெம்போவை ஸ்டார்ட்செய்ய எல்லாரும் பின்னால் ஏறினார்கள். நீலகண்டன் முன்பக்கக் கிளீனர்சீட்டில் ஏறி அமர்ந்தான். அரசுப் பள்ளி ஆசிரியரல்லவா? வண்டி ஒழுகினசேரி பாலம் அருகில் வரவும் எங்கிருந்து வந்ததோ ஒரு ராக்கெட் டிரைவர் சீட்டிலிருந்த கம்பிமுத்துவின் மார்பைத் துளைக்க அவன் பயந்து போய் ஸ்டியரிங்கை வளைக்கவே வண்டி நிலைதடுமாறி பழையாற்றுக்குள் பாய்ந்தது. டெம்போவின் பின்னால் இருந்தவர்கள் ஆற்றுக்குள் குதித்துத் தப்பித்துக் கொண்டார்கள். கேபினில் இருந்த கம்பிமுத்துவுக்கும், நீலகண்டனுக்கும் பலத்த அடி.

கம்பிமுத்துவுக்கு ஸ்டியரிங் தாக்கியதில் கவட்டைக்கிடையில் கடுத்த சேதாரம். வண்டியிலிருந்து இழுக்கும்போது நீலகண்டனின் தோள் பட்டைப் புஜம் நகர்ந்து கைகளில்

கட்டோடு ஆஸ்பத்திரியில் படுத்திருந்தான். அவனது அம்மா முத்துலெட்சுமி பக்கத்தில் அமர்ந்து காப்பி ஆற்றிக் கொண்டே சொன்னாள், "ஏ மக்களே! நீ ஒரு சர்க்காரு உத்தியோகஸ்தம்லா? அதுலயும் பிள்ளேளுக்கு பாடஞ்ச் சொல்லிக் குடிக்கிய வாத்தியாம் பணி? அந்தக் கழிவெட்டப் பயக்கக்கூட என்னெடே ஒனக்கு ஒரு ஒணந்த சாவகாசம்? வெக்கமில்லியே ஒனக்கு! போலீஸ் ஸ்டேசன் ஏறிக்கிட்டு கையத் திறுக்கிட்டு வந்து கெடப்பாட்டுல கெடக்கிய?"

நீலகண்டன் கடுப்பில் கண்ணீர்மல்க அவளிடம் சொன்னான், "மொதல்லயே எல்லாருகிட்டயும் போலீசு வருகுன்னு ஒருவார்த்த சொல்லிருந்தா இவ்ளோ பெகளம் வந்துருக்குமா? ஓம்மொவளுக்க மாப்பள அந்தச் சீமையக் கெடந்த மீனாச்சி சுந்தரம் நாயி பாத்த பார்வ எங்க கொண்டாந்து கெடத்திருக்கு பாத்தியா? இந்தக் கருத்தான் அந்த நாயடிச்ச காரியத்துல இவனுக்க கொதவளையில காலக் குடுத்துத் தென்னுனது சரிதாம்! கையி ஒடஞ்சதக் கூட நாஞ் சம்மதிச்சிருவெம் பாத்துக்கா! கக்கூச கழுவ வச்சிட்டானே தாயிளி?"

2023, விகடன் தீபாவளி மலரில் வெளியான சிறுகதை

2

# நாக்காமடத்தானின் நீர்மரணம்

ஒரு ஆடி மாதத்து வெள்ளிக்கிழமை மாலையில் முருகானந்தம் என்ற குப்பி முருகு அவனது மருமகன் ஸ்டீஃபனை அழைத்து, "மக்களே ஸ்டீபா! ராத்திரி நம்ம பலவட்டரச் சுடுகாட்டு சொள்ளமாடங்கோயில்ல எங்கைய்யனுக்கு நேந்து வுட்டம்லா ஒரு க்டாவு...? அத வெட்டுகேம் பாத்துக்கா! காரியம் ஓங்கம்மைக்கி தெரியாண்டாம்! சாய்ந்தரம் நேரத்த காலத்த வந்து சேரு கேட்டயா! பையம்மாறுவட்டயுஞ் சொல்லியாச்சி! மற்ற குப்பி காரியங்கள்ளா உண்டும்! மறந்துறாத!" என்றதும் ஸ்டீபனுக்குக் கைநடுக்கம் உண்டாகி விட்டது.

அப்போது பெரிய அளவில் அவனுக்குக் குடிக்கும் பழக்கம் கிடையாது! பாதிக் குப்பி பீர் குடித்தாலே பைக்கை மறந்து எங்காவது போட்டுவிட்டு தெற்கும் வடக்கும் கால்களைப் பின்னி நொண்டியவாறு வீடு வந்து சேர்ந்து தாயாரிடமிருந்து நான்கு இடிகளை வாங்கிக் கொண்டு படுக்கையில் கிடையைச் சாய்ப்பது வழக்கம்.

ராத்திரி ஒன்பது மணியளவில் வீட்டைவிட்டு வெளியேறி பைக்கை எடுத்த ஸ்டீபனிடம் அவனது அம்மா கிரேஸ், "எங்கடே போற இன்னேரத்துக்கு?" என்று கேட்க அவளது குரல் ஸ்டீபனுக்கு ஆடுவெட்டு குறித்த ரகசியத்தைக் காக்க மறந்து போய் குப்பியின் பெயரைச் சொல்லிவிட கிரேஸ் மோப்பம் பிடித்து சத்தம் போட்டாள்,

"லேய்! ஆடிவெள்ளி ஆடுவெட்டுக்கா போற நாய? இதெல்லாம் ஏசப்பாக்குப் புடிக்காத்த

காரியங்களாக்கும்? இம்மாதிரி அந்தக் கோயிலுகள்ள போயி கண்டதையும் வாங்கித் தின்னா பரலோக ராஜ்ஜியம் எப்புடி கிட்டும்?"

"நீ சும்ம கெடையாம்மாளு! ஒனக்க சொந்தக்காரக் கூய்மக்களுக்கே பரலோகம் கிட்டுகாம்? எனக்காக் கிட்டாது? சொந்த ராஜியத்துலயே கிறிஸ்தவனுவளுக்கு ஒண்ணுங் கிட்டல? இதுல பரலோக ராஜியம் ஒண்ணுதாங் கொறச்சலு?" என்றவாறே ஏசப்பாவா? மாடனா? என்றதில் ஏசப்பாவும் மாடனும் தோற்று கறிச்சோறு வெற்றி பெற்றது. பைக்கை எடுத்து புறப்பட்ட அடுத்த இரண்டாவது நிமிடத்தில் 'பலோட்டரச் சுடுகாடு' என்று ஜிலுக்கு தமிழில் அழைக்கப்பட்ட பலவட்டாரச் சுடுகாட்டில் போய் வண்டியை நிறுத்தினான். ஸ்டீபனின் சித்தப்பன், மாமன், மச்சான், அண்ணன்மார்கள் என்று குறைய கோந்தன்மார்கள் ஏற்கனவே அங்கு வந்து நின்று கொண்டிருந்தார்கள்.

"வாலே மக்கா! வந்துட்டியா? ஒங்கொம்மைக்கித் தெரியாமத் தானே வந்துருக்க? தெரிஞ்சா என்னிய மானங் கெட்ட கேள்வியள கேப்பாளே?" என்றவாறே இருட்டுக்குள் இருந்து முருகு வாயில் பீடி சகிதம் வந்தான்.

"அதெல்லாஞ் சொல்லிக்கிட்டுத்தா வந்துருக்கு! சொல்லாம கொள்ளாம வாறதுக்கு நா என்ன கோமதி அத்தையவா பாக்க வந்தேன்? கெடக்க மாட்டான் அந்தால?" என்றதும் முருகுவுக்குக் கோபம் வந்து விட்டது, "அட எறப்பாளி நாய? என்னெடே சொல்லிக்கிட்டு வந்த அவகிட்ட? நா ஒங்கிட்ட பிரத்தியேகமா சொல்லத்தானேஞ்சேன்... ஒங்க அம்மைகிட்ட சொல்லாதன்னி? நம்மள எழவுல இழுத்து வுடுகதுல அவனுவளுக்கு ஒரு உஜாறு? செவங்கள்?"

"மறுமொவன எதுக்கு வைய்யிதிய? மாறி ஒரு சிலுவட்டப் பயல வூட்டுல சொல்லாம கொள்ளாம இந்த அத்தராத்திரில மைனி வெளிய உடுவாளா? நீ வா மக்கா?" என்றாள் திருநெல்வேலிக்கார கோமதி அத்தை.

"ம்க்கும் கேட்டுக்கா? பத்து செக்கண்டுக்க முந்திதாம் இந்த நாயி சொல்லிச்சி... சொல்லாம கொள்ளாம வாறதுக்கு நா என்ன கோமதி அத்தையவா பாக்க வாரம்ன்னு? அந்த நாய நீ ஜாமியத்துல எடுக்கியதுக்கு நிக்கா?" என்று தகித்தான் முருகு.

“யாவே அவனுக்க அத்தைய பாக்கதுக்கு என்ன தபாலு எழுதி ஊரெல்லாஞ் சொல்லிக்கிட்டா வருவா? மறுமொவனுக்கும் மாமிக்கிம் ஆய்ரங் கத காரியங்க இருக்கும்? நீ வா மருமோன?” என்றவாறே கோமதி ஸ்டீபனை இழுத்துச் செல்ல அங்கே பூசாரி வரிசையாக நேர்ச்சைக் கோழிகளை அறுத்து அதை நேர்ந்து விட்டவர்களின் கைகளில் கொடுத்து விட்டுக் கொண்டிருந்தார். அவர்களும் அதைப் பத்திரமாக வாங்கிக் கொண்டு சமைக்கக் கொண்டு போய்க் கொண்டிருந்தார்கள்.

அங்குள்ள தோப்புகளில் ஆங்காங்கே அடுப்பு போட்டு சமையல் நடந்து கொண்டிருந்தது. அப்போது திடீரென பூசாரியின் ஊளைச் சப்தமும், “எவனுக்க கோழில இது கொன்னத் தாய்ளிமக்க? என்ன பாவ காரியங்கள செஞ்சிக்கிட்டு கொண்டாந்தானுவளோ?” என்ற சப்தமும் கேட்டது.

நேர்ச்சைப் பொருளின் குற்றப்பாடு கருதி அதை நிராகரிக்கும் முகமாக சாமி பூசாரியின் கைகளைப் பதம் பார்க்குமென்று சொல்லிக் கொண்டார்கள். அறுக்கும்போது பூசாரியின் கைகளில் வெட்டுப்படக் காரணகர்த்தாவான அந்தக் கோழியைச் சொந்தம் கொண்டாட யாரும் வரவில்லை. சற்றுநேரத்தில் குப்பி முருகுவின் ஆட்டை வெட்டினார்கள். சாமி குப்பியை அழைத்து, “லே முருகேசா! ஆட்டப்புடி! செவம் ஒங்கையன மாதிரியே கெடந்து கழுத்த ஒதறுகு! எழவுல வெட்டு மாறி உழுந்துறப் புடாதுல்லா?” என்றதும் முருகு பக்கத்தில் போய் ஆட்டின் கழுத்தைப் பிடித்தான்.

“ஏலே குப்பி கோம்பையா! நா என்ன ஆட்டுக்க புடுக்கையா வெட்டப் போறேம்! கழுத்தப் புடிச்சிக்கிட்டு நிக்க? வெட்டு கைல வுழுந்துராம? ஆடப் புடிக்க லெச்சணங் கொள்ளாம்! எம்மோ கோமதி! இங்க வா! நீ வந்து புடி! செவங்களுக்கு சிக்கப் போட்டா கெணறுந் தொவளமுந் தெரியாது!” என்று பூசாரி கிடாரன் சப்தம் போட்டார்.

உடனடியாகக் கோமதி அத்தை போய் ஆட்டின் பின்பக்கம் நின்று கொண்டு அதன் முதுகைப் பிடித்துக் கொண்டாள்.

“பாத்தியாலே குப்பிக் கூய்வுள்ளா! பெட்டப்பிள்ள! அதுக்கு தெரிஞ்சிருக்கு ஆட்ட எப்புடிப் புடிக்கணும்ன்னி! நீயுந் திரியிதயே ஆட்டிக்கிட்டு?” என்று பூசாரி சொல்லவே முருகு கடுப்பில், “ஆமா யாம்னா என்னெஞ்சீரலாம்? பெரிய

பாலங்கெட்டுத பணியில்லவா? கோலு கொழலெல்லாம் புடிக்கத் தெரிஞ்சிக்கிடுகதுக்கு?"

"தெறிஞ்சிக்கிடணும்லே? கொப்பனுக்கப் பேருல ஆடு நேந்து வுடத் தெரியில்லா? அம்மாதிரியே ஆட்டப் புடிக்கவும் தெரியணும்? வெட்டுனெப்பொறவு நல்ல வழிச்சி நக்கித் திங்கத் தெரியுமா? - பூசாரி.

"அதெல்லாம் பொறவு நக்கலாம்! நீரு இந்த ஒலக ஒழியம் பேசாம ஆட்ட வெட்டுனா மதி? பெரிய நாடோடி மன்னன் எம்ஜியாருன்னு நெனப்பு புண்டாளுதைக்கி?" - முருகு.

கிடாரம்காத்தான் என்பதுதான் பூசாரியின் முழுப்பெயர். அவர் குப்பிக்கு ஒருவகையில் மாமன்முறை. குப்பி லேசான போதையில் சலம்பினான்,

"இந்தக் கெடாரந்தாய்ளி மொவனுக்கு ஒரு காடாத்து கல்லெடுப்பு வருவுல்லியே? வூட்டுல கெடகெடப்பு செல்லாம என்னைய மானங் கெடுத்துகதுக்கே திரிவானுவோ? எய்யா ஒரு ஆடப் புடிச்சியதுக்கு காலேஜில போயாப் படிக்க முடியிம்?"

கிடாரம்காத்தான் ஆடும்முன்னர் குப்பி முருகுவின் அய்யன் நாக்காமடத்தான்தான் அந்த மாடனுக்கு ஆடிக் கொண்டிருந்தவர். நாக்காமடத்தான் ஒரு சுடலை மாடன் கொண்டாடி. ஒருபெருவெள்ளத்தில் வெள்ளத்தோடு மிதந்துபோன வைக்கோல் போரைக் கைப்பற்றப் போனவர் போனவர்தான். திரும்பவேயில்லை. தன்னுடைய மேப்புடியான் கன்னியாகுமரி பகவதி அம்மைக்குப் பாதுகாப்புக்குப் போனதாகச் சொல்லிக் கொண்டு திரிந்தாள் முருகுவின் தாயார் குஞ்சிலெச்சுமி. பின்பொருநாள் குஞ்சிலெச்சுமி கிணற்றில் நீரிறைக்கும்போது கால்வழுக்கி கிணற்றுக்குள் பாய்ந்து நீரம்மனுக்குத் தன்னுடைய ரத்தத்தைக் களபமாய்ச் சாத்தினாள். தாயைக் காணாமல் தேடின முருகுவுக்குக் குழப்பம்,

"காலு நொந்த காலத்துல செவத்துக்கு பக்கம்பாட்டு ஆளுவகிட்ட சொல்லாம கொள்ளாம என்னவொரு கடும் போக்கு! ராமேஸ்வரத்துக்குப் போய்ட்டாளோ?"

குஞ்சிலெச்சுமி கிணற்றுக்குள் கரணம் அடித்தபோது அவள் கட்டியிருந்த சேலை மறுநாள் காலையில் நீர்ப்பரப்பின் மேல்

லேசாகக் கண்சிமிட்டவே முருகுவுக்குத் தன்னுடைய தாய் கிணற்று துவாரத்தின் வழியாக சிவலோகம் புறப்பட்டு தெய்வத் தாய் ஆன காரியம் புலப்படவே, நீரின் ஆழத்திலிருந்து குஞ்சி லெச்சிமியின் பூதவுடலை மீட்டு நெருப்பின் வாயிலாகக் கருக்கி சிவலோகத்துக்கு வழியனுப்பப் பட்டாள். அவளது அந்தப் பயணம் ஒருவழியாக முருகுவின் மனைவி கோமதியின் வாழ்க்கைப் பாதையைச் செப்பனிட்டு சீரமைக்கவே அவள் மகிழ்வான ஒரு வாழ்க்கையை ஏறெடுத்து வந்தாள்.

இப்படியிருக்க சுமார் ஆறுமாதத்துக்கு முன்னர் முருகுவின் கனவில் அவனது அய்யன் நாக்காமடத்தான் கடலுக்குள் இருந்து எழுந்து வந்து நீரின் மேற்பரப்பில் நின்றவாறே கண்ணீரோடு சொன்னது இதுதான்,

“எலே முருகு... காவக்காரத் தொட்டிப் பயல! வெள்ளம் வந்த அன்னைக்கி நா அந்த வைய்க்கப் படப்பப் புடிக்கப் போவும்ப வழியில ஒரு ஆடு வந்து படப்புக்க மேல சாடிட்டு கேட்டயா! கரையில வாபாக்கியதுக்கு நின்ன ஒரு கூய்மொவனுவளும் என்னையக் கையேந்த வந்தானுவயில்ல! அந்த ஆட்டையும் தொரத்திப் பாத்தம் பாத்துக்கா! செவம் போவ மாட்டம்ன்னி ஒத்தக் காலுல நின்னுட்டு மக்கா! எழவுள்ள ஒரு ஓரத்துல நின்னா நின்னுட்டுப் போவட்டும்ன்னு பாத்தா... கஞ்சிக்கிச் செத்த அந்த ஆடுக் கூய்வுள்ளையிம் ஒரண்டயிருந்தே வைய்க்கோல திங்க ஆரம்பிச்சிட்டு! படப்புஞ் சுசீந்தரந் தாண்டி போகு... போகு... போக்கெடுத்து போகு! அப்பவும் பாலத்துக்கு மேல நின்னு வேடிக்க பாத்துக்கிட்டிருந்த ஒரு பெயலுஞ் செறக்கியும் நா என்னவோ வள்ளத்துல மீனு புடிக்கப் போற மாதிரி வேடிக்க பாத்தானுவளே ஒழிய ஒருத்தனுஞ் சாடி என்னையத் தூக்கலப் பாத்துக்கா! காப்பாத்துங்கோன்னு சத்தம் போட்டா நம்ம அந்தஸ்து என்னாவும்ன்னி நானுமே அனக்கமுடலை! படப்பு மெதந்து மெதந்து கக்கரம்பொத்தைய தாண்டல! பாதிப் படப்ப அந்த வயித்துப் பக்காளி ஆட்டுக் கூய்வுள்ள தின்னுட்டு! மிச்சமிருந்த வைக்கோலு முச்சூடும் வெள்ளத்துக்க இழுப்புல திரிஞ்சி நாந் தண்ணீக்க மலந்துட்டம்டே! இப்ப நா மணக்குடிக்க தெக்க கடலுக்காத்தக் கெடக்கம் பாத்துக்கா! எனக்க மரிப்புக்குக் காரணம் அந்த செத்தபெய ஆடுதாம்லே! அப்புடியொரு பெருவிட்டாளி ஆட்ட எனக்க ஜீவியத்துல நாங் கண்டதில்ல கேட்டயா! பு...டாவுள்ள! அதுனால நம்ம

பலவட்ற சுடுவாட்டு மாடனுக்கு அதே மாறி ஒரு வெள்ளையுங் கரியுமா ஒரு ஆட்ட நேந்துவுட்டு ஆடிமாசச் செறப்புக்கு அத வெட்டி அரமொறையா கடிச்சித் தின்னுங்க! அப்பந்தாம்டே எனக்க சீவனுக்க பெறப்பாடு சிவன நோக்கிப் போவும்!" என்று சொல்லிவிட்டு கடலுக்குள் மூழ்கிவிட்டார்.

முருகுவுக்கு சலிப்பு, "யாம்னா பெரிய ஏசுநாதருல்லா? தண்ணிக்க மேல நடந்து போகு தாய்ளிவுள்ள? சொல்லச் சொல்ல கேக்காம அவ்ளோ கனத்த வெள்ளப் பெருக்குல பெரிய குண்ணேஸ்வரம்ன்னி நெனச்சி வைக்கப் படப்பப் புடிக்கப் போறம்டோவ்னு சாடம்பவே தெரியும்... இவெஞ் செத்துருவாம்னு! இதுல ஆடு நேச்ச குடுக்கணுமாமே! செரி தண்ணிக்க சமாதி ஆயி அடக்கச் செலவ மிச்சப் படுத்துன கொறைக்கி ஒரு ஆடுதானே! அதயிம் நாமதான திங்கப் போறோம்!" என்று சமாதானமடைந்த காரியம்தான் இன்றைய கொடையும் ஆடுவெட்டுக் காதையின் பின்னணியுமாகும்.

ஆட்டை வெட்டிக் கறியாக எடுத்து வந்து ஒருபக்கம் சமையல் நடக்க, மறுபக்கம் பானவிருந்து நடந்து கொண்டிருந்தது. ஓசியில் கிடைத்தால் கில்பக்கையே லிட்டர் கணக்கில் குடிக்கும் குழுவும் கிடைத்ததோ கிடைக்கவில்லையோவென குடித்ததில் ஒருபயலும் சமைத்த சாப்பாட்டை ஒழுங்காய்ச் சாப்பிடவில்லை. ஆட்டுக்கறி முழுவதும் 'எம்பொறப்பே' என சட்டுவத்தில் கிடந்தது, ஒருபக்கம் அந்த அர்த்தராத்திரியில் ஆற்றில் சாடிக்குளியலென்ன? கூச்சலென்ன? என்று ஏகப்பட்ட தற்குறித்தனங்கள் அங்கே ஏறெடுக்கப்பட்டன.

முதலில் முருகு ஆற்றில் குதிக்க எத்தனித்த போது கோமதி எச்சரித்தாள்,

"வே சொன்னாக் கேளும்! ஆத்துல தண்ணி அம்மம்மான்னு போகு பாத்தீருல்லா? இந்த நட்டா நடு ராத்திரில சாடியதுக்கு நிக்கீறே மனியா? மண்டைக்கி வெளியில்லியா? கொப்பன் வெள்ளத்துக்க வைக்கோல்ப்பிரி முறுக்கப் போனாம்! கொம்ம கெணத்துக்குள்ள நண்டு புடிக்கப் போனா! நீரு இப்ப எந்தப் பாதாளக் கரண்டிய தோண்டுகதுக்கு ஆத்துல சாட நிக்கீரு?"

முருகுவுக்கு 'ச்சை' என்றாகிப் போனது. "மனுசன ஒரு காரியத்தத் தொடங்க உடுகாளுவளா? எல்லாத்துலயும் வந்து நின்னுக்கிட்டு அது சூத்த இது சொள்ளன்னு சொல்லுகது?"

என்று முனங்கிக் கொண்டே படித்துறையில் போய் ஒரு துண்டை விரித்துப் படுத்தவன் பாம்பாகிப் போனான். கோமதி கஷ்டப்பாடுபட்டு அவனை எழுப்ப முயன்று தோற்றாள்.

ஸ்டீபன் உடனடியாக ஒரு ஆட்டோவை வரத்தி முருகுவின் குடும்பத்தை அதிலேற்றி அனுப்பி விட்டுப் படித்துறையில் அமர்ந்து கொண்டான். கிட்டத்தட்ட பதினெட்டு பேர் அங்கே இருந்தார்கள். இல்லையில்லை கிடந்தார்கள். ஸ்டீபனைத் தவிர மிச்சமிருந்த யாருக்கும் சுய நினைவுமில்லை! இடுப்பில் துண்டுமில்லை! 'செவங்களை நம்பி ஒரு கொடைக்குக் கூட வரமுடியாது!' என்று ஸ்டீபனுக்கு ஒரே சலிப்பு. போதாக்குறைக்கு அவனது சித்தப்பன் ஒருவன் நீந்திப்போய் ஆற்றின் மறுகரையில் படுத்துக் கிடந்தான். ஸ்டீபனுடைய வண்டி ஒரு தோப்புக்குள் இருந்தது. இருட்டுக்குள் போய் அதை எடுக்கப் பயந்து கொண்டு அங்கேயே அமர்ந்திருந்தான்.

அப்போது இருட்டிக்குள்ளிருந்து ஒரு குரல். "எழவுல கறிச் சோத்தத் தாரம்னு கூட்டியாந்து கு...ண முட்டக் குடிச்சிட்டு இந்தக் குப்பிக் கூய்மோன் கெடக்கக் கெடையக் கண்டியா மாப்ளேய்?" ஸ்டீபனின் மச்சான் ரவிதான் அது,

அப்போதுதான் போதை லேசாகத் தெளிந்து எழுந்த மூதேவி இப்படிக் கேட்டதும் ஸ்டீபனுக்கு வாயில் வண்டி வண்டியாக வந்தது. ஆனாலும் ஸ்டீபன் ஒன்றும் பேசவில்லை. திடீரென அங்கே ஒரு சலங்கைச் சப்தமும் நெருப்பின் ஒளியும் எட்டிப்பார்க்க ஒரு கையில் தீப்பந்தத்தையும், மறுகையில் அரிவாளையும் ஏந்தி இடுப்பில் ஈரக் கச்சையணிந்த ஒரு ஆத்துமா ஆடிக் கொண்டே ரிவர்சில் வந்து கொண்டிருந்ததைக் கண்ட ஸ்டீபன் பயந்து போய் எழுந்து ஓட எத்தனித்த போது ரவி அவனிடம்,

"எங்கலே போற? பின்னமாறத்தானே நடந்து வாராம்... கொஞ்சம் பொறு! கிட்ட வந்தொடனே சவுட்டி ஆத்துக்க தள்ளிருவோம்! வெலியெல்லாங் குடுத்து முடிச்ச பிறபாடும் மாடனுக்கு இங்கென்ன மயித்த செறைக்க பணியா கோணப் புண்டாளுதைக்கி? நீ செவனேன்னி இரு மாப்ளோய்!"

"என்னது சாமிய சவுட்டப் போறீரா? செத்த சும்மா கெடயும் வோய்!" என்றான் ஸ்டீபன்.

“லேய் நாகேந்துரனுக்க மொவந்தானலே அது?” ஸ்டீபன் திடுக்கிட்டுத் திரும்ப அங்கே மாடன் பேசிக் கொண்டிருந்தார்.

“ஆமா நாகேந்தரனுக்க மவந்தாம்! நீரென்ன ரேசங்காடுக்கு பேரு சேக்கதுக்கா வாரீரு!” இது ரவி.

“எக்கண்டம் பேசாதடே! இன்னேரத்துல இங்க என்னடே நித்திர ஒங்களுக்கு? வாத நடமாடுக காட்டுக்காத்த பொதப்பையிம் மூடிக்கிட்டு ஒரு கெடப்பு? வூடுங்குடியுங் கெடையாதா செத்தக் கூய்வுள்ளையளா?” இது மாடன்.

“அதையேத்தா நானுங் கேக்கெம்! இந்தப் பேயி கெடக்கிய சமயத்துல ஒமக்கு இங்கென்ன பணி? நாங்களும் கேப்பம்லா? கிக்கிக்கி... என்ன மச்சினா சொல்லுக?” இது ரவி.

“நா என்னத்தவே சொன்னேன்? ஏந்தாலிய யாவ்வோய் அறுக்குரிய?” - ஸ்டீபனுக்கோ நடுக்கம்.

“நீ யாம்டே பேடிக்கா? மச்சா நா இருக்கம்லா?” - ரவி.

“மாடங்கொண்டாடி நீரு இருப்பீரு! ஏசுவக் கும்புடுக நா இருப்பனா?” ஸ்டீபன்.

“இதுவும் ஒரு சின்ன சைசு ஏசுதாம்லே? தாடியக் கண்டியா? ஹிஹிஹி!” என்று ரவி சிரிக்கவே சாமியாடியின் முகத்தில் ஒரு நீண்ட தாடி. இந்த வார்த்தைகளைக் கேட்ட சாமியின் கண்களில் ஒரு மென்சோகம். ஸ்டீபனுக்கோ நடுக்கம்.

“ஏசுவாச்சும் கையில ஆடுமேய்க்க குச்சிதாம் வச்சிருப்பாரு! மாடனுக்கக் கையில வெட்டுருவால்லா இருக்கு?” என்ற ஸ்டீபனின் குரல் பம்மியது.

“வெட்டுருவாளா? செவம் இது பீயக் கூட வெட்டாது! நீ செவனேன்னு இரியாம்டே?” என்றான் ரவி.

தன்னுடைய அரிவாள் மொன்னையானது என்று சொன்ன ரவியைக் கண்ட சாமிக்குக் கோபம் வந்து சாமி ரவியிடம், “என்னெலே சொல்லுகா? வெட்டிக் காட்டட்டா?”

“ஒருமாதி நொட்டுவீரு! போறும்வே அந்தால!” ரவியின் முகத்தில் ஒருவித எகத்தாளம்.

இந்த சம்பாஷணைகளைக் கேட்ட ஸ்டீபனுக்குப் பயம் அப்பிக் கொண்டது. திரும்பிப் பார்க்காமலேயே ஆளைக் கண்டுபிடித்த மாடனுக்கு வேறு காரியங்களைச் சொல்லியா குடுக்கணும்?

“ஏல பிசாசுகள் நடமாடுக நேரத்துல இங்கன கெடக்குதியேளேன்னு கேட்டா கண்ணுக்குக் குண்ணைன்னு பேசுகயே?” என்றார் மாடன்.

“ஆம்பளப் பிசாசுன்னா நீரு பாத்துக்கிடும்! பொம்பளப் பிசாசுன்னா இங்கன அனுப்பி விடும்! ஹெஹ்ஹெஹ்ஹே! என்ன சொல்லுத மாப்ள?” என்று சொல்லிவிட்டு ரவி ஸ்டீபனைப் பார்க்க ஸ்டீபன் அவனை வினோதமாகப் பார்த்தான்.

‘அடத் தொட்டிப் பயல! பேயக் கூட வுடமாட்டாம் போலுக்கே? இவங்கூடயா இன்னைக்கி ராத்திரி தங்குகதுக்கு?’

“ஓங்கப்பன் எப்புடிச் செத்தாம்னு ஓர்மயிருக்குவா ஒனக்கு?” இது மாடன்.

“தண்ணியப் போட்டுகிட்டு தண்டவாளத்துல போயிப் படுத்தாஞ் செத்தாம்! அதுல ஒமக்கென்னவே நோக்காடு! அந்தக் கூய்வுள்ளைக்க பாடிய எடுக்கப் பணம் பத்தாயாரஞ் செலவழிச்சவம்வே நா! அத எதுக்கு இப்ப இழுக்கீரு?” இது ரவி.

“இழுப்பம்லா? இழுக்கத்தாஞ் செய்யிவெம்? எனக்க நேந்த நேச்சைய எடுக்காம லாந்துனதாலதானே ங்கொய்யஞ் செத்தாம்? ஓங்கய்யன இடிச்ச அந்த ரெயிலே நாந்தாம்லே” இது மாடன்.

அப்போதுதான் அவர்களுக்கு அந்தப் பக்கம் வந்தது வேறு ஏரியா மாடன் என்பது தெரிய வந்தது. அதாவது ரவியின் குடும்ப சுடலை.

“அடப் பிச்சக்காரக் கூய்மோன! எங்கய்யன் நேந்தது ஒரு ஒத்தக் கோழி! அதுக்கா அந்த நாய நீ பழி வாங்குன? எங்கப்பன வுட எச்சக்கலத் தா...ளியா நீ? ரயிலா வந்தானாமே கோம்பத் தாய்ளி!” என்று சொல்ல இந்த வசவைக் கேட்டதும் சாமிக்கு சங்கடம் வந்து விரைவாக முன்னோக்கிப் போய் விட்டது.

ரவி கண்கலங்கியவாறே ஸ்டீபனிடம் கேட்டான், “எடே ஸ்டீபா! எங்கைய்யன் நேச்ச குடுக்கலைன்னு செத்தாஞ் செரி!

மாடனுக்கு ஆடிக்கிட்டிருந்த இந்தக் கூய்மொவனுக்க அப்பெம் யாஞ்செத்தாம்?" என்றவாறே முருகுவைக் கையைக் காட்ட முருகு புரண்டு படுத்தவாறே,

"எலே ரெவி மாந்தப் புண்டாளூத.. நம்ம ரெண்டு வேர்த்துக்க கொப்பம்மாறுவளூம் தொட்டியளூதாம்டே! தொட்டிப்பெயலுவளுக்கு யாது நல்ல சாக்காலம்? ஒனக்க அய்யென் நாகேந்தரஞ் சதாகாலமும் அந்தச் சாராயக்கட சாரதாளுக்க வூட்டுக்க பொறத்தாலயே கெடந்து குடிச்சிக்கிட்டு அவளுக்க மூட்டையிம் ராவிக்கிட்டு சிக்குவாக்குல கட்டுலுன்னு நெனச்சி தண்டவாளத்துல போயி தாவாராந் தூங்குனாஞ் செதறிச் செத்தாம்! இதுல ரெயில கொற சொல்லுவியா? மாடனக் கொற சொல்லுவியா? எங்கய்யன் நாக்காமடத்துக்கார நாயி வெள்ளத்துல புடிக்கப் போனது எங்கூட்டு வைக்கப் படப்புன்னி நெனச்சியா? அதுதாம் இல்ல! அது பக்கத்து வூட்டு பூரணஞ் சித்திக்க படப்பு! போதாக் கொறைக்கி அந்தா நிக்காம்லா மாடெம்! அவனுக்குன்னு சொல்லி ஊருக்கார மாந்தையனுவ நேந்து உட்ட ஒரு கோழியையும் எங்கைய்யன் நாக்காமடத்துக் கூயாம் மாடனுக்கு அறுத்ததில்ல! தொண்ட நெறைய சாராயத்த குடிச்சிப்புட்டு ஒவ்வொரு கோழியா புடிச்சிக்கிட்டு போயி எங்க சந்தனம் பெரியம்மகிட்ட குடுத்து கறிவெச்சி நல்ல ஒய்யாரக் குண்ணையில பல்லுபடாம நக்குனாம்! ரொம்ப நாளூ பொறுத்துப் பாப்பானா மாடெம்! கோவத்துல இந்த நாயப்புடிச்சி தண்ணீயோட அனுப்பி வச்சாம்! ஒடனே ஆடு கோழி மாடு வய்க்கப்படப்பு, ரயிலு மாடம்னு கெடந்து ஒரசாம படுங்களாம்லே! லே ஸ்டீவா! இந்தக் கூய்மொவங்கூட ஒனக்கென்னடே வம்பளப்பு? வூட்டுல ஒங்கம்ம தேடுவா! காலம்பர நேரமே எந்திச்சி வீடுகளுக்குப் போ!" என்று சொல்லிவிட்டு முருகு புரண்டு படுத்தான்.

இருவரும் அங்கேயே படுத்துக் கிடந்துவிட்டு காலையில் எழுந்து வீடு திரும்பும் வழியில் ஆற்றங்கரைப் புதருக்குள் ஒரு அசைவு கண்டு வண்டியை நிறுத்தி எட்டிப் பார்த்தார்கள். அங்கே நேற்று இரவில் வந்த மாடன் அணைந்த தீப்பந்தத்தோடு கீழே கிடந்து உருண்டு கொண்டிருந்தார். ஸ்டீபனும் ரவியும் கீழே இறங்கி ஆளுக்கொரு கையாகப் பிடித்து சாமியாடி பத்துவெட்டு பூலோகத்தை மேலேத் தூக்கி வந்தார்கள். ஆம்! அவர் பெயர் அதுதான்.

“ஓசியில கெடச்சின்னு ராமுச்சூடுங் குடிச்சிப்புட்டு ஊதாப் பூக்கொளைக்காத்த வுழுந்து கெடக்குதீரே? வெக்கமில்லியே ஒமக்கு?” இது ரவி.

ஸ்டீபன் ரவியை அதே வியப்போடு பார்த்தான். ‘அட நாய!’

“ஏ மக்களே ரெவி! நேத்து நா இங்கன ஆடியாடி நடந்து வரம்ப ராத்திரி ஏதோ ஒரு தொட்டிக்கூய்வுள்ள என்னைய பின்னுக்கெர்ந்து குறுக்குல சமுட்டி ஆத்துக்கத் தள்ளி வுட்டுட்டு பாத்துக்காடே! ஊதாக்கொளைக்க ஒறங்குகதுக்குஞ் சோமாத்தா இரிக்கி! ஆனாலு இந்தத் தண்ணிக்குள்ள ஒரே ஒலுங்குக்கடி! எவஞ் சவுட்டிருப்பாம்ன்னி தெரியல்ல கேட்டியா? எனக்கென்னவோ இந்தக் குப்பிக் கூய்வுள்ளைக்க மேலத்தான் ஒரு சந்தேகம் கேட்டியா?” என்றவாறே சலித்துக் கொண்டார் சாமியாடிப் பாட்டா பத்துவெட்டு பூலோகம்.

3

# கவிஞர் காளவாயன் கட்டையில் போன கதை

கவிஞர் கோதம்புக்கஞ்சிநாதன் அன்று காலையில் கண்விழித்ததும் கேட்ட துக்கச் செய்தி அவரது மனதை அரித்துப் போட்டது. 'எழுத்தாளர் மற்றும் கவிஞர் காளவாயன் காலமானார்' என்னும் துர்செய்திதான் அது. 'தனக்கு தினமும் அரக்கு வார்த்து வாயில் ஊற்றும் காளவாயனின் மரணம் ஒன்றும் லேசுப்பட்டதல்ல' என்னும் காரியம் அவரது மண்டையில் உறைக்க கோதம்பால் அந்த மரணச்செய்தியை நம்பவே முடியவில்லை.

"நல்லதொரு புள்ள நடுக்குண்டில ஒரு ஒட்டங்கியது மாதி நேத்து வரைக்கிம் மனியெம் நல்லாத்தானப்பா இருந்தாய்ன்! சை... சாவக்குடிய அளவுக்கு என்ன துருசமோ கூய்மோனுக்கு?" என்றவாறே எழுந்தவர் நேராக அடுக்காளையில் நின்ற அவருடைய மனைவி பூலோகவதியின் முன்பாகப் போய் நின்று கொண்டே அவளிடம் கேட்டார்,

"எட்டீ பூலோவம்! ஒனக்கு காரியந்தெரிமா? நம்ம காளவாயண்ணாச்சி மரிச்சிட்டாராம் பாத்துக்கா?"

அவள் கோதம்புவைத் திரும்பிப் பார்க்காமலே சொன்னாள், "யாங் கூடச் சேந்து நீரும் மரிக்கப் போறீரா?"

"செவத்த சாவக்குடிய வயிசாட்டி அது?"

"ஆமா! யாம்னா காளவாயனுக்கு வயிசு பத்தொம்பதுதானே? எழுவது வயிசு நாயிக்கி இனி

இஞ்ச என்ன பணி மிச்சங் கெடக்குவு? போவட்டுமே? எதையாம் எழுதிக்கிட்டு மேட தோறும் கண்டதையும் பெலம்பிண்டு ஜீவிதம் முழுக்க வேற வேலயளுக்கு ஒண்ணும் போவாம கொள்ளாம பொண்டாட்டிக்கிட்ட வாங்கித் துண்ணுட்டு திரிஞ்சாய்ன்! பிள்ளெளு வளந்து வெளிநாட்டுக்கு போயி அரும்பாடு பட்டு சக்கரத்த உண்டாக்கி ஊருக்கு அனுப்புனா அதையிம் வச்சி குலுக்கி குலுக்கி குடிச்சிட்டு நடந்தாய்ன்? போதாக் கொறைக்கி கூடத் திரியித தெண்டி நாயளுக்கும் வீத்தி வீத்தி குடுப்பாம்லா? ஒழியட்டும் கூதரநாயி!"

தன்னைத்தான் நாயென்று சொல்கிறாள் என்று தெரிந்தும் கோதம்புக்கஞ்சி வாய் திறக்கவில்லை. திறந்தால் துஷ்டி வீட்டுக்குச் செல்ல யார் காசு தருவார்? கவிஞர் கோதம்புக்கஞ்சிநாதனின் இயற்பெயர் பூம்பச்சிலை. நிஜப்பெயரில் யாரும் கவிதைகள் எழுதுவதில்லை என்று யாரோ சொன்னதின் அடிப்படையிலும் கோதுமைக் கஞ்சி அவருக்கு மிகவும் பிடிக்குமென்பதால் இன்று மரித்துக் கிடக்கும் காளவாயனின் பரிந்துரையின் பெயரில் இந்தப் புனைப்பெயர் வந்தது. அதுவும் போக பூம்பச்சிலை என்னும் பெயரை நிறைய பேர் வேண்டுமென்றே பெயருக்கு முன்னால் 'ஊ' என்னும் எழுத்தைச் சேர்த்து தவறாக உச்சரித்ததில் எழுந்த கோபத்திலும் 'நிஜப்பெயருக்கு புனைப்பெயரே கொள்ளாம்!' என்று எண்ணி ஏற்றுக் கொண்டார்.

பூலோகவதிக்கு நாகர்கோயில் ரெஜிஸ்டர் ஆபீஸில் வேலை. மனைவிக்கு அரசாங்க வருமானம் வந்ததால் கோதம்புவுக்கு வேலைக்குப் போக வேண்டிய அவசியமில்லாமல் போயிருந்தது. அக்கம்பக்கத்து ஆட்கள் மாத்திரம் சுட்டிக்காட்டாமல் இருந்தாலேயொழிய தான் ஒரு வேலையில்லா வெத்துவேட்டுக் கவிஞர் என்பது கோதம்புக்கு நினைவுக்கு வராது! 'ஒரு கவிஞரு என்ன மைத்துக்கு வெளில போயி பணியெடுக்கணும்?' என்று நம்பினார்.

அப்படியே அடுக்களைக் கதவு நிலையில் சாய்ந்து நின்றமேனிக்கு சட்டாரென கேட்டுவிட்டார், "எம்மோ பூலோவம்! ஒரு நூறு ரூவா தருவியா? துஷ்டிக்கிப் போணும்லா?"

"கையில என்ன இருக்குன்னி பாக்கீருல்லா? அப்புடியே கோறி மோறையில வீத்திப் புடுவம் பாத்துக்கிடும்!"

அவளது கையில் ஆவி பறக்க சூடான கருப்பட்டிக் காப்பி இருந்தது கண்டு கோதம்புக்கஞ்சி திடுக்கிட அவள் தொடர்ந்தாள்,

“மணியெம் மாசக்கடசில கைய்யில சக்கரமில்லாம கெடந்து சங்கரா சங்கரா வச்சியா! ஊரு துஷ்டிக்கி போறதுக்கு நூறு ஓவா வேணுமாமே? இஞ்செர்ந்து பெஸ்சுல ஏறுனா நாலு ரூவா டிக்கெட்டு! நாயிக்க குண்டி அரசாங்க பெஸ்சுல குத்த வச்சாதோ? பெரிய கவிஞ்சறு? பத்து பைசா வெல பெற மாட்டாய்ன்! அந்தப் புளிப் பானைக்காத்த பத்து ரூவா சில்லறப் பைய்சா கெடக்கு! வேணும்னா தட்டிப் பொறக்கி எடுத்துக்கிட்டு எஞ்ச போணுமோ போவும்!”

கோதம்புவின் முகம் கிறாவிப் போனது. இது வழமையாக நடப்பதுதான் என்றாலும் அந்த ‘பெரிய கவிஞரு? பத்துப் பைசாவுக்கு விலை கிடையாது!’ என்னும் வார்த்தைகள் மனதை அசைத்தன.

‘பிண்டச்சியுள்ள! நாங் கெட்டலைன்னா இந்த நாய பேநாயி கூட ஏத்துப் பாத்துருக்காது? எனக்கிட்டயே வாய நீட்டுகாளா? செவம் வெளங்காது! சக்கரத்துல கொளிக்காள்ளா? அந்த விசும்புல பேசுகா! பேசட்டும்! எத்தன நாளு பேசுகான்னி நாவொண்ணு பாக்கியைய்ன்! இந்த விருதுக் குழு தாயளிமாறுவ கண்ணத் தொறக்கியானுவல்லியே? நாசமுத்துப் போவானுவோ!’ என்று கடுப்பில் முணுமுணுத்தவாறே பல்லைத் துலக்கி, காப்பியைக் குடித்துவிட்டுப் புளிமுறியில் பூலோகவதியின் கண்களுக்குத் தப்பி ஒரு முப்பது ரூபாய் போலச் சில்லறை கிடந்ததைக் கண்டு மகிழ்ந்து தட்டிப் பொறுக்கிக் கொண்டு தக்கலை பேருந்து நிறுத்தத்துக்கு வந்தார்.

பத்து நிமிடங்களாக ஒரு பஸ்சும் வராததைக் கண்டு போக்குவரத்துக் கழகத்தின் மீது கோபம் கொண்டு அங்கு வைத்தே பாக்கெட் டைரியை எடுத்து ஒரு கவிதையை வரைந்தார்.

> *‘ஏ எரிபொருள் சுமந்து வரும் பேருந்தே!*
> *எளியவர்களுக்காய் உரிய சமயத்தில் நீ வாராது போனால்*
> *நீயே ஒருநாள் எரிவாய்!*
> *எழுச்சிப் பயணிகளின் கோபக் கனலால்!*

*இது பேருந்து எந்திரங்களின் கோளாறல்ல!*
*இந்தப் பாழடைந்த கோஞ்சாமட்டை அரசு எந்திரங்களின் கோளாறு!'*

- கவிஞர். கோதம்புக் கஞ்சிநாதன்

என்று எழுதி முடித்தவரின் முகத்தில் ஒரு சேகுவேரா, ஒரு காரல் மார்க்ஸ், ஒரு அரிஸ்டாட்டில், ஒரு ஏங்கல்ஸ் ஆகியோர் காணக் கிடைத்தார்கள்.

சற்றைக்கெல்லாம் மைக்செட் பாலையன் தூரத்தில் ஒரு டிவிஎஸ் ஃபிபிப்டியில் வந்து கொண்டிருந்தான். கோதம்புவைக் கண்டதும் வண்டியை நிறுத்தப் பார்த்தவன் கோதம்பு தன்னைக் கண்டுவிட்டதை உணர்ந்து வண்டியை நேராக விட்டான். பாலையனை மறித்த கோதம்பு அவனிடம்,

"என்னெடே கூம்பு பாலு! வண்டிக்க பெறம கொழலையெல்லாங் கெட்டிட்டு ஒரு போக்கு? எஞ்சோட்டு யாத்தர?"

கூம்பு என்பது நீளவாக்கில் வடிவமைக்கப்பட்ட ஸ்பீக்கர். பாலு என்பது பாலையனின் சுருக்கம். பாலையன் கோதம்புவிடம், "நீங்க எஞ்ச போறியன்னு சொல்லுங்கோ நாஞ்சொல்லியையின்!"

"எதுக்கு! நாஞ் சொல்லுகதுக்கு எதிர்த்தெசையில போவதுக்கா? ஒனக்க வண்டியில எல்லா நா வர மாட்டம்டே... பேடிச்சாத கேட்டியா?"

"அப்புடியெல்லாமில்ல! இந்த ஹார்னு செட்டுவ ரிப்பேராய்ட்டுன்னு சரிபாக்க நாரோலு சர்தாரு கடைக்கி கொண்டோரையின்!"

"நாரோலுக்கா போற! நானு அஞ்சத்தாய்ன் போறையின்! ஒரு மரிப்பு வூடு! போறதே போற... செத்தோல என்னையிம் ஏத்திக்கிட்டு போயி பாரதியோரத்துல சவுட்டித் தள்ளிட்டுப் போயிறாம்ப்போ பாலைய்யா!"

"பின்னுக்க எத்தர சாதனங்களு இருக்குன்னி பாக்குதியல்லா! இதுல நீரு எஞ்ச அமருவீரு? எடம் வல்லதும் இருக்குவா?"

"இந்தப் பதவலுகள கழத்தி எனக்கக் கையில தா! நா என்னத்துக்கு இரிக்கியையின்? எங் கையில நா வச்சிக்கிடுகெம்டே!"

"ஆனாலும் ஒமக்குக் கொஞ்சோல நளி கூடுதலுதாய்ன்! இதக் கண்டா பதவலு மாதிரியா தெரியி? தொழிலு நடத்துக சாமானங்களக் குறிச்சி தூஷணம் பேசப்புடாது கோதம்பண்ணோ!" என்றவாறே பின்னாலிருந்த மைக்செட் சாதனங்களைக் கழற்றத் துவங்கினான்.

கோதம்பு ஆள் சாமானியப் பட்ட ஆளில்லை. யாராவது தன்னுடைய கருத்துக்களுக்கு எதிர்க் கருத்துகளை வைத்தால் அவர்களைக் குறித்து கடுமையான கவிதைகளை எழுதி ஏதேனும் இலக்கியக் கூட்டங்களில் பேசும்போது பொதுவில் அந்த சம்மந்தப்பட்ட ஆளைக் குறித்து விளம்பி விடுவது வழக்கம். பாலையன் மாதிரி சாமானியர்களிடம் கோதம்புவின் அணுகுமுறை வேறு மாதிரி இருக்கும். பாலையனும் அதற்குத் தப்பவில்லை. ஒருமுறை குட்டக்கரை ஊருக்குள் ஓர் சடங்கு வீட்டில் வைத்து கோதம்பு அங்கு மைக்செட் அடித்த பாலையனிடம் எம்ஜியார் பாடலொன்றை ஒலிபரப்பச் சொல்ல பாலையன் அதை அசட்டை செய்தான். வந்த கோபத்தில் விசேஷம் நடத்திய மாரியப்பனிடம் போய் கோதம்பு சொன்னது இதுதான்,

"ஸ்பீக்கர் செட்டடிச்சியவனுக்கு ஒனக்க பெண்டாட்டிக்க சருவத்துல என்ன நோட்டம்ன்னி கேக்கியெய்ன்? பாட்டு மாத்தரம் போட்டா பத்தாதுன்னி ஊருக்காரியளுவளுக்க பாத்தரத்துக்க மேல கண்ண தூவுகானுவா பாத்தியா? தொட்டியளு? ஆளு பாத்து சோலிக்கி அமத்தணும்டே மாரியப்பா! காரியமா நடந்துக்கா! இதெல்லாம் கொள்ளுகதுக்கில்ல! அஞ்ச பாரு தாயளிக்க ஒரு சீறுவலைய?"

என்று சொல்லிவிட்டு பாலையனைக் கையைக் காட்ட பாலையனின் கெட்ட நேரமோ என்னவோ அவன் சற்று தொலைவில் திரும்பி நின்று கொண்டிருந்த மாரியப்பனின் மனைவி தேவியைப் பார்த்துக் கொண்டிருந்தான். சடுதியில் நாலு இடிகளைக் கொடுத்து ஸ்பீக்கர்கள் மற்றும் மைக் செட்டுகள் கழற்றப் பட்டு பாலையன் அங்கிருந்து வெளியாக்கப் பட்டான். அதன்பின்பாக குட்டக்கரை வட்டாரத்திலிருந்து யாரும் பாலையனுக்கு சவுண்டு சர்வீஸ் ஆர்டர்கள் தருவதில்லை. போதாக்குறைக்கி பாலையனின் சவுண்டு சர்வீஸ் கடைக்கு ஒரு பட்டப்பெயரும் கிட்டியது.

‘சந்தி நோக்கி சவுண்டு சர்வீஸ்!’ (சந்தி என்றால் மலையாளத்தில் பிருஷ்டம் என்று அர்த்தம்)

தக்கலையில் ஏறி சரியாக பார்வதிபுரத்தில் இறங்கிக் கொண்டார் கோதம்பு.

“செரிடே பாலைய்யா! பாத்து பத்தரமா போ என்ன? வழியில வல்ல பசுக்களூ நடமாடும்! இடி கொள்ளாம போயிரு!”

“பாடையில ஏத்தாம வுடமாட்டாம் போலுக்கே பாலைய்யா!” எனத் தலையிலடித்துக் கொண்டே விடை பெற்றான் பாலையன். கோதம்புவின் பாதங்கள் இலுப்பையடி ஊருக்குச் செல்லும் வழியில் உள்ள ஒயின்ஷாப்பை நோக்கி நகர்ந்தது. ‘கைல இரிக்கியது முப்பது ரூவா சக்கரம்! இதுல கோட்டரு எஞ்ச போயி வாண்டியது?’ என மனம் கலங்கினார் கோதம்பு. ஆனாலும் ‘எவனாது நம்மள மாதிரியே ஒருத்தம் பாதி சக்கரத்தோட வராமலா போயிருவாம்!; என்ற நம்பிக்கை மனதில் ஆழமாக வேரூன்றவே கடைவாசலில் போய் நின்று கொண்டார்.

ஒவ்வொருத்தராக வந்து நூறு ரூபாய்த்தாள் ஐநூறு ரூபாய்த் தாள்களோடு வந்து குப்பிகளைக் கொள்முதல் செய்ததைக் கண்டு கோதம்புக்கு வெப்ராளம் வந்தது. “எஞ்சருந்துதாய்ன் சக்கரத்த கொண்டாருவானுவளோ? மரத்துல காக்கிமா? நோட்டடிச்சியானுவளா? தாய்ளிக்க மக்கமாரு?” என்று சலிப்பு வந்தது. அப்போது ஒரு குரல் “ஓய் கவிஞரே! என்ன திடீர்ன்னு இந்தப் பக்கம் ஆளக் காணுகு!”

‘கவிஞர்’ என்னும் வார்த்தை ஒருவிதத் திடீர்ப் போதையைத் தரவே திரும்பிப் பார்த்தார் கோதம்பு. எதிரில் எழுத்தாளர் இதயக்கனியான் நின்று கொண்டிருந்தார். முகத்தில் ஒருவித மகிழ்ச்சி எழவே கோதம்பு,

“எடே இதையக்கனி நீயாப்போ! என்ன... ஒன்னைய இந்தப் பக்கம் காணவே முடியில்லியே!”

“என்னத்த செய்ய? என்னத்த சொல்ல? குடிச்சிட்டு வூட்டுப் பக்கந் தலகாட்ட ஒக்கல்ல! வூட்டுல கெடக்கியவ நைய்நைய்ன்னு வாரா! இன்னக்கி செவத்து நாய களியக்காவெளைக்கி ஒரு கலியாண வூட்டுக்கு தூக்கிட்டு போயிருக்கு! சாயந்தரம் திரும்பி

வரமுன்ன ஒரு கும்பத்த கோருனாத்தா உண்டு! இல்லைன்னா இல்ல! ஆமா நீரு என்னத்துக்கு இஞ்ச நிக்கீரு?"

"அது வந்து... அதாவது.... நா இஞ்ச வந்தது எதுக்குன்னி கேக்கிய இல்லியா? அதாவது நம்ம அம்புஜம் பத்திரிக்கைலருந்து சாராயங்களின் சங்கடங்கள்ங்கிய தலப்புல ஒரு கட்டுர கேட்டிரிக்கியானுவா? அதாங் கொஞ்சோல துப்பெடுத்துக்கிட்டு போலாம்ன்னி வந்தம் பாத்துக்கா?"

"யாரு? நீரு கட்டுர எழுதப்போறீரு இல்லியா? நம்பிட்டன் ஓய்! சரி கையில எத்தர் ரூவா வச்சிருக்கீரு!"

முப்பது ரூபாய் என்று சொல்லாமல் "பைனஞ்சி ரூவா இர்க்கு மக்கா!" என்று பாக்கெட்டில் இருந்து சில்லறையை எடுத்து எண்ணத் துவங்கினார் கோதம்பு. அதைக்கண்டதும் இதயக்கனி கோதம்புவைத் தடுத்து "அதப் பாக்கெட்ல வைய்யிம்! சாதனத்த நா எடுக்கியெம்! எப்பவாதுதானே குடிக்கோம்?" என்றவாறே தன்னுடைய பாக்கெட்டிலிருந்து ஐநூறு ரூபாயைக் கொடுத்து கடைக்காரரிடம்,

"எண்ணே தணுப்பத்துல ஒரு கலியாணி எடு!" என்று சொல்லிவிட்டு கோதம்புவிடம் திரும்பி, "ஒமக்கு என்ன... பீருதானே?"

"அதெல்லா சின்னப் பயக்க குடிச்சியதுல்லாப்போ! எனக்கொரு கோல்டென் பெல்லு கோட்டரு வாண்டு!" என்றதும் இருவரும் குப்பிகளை வாங்கிக் கொண்டு போய் வாய்க்கால் கரையில் அமர்ந்து வாய்க்குள் ஊற்றி குடலை எரித்தார்கள்.

கோதம்பு, "ஆமா! ஒனக்கு காரியந் தெரிமா? நம்ம காளவாய அண்ணாச்சி மரிச்சிட்டாராம்லா?"

கனி, "என்னெவே சொல்லுதீரு அண்ணா? நல்ல மனியெம்லா? நானும் இங்கனத்தானே கெடக்கியைய்ன்? எனக்க காதுல நீவ்சு வரலயே?"

"மரிக்கப் பட்ட மனுசனாய்யா அவுரு? இனிமேலால் எவம் நமக்கு வெள்ளத்த வாண்டி வாய்க்க வீத்துவாய்ன்? சக்கரங் குடுத்துக் குடிச்சா நல்லாவாயிரிக்கிம்?" என்று கண்கள் கசிந்தார் கோதம்பு.

“எத்தற மணிக்கி இறுதிக் காரியம்னு வல்லதும் அறிஞ்சீராண்ணா?” - இதயக்கனி.

“ரெண்டு மணிக்கின்னானுவேவா? பிள்ளயளு தூரா தொலைவுலெர்ந்து வரண்டாமா?” - கோதம்பு

“ஆமா அதுவுவொண்ணு இரிக்கியுல்லா?”

“நா மொதல்ல போறைய்ன்! நீ சூழல பாத்துக்கிட்டு வா!”

“இல்ல இந்தா வூட்டுல போயி ஜட்டியிட்டோண்டு வந்துருகேம்! சேந்தே போய்றலாம்!”

“நீ போட்டுகிட்டு வா! நமக்கு அந்தக் காரியமெல்லாம் புடிக்காது பாத்துக்கா! வேஷ்டிக்க ஊடையில காத்து போவாம அந்தப் பாவங்கள எதுக்கு நெருக்கி நெஞ்சடைக்க வைக்கணும்?” என்று கோதம்பு சொல்ல இருவரும் எழுந்து கனியின் வீட்டுக்குப் போய் மேற்படி காரியங்களை அணிந்து விட்டு வண்டியை எடுத்துக் கொண்டு காளவாயனின் வீட்டுக்குப் போனார்கள்.

ஏகப்பட்ட கூட்டம். அங்கே கவிஞர் சட்டிசொரண்டியான், எழுத்தச்சன் ஓ.பாரி கவிஞர் தல்லுகொள்ளி, எழுத்தாளர் ஊரம்புகுமாரன், காத்திரக் கவிஞர் காட்டுப்பசு, கட்டுரையாளர் கொசுச் சவுட்டி ஆகியோர் நின்று கொண்டிருந்தார்கள். கோதம்பு வண்டியை விட்டு லேசாகத் தள்ளாடியபடியே இறங்கியதும் மேற்படியான்களை அச்சம் கவ்விக் கொண்டது.

‘தாய்ளி மொவெம் இவனா? சும்மயே தள்ளைக்கி விளிப்பாய்ன்! இதுல தண்ணியப் போட்டுகிட்டு வேற வந்துருக்கு செவம்?’ என்று முணுமுணுத்தார் காட்டுப்பசு.

கோதம்பு நேராக தல்லுகொள்ளியிடம் வந்து, “வே தள்ளே! மேப்புடியாம் எத்தர மணிக்கிவே ஒசக்க வண்டி புடிச்சாரு?”

“சமயஞ் சரியாத் தெரில! ராத்திரி படுத்தவரு காலம்பற கண்ணத் தெறக்கயிலாம்? ருக்மணி மைய்னி சொன்னாவ!”

“அதுசெரி! ஒமக்க எழுத்து கூத்தெல்லாம் எப்புடிப் போவுகு?”

“இப்பத்தைக்கி ஒண்ணுஞ் சரியாவுல்ல! இரவில் நீந்தும் ஆமைகள்’னு ஒரு கவிதத் தொவுப்பு அரவழியில கெடக்குவு?”

“ஆமைன்னு தலப்பு வச்சா பறக்குமா? ஊரத்தாஞ் செய்யிம்?” என்று சொல்லியவாறே தன்னுடைய மடியில் இருந்து ஒரு அரைக்குப்பியை எடுத்துப் போய் ஒளிந்து நின்று கொண்டு வாய்க்குள் வீசினார் கோதம்பு. அப்போதுதான் ஏதோ சிறியதாக போதையை உணர்ந்த கோதம்பு ‘சல்லியமில்லாம ஒரு சாவு ஊர்வலம் நடத்துகது சரியில்லல்லா?’ என்று நேராக பாரியிடம் போய் நின்றார்.

“வேய் ஒப்பாரி! நீரு அன்னிக்கி மதர் திரேஸா பள்ளியோடத்துல போயி இன்னக்கி உள்ள கவிஞ்சருமாருவ ஒண்ணும் உருப்புடியா எழுதுகது இல்லைன்னு சொன்னீராமே? நீறு மாத்தரம் ரொம்ப ஓவியக் குண்ணையில எழுதுகீறோ?”

பாரி சங்கடத்தோடே, “எஞ்ச வந்து எதக் கேக்கீருவே?”

“ஆமா இவுரு பெரிய்ய குண்ணேஸ்வரம்லா? இவுர விளிச்சோண்டு போயி கோவளத்துல ரூமு போட்டு கேக்காவ? நீரு சொன்னது உள்ளதா இல்லையா? உத்தரம் பறஞ்சா தேகத்துக்குக் கொள்ளாம்! கள்ளம் பறஞ்சீருன்னா பஞ்சராயிருவீறு பாத்துக்கிடும்!”

இதைக்கண்டு சட்டிசொரண்டியான் கோதம்புவிடம் வந்து, “வே கோதம்பு என்னவே இஞ்ச வந்து ஒரு ஒச்ச வச்சுதீரு?”

“யாம்வே ஒமக்க வூட்டு குளிமுறிக்காத்த வந்து கூவட்டா?”

பாரி மெதுவாக சட்டிசொரண்டியானிடம், “வே சட்டி! செவம் குடிச்சிருக்கி! வாயக் குடுக்காதீயும்!”

இதைக் கேட்ட கோதம்பு, “ஆமா! இவுரு கூச்சவே மாட்டாருல்லா? பேசுங்கல கேப்பம்! வூட்டு உள்ளுக்க எனக்க சீவன் செத்துக் கெடக்கு! செத்துப் போனவனப் பத்தி அனாவசியம் பேசுதீயளே நீங்கல்லா வெளங்குவியளா கூய்மோனுவளே! ஏ மைய்னி ருக்மணி மைய்னி! இந்தத் தாய்ளியள இன்னிக்கி எங்கண்ணங் கூட பிரேதத்தோட பிரேதமா ஏத்தி கெழக்கினிக்கி வுடியனா இல்லியான்னி ஒண்ணு பாருங்கோ!” என்றதும் கூட்டம் திகைத்தது.

பாரி அதிர்ச்சியில், “நா வல்லதுஞ் செல்லாவாஞ்சைய்ன்? இப்புடி இடி சாமத்தப் பத்த வச்சியானே இறைவனே?”

என்றார். கூட்டம் பாரியைப் பார்க்க சிலர் ஓடிவந்து பாரியை அடிக்கப் பாய்ந்த கோதம்புவைத் தடுத்தார்கள்.

“வுடுங்கலே என்னைய! இந்தப் புண்டஞூதய இன்னைக்கி பொளக்கியைய்ன்! மனசுல என்னத்த நெனச்சிட்டு நடமாடுகானுவோ! எழுத்தாளர்ன்னா பெரிய குண்ணையா! அந்தா செத்துக் கெடக்கியாம்லியா காளவாயங் கொப்பன ஒளி! அவனுக்கு எழுதத் தெரியாதுன்னி இந்தக் கூய்மொவெம் ஒரு கூட்டத்துல போயிப் பேசிரிக்கியாய்ன் பாத்துக்காங்க? இவன சும்ம உடலாமோ?”

காளவாயனின் மனைவி ருக்மணி வெளியில் வந்து சத்தம் போட்டாள்.

“எப்போ பூம்பச்சல! எதுக்கு வூட்டுக்கு மின்னுக்க வந்து நின்னுக்கிட்டு பெகளம் வச்சிய? இஞ்ச என்ன அம்மங் கொடையா கழிக்கா? குடிச்சா கும்பிக்காத்த கெடக்கணும்! கூ'ன்னி கூவிட்டு வெளியச் சாடப்பிடாது! ஒரு மரிப்பு வூட்டுல வந்து கூவுகா? மண்டைல மாம்பூவா பூத்துருக்கு? வெவரங் கெட்ட தாய்ளி! பேயாம நில்லுடே!”

கூட்டம் அமைதி காத்தது. பூம்பச்சிலை என்னும் தன்னுடைய இயற்பெயரைச் சொல்லி ருக்மணி விளித்ததைக் கேட்டு சிலர் சப்தமாகவே சிரித்ததைக் கண்டுவிட்ட கோதம்பு அனக்கமில்லாமல் நின்றார். சற்றைக்கெல்லாம் பாடை கட்டு முடிந்தது. வெளியில் வாத்தியக் கருவிகள் வாசிக்க ஆட்கள் வந்தார்கள். காளவாயனின் புனித சீவன் போன மனித சவத்தை முன்வீட்டில் ஒரு பெஞ்சைப் போட்டுக் கிடத்தியிருந்தார்கள். கோதம்பு மெதுவாக வீட்டினுள்ளே போய் காளவாயனின் பிணத்தின் முன்பாகப் போய் குனிந்து அவரது காலைத் தொட்டு வணங்கி தன்னுடைய பாக்கெட்டுக்குள் கையை விட்டு ஒரு காகிதச் சுருளை நிமிர்த்தி தொண்டையைச் செருமிக் கொண்டே கவிதையொன்றை வாசிக்கத் துவங்கினார்,

“எமது தங்கத் தமிழ்நாட்டின் தென்பிராந்திய இலக்கிய மாலையே! தமிழ் இலக்கியத்தின் கழுத்தே! சேரத்திலிருந்து வந்திருந்தாலும் சோரம் போகாத தெளி தேனே! உன்னை இயற்கையில் தெளித்தேனே! குமரியின் வள்ளுவனே! நீயின்றி இனிமேல் நான் துக்கத்தில் துள்ளுவனே? தூங்காவனமொன்று துயில் கொள்கிறதே! உன்னைக் கவிதை வரையத் தெரியாத

கழுதை என்று மேடையில் அலம்பிய துஷ்டன் அதோ புறத்தில் நிற்கிறானே? உத்தரவிடு! உன்னோடு அவனையும் கொண்டு வந்து பாடையில் கிடத்துகிறைய்ன்! அந்தத் தாய் உள்ளியை இன்று உரிக்காமல் உறக்கமில்லை உயில் கொண்ட உத்தமரே!"

என்று சொன்னதும் வெளியில் நின்ற பாரி வாய்க்குள் முணுமுணுத்தார், "இன்னிக்கி தெய்ளிமொவெம் என்னைய நோக்கி சூட்டுக் கோலு வச்சிரிக்கியாய்ன்! என்ன கூத்தெல்லாம் இன்னைக்கி நாம் பாடப் போறனோ சரஸ்வதிதேவியே?"

சட்டிசொறண்டியான் மெதுவாக, "எல்லாஞ்செரி இந்தக் கூதரக் கவிதைய எப்புடி இங்கனக்குள்ள வச்சி டப்புன்னி ரெடி பண்ணிருப்பாம்னு நீரு சிந்தியும் மொத?"

"அந்த நாயி குடிச்சிண்டு வாய்க்க வந்ததையெல்லாஞ் சளம்பும்! இதுக்குப் பேரு ஒரு கவிதக் குண்ண?" என்று பாரி சலித்துக் கொள்ள வீட்டுக்குள் கவிதை வாசிப்பு தொடர்ந்தது.

"அமுதுண்டு வாழ வேண்டிய அருந்தவத்தைக் காற்றில் கரைத்தானே இறைவா! இனிமேல் தேனூற்றி யார் எனது குரல்வளையைக் குளிர்விப்பார்?"

"செரி செரி! போதும் ஒனக்க ஒணந்த கவிதக் கூந்தல வாரி முடிஞ்சி வாசிச்சி நக்குனது? எல்லாருஞ் சேந்து குடிச்சி குடிச்சி எனக்கத் தாலியறுத்தது பத்தாதுன்னி இந்த சீமைல கெடந்த கவித மயிரு ஒண்ணுதாங் கொறச்சப்பாடு! ஆளுவளுக்கு ஆவேசத்த வர வச்சிறப்புடாது! அவ்ளோதாஞ் சொல்லவொக்கும்!" என்று ருக்மணி சத்தம் போடவும் கோதம்பு மெதுவாக வெளியில் வந்து நின்று கொண்டார். மற்றவர்களுக்குச் சிரிப்பு பொத்துக் கொண்டு வந்தது. இதைப் பார்த்துவிட்ட கோதம்புக்கு வெப்ராளம் வந்து,

"இஞ்ச என்னடே உரிஞ்சி போட்டுக்கிட்டு மணியடிச்சிக்கிட்டா நிக்கியாவ? பல்லுக்குண்ணைய காட்டுதிய? எனக்க தனிக் கொணந் தெரியாம வெளாடப் புடாது பாத்துக்கிடுங்க! வெரவிப் புடுவெம் வெரவி!"

இதயக்கனி மெதுவாக கோதம்புவிடம் வந்து, "எண்ணே! இஞ்ச யாரையும் பகச்சிக்கிடாதியும்! இனிமே காளவாயன் அண்ணாச்சி ஒமக்கு தண்ணி வாண்டித் தரதுக்கு வாய்ப்பில்ல! இனி அவருக்க துருத்தியப் புடிச்சி இழுத்து வச்சி ஊதாண்டாம்!

அடிச்ச சிக்கு எறங்குக மாதிரி தெரியி! பேசாம வா! ஒரு கோட்டரு வாண்டி ஆளுக்கு பப்பாதி சாத்திட்டு வந்து நிப்பம்! என்ன சொல்லுக?"

இந்த வார்த்தைகளின்பால் எழுந்த மிகுந்த அன்போடு கூடிய நியாயத்தால் கோதம்பு மெதுவாக எழுந்து இதயக்கனியோடு போனார். கொஞ்ச நேரத்தில் காளவாயனின் மக்கள் வந்து அழவே அந்தப் பிரதேசம் கொஞ்சம் அழுத்தமாக மாறியது. வாத்தியக் கருவிகள் அடிக்க அந்த அழுகைச் சூழலும், கசகசப்புமாக இருக்கையில் கோதம்புவும், இதயக்கனியும் கோட்டரைச் சாத்திவிட்டு திரும்பியிருந்தார்கள். அப்போது அங்கே ஒரு இளம்பெண் கையில் பேப்பரும் பேனாவுமாக வந்து பாரியிடம் கேட்டாள்,

"சார்! நா தினச்சந்தி பத்திரிக்கையில இருந்து வாரைய்ன்! ஒரு பெரிய எழுத்தாளர இந்தச் சமூகம் எழந்துருக்கு! அவுருக்க எடத்தை யாரு நிரப்புவாவன்னு நீங்க நெனைக்கிதிய?"

"ஒனக்க எதுத்தாக்குல நிக்கியாம்லியா ஓரி கெடந்தவம்? அவெம் நெறப்புவாய்ன்! வாயப் பாத்தீயள்ளா வட்டக்கர சானலு கணக்கா?" - பக்கத்தில் நின்று கொண்டிருந்த கோதம்பு லேசாகச் சலம்பினார்.

பாரி நெளிந்தவாறு நிற்க அந்தப் பெண் நிருபர் மீண்டும் பாரியிடம், "சார் 'நிழலைக் கண்டறியாத ஒளி' அப்டிங்கிய உங்களுக்க நாவலுக்கு இந்த வர்சமும் விருது கிட்டலையே? அது பத்தி ஒங்க கருத்து என்ன?"

"கெடைக்காத்த விருதுக்கு என்னத்துக்கும்மோ கருத்து? கவுத நல்லாருந்தா குடுக்க மாட்டானுவளா விருத? பேரப் பாக்கலியா நெழலப் பாக்காத்த ஒளியாமே? பலவரவோளி?" - கோதம்புதான்.

பாரி அமைதி காத்தார். நிருபர் விடவில்லை, "சார்! எழுத்தாளர் காளவாயனுக்கும் உங்களுக்கும் இருந்த நெருக்கம் பத்தி கொஞ்சம்?"

"ரெண்டு பேருஞ் சேந்து சந்தியோட சந்தி முட்டிட்டுத்தாய்ன் வெள்ளன வெளிக்கிப் போவாவ? அம்புடு நெருக்கம்!" - கோதம்புவேதான்.

பாரி அந்த நிருபரிடம், "ஏம்மா! உள்ளுக்க செத்துக் கெடக்கவனுக்கு பெட்டி எடுக்கிய நேரத்துல எதுக்கும்மா எனக்கொரு பேட்டி? நீ போய்ட்டு பொறவு எனக்க ஆபீசுக்கு வாம்மா! இவுனுவ வாயையிங் கொண்டுக்கிட்டு சும்மா நிக்க மாட்டானுவோ! செவங்கள்!"

"ஆபீசுக்கு ஒத்தையில போயிறாதம்மா! ஆளு வல்லிய கோழியாங்கும்! புடிச்சி நசுக்கிருவாம் பாத்துக்கா!" என்று கோதம்பு அலம்பியதும் கூட்டம் அந்த மரிப்புச் சூழலை மறந்து சிரிக்க பாரி 'இனி இங்க நின்னா சரிப்படாது! சவச்சிருவானுவோ!' என்றவாறே மெதுவாக அங்கிருந்து வழுக்கினார்.

அந்த பெண் நிருபர் கோதம்புவை நெருங்கி, "ஏன் சார்! அந்தாள கொமைக்கிறீய?"

"அவனையெல்லாம் ஒரு ஆளுன்னு சொல்லாதம்மோ! கைல தொட ஆவாத்த வெளங்காத தொட்டிப் பெயலாங்கும்! கெழவியக் கூடச் செறஞ்சிப் பாக்கப் பட்ட ஒரு கோழிப் பெயல்!"

"சரி அப்டின்னா! நீங்க சொல்லுங்க! காளவாயன் அய்யாவோட மரணம் பத்தி சொல்லுங்க!"

கோதம்பு கனத்த மவுனத்தோடே பேசத் துவங்கினார், "இந்த இத்துப் போன இலக்கிய அமைப்புகள் சேர்ந்து ஒரு ஒப்பற்ற படைப்பாளிக்க உயிர காவு வாங்கிட்டு!"

"இலக்கிய அமைப்பா? என்ன சார் சொல்றீங்க? காளவாயனின் மரணம் ஒரு கொலையா?" என்று பத்திரிக்கையாளினி அதிர்ச்சியாகக் கேட்டாள்.

"கிட்டத்தட்ட அப்புடித்தாம்மோ! அவரு எழுதின 'நாயைத் தின்ற பூச்சைகள்' புத்தகத்த படிச்சிருக்கிதியளா? அதுக்கு கண்டிப்பா அவருக்கு ஒரு விருதக் குடுத்துருக்கணும்? கச்சேரில பாடியவனுக்கு கைத்தட்டுதாம்மோ விருது? மாறி மூச்சப் புடிச்சி பாடுகவனுக்க முன்னுக்க உக்காந்து நாலுநாளா மூத்தரம் போவாத்தவம் மாதிரி மூஞ்ச வச்சிருந்தா எப்புடி? அப்புடித்தான் இதுவும்!"

“நல்ல படைப்புகள் கண்டிப்பா விருதுகள் வாங்கும் சார்! அதுக்குன்னு அமைப்புகள கொற சொல்லலாமா?”

“அப்ப இவுருக்க புஸ்தகம் நல்ல படைப்பு இல்லங்கியாம்மோ?” கோதம்பு கடுப்பானார்.

“அப்டி சொல்லல சார்!”

“வேற எப்புடி சொல்லுக? இங்க உள்ள விருதுக் குழுவுல இருக்கவம் பூரா காவாலிக் கூயானுவதானே! தனக்குள்ளே பெண்ணு குடுத்து பெண்ணு வாங்கியது மாதிரி சாதி பாத்து அந்தஸ்து பாத்து குடுப்பானுவா! இல்லைன்னா தனக்க குண்டியச் சொறிஞ்சி வுடுகவனுக்கும், சக்கரத்த அள்ளி வீசுகவனுக்கும், கூட்டிக் குடுக்கியவனுவளுக்கும், குப்பி வாங்கிக் குடுக்கியவனுவளுக்கும் விருதத் தூக்கிக் குடுப்பானுவா! சொந்தச் சாதிக்காரனாப் பாத்து விருது குடுக்கதுக்க பேரு விருது கெடையாது! அதுக்குப் பேரு விருதா! அந்த மயித்த வாங்கியதுக்கு பேசாம வடசேரி பெஸ் ஸ்டாண்டுல போயி ஊத்து ஊதிப் பொழைக்கலாம்!”

என்று கவிஞர் கோதம்புக்கஞ்சிநாதன் அந்தப் பெண் நிருபரிடம் காளவாயனின் மரணம் குறித்துக் கொதியாய்க் கொதித்துக் கொண்டிருந்த வேளையில் காளவாயனின் மனைவி ருக்மணி தன்னுடைய வீட்டின் பின்பக்கம் நின்றுகொண்டு தன்னுடைய உடன்பிறந்த சகோதரி மீனாவிடம் கவலையோடு சொல்லிக் கொண்டிருந்தாள்,

“எட்டீ! ஒனக்க அத்தாங்கிட்ட கூடிய மட்டுஞ் சொன்னேம் பாத்துக்கா! இந்த வயிசுல கண்ட இங்கிலீசுப் படங்களயிம் பாத்துக்கிட்டு நட்டப்பாதிரில என்னைய எழுப்பாதியும்ன்னு! மனுசங் கேட்டாம்ல்லியே? கோமணத்த கண்ட மேனிக்கி அவுக்கப்பட்ட வயிசாட்டி இது? முட்ட ஊணி குனிஞ்சவன் சட்டீர்ன்னி நெஞ்சப் புடிச்சிக்கிட்டு மண்டயடிக்க தரையில சாஞ்சிக் கெடந்தாய்ன்! டாக்டர விளிச்சா அவுரும் வந்துப் பாத்துட்டு ஆளு க்ளோசாயி அரமணிக்கூராச்சின்னு சொல்லிட்டாம்பாத்துக்கா! ஒனக்க ஒணந்த அத்தாங்காரெம் ஆளு ஒண்ணும் லேசுப்பட்டவனில்ல கேட்டுக்கா! செவம் கெடக்க கெடையக் கண்டியா?

கவிஞரும் எழுத்தாளருமான திருமிகு காலஞ் சென்ற காளவாயன் நாடிக்கட்டு மற்றும் பெருவிரல் கட்டு சகிதம் மலர் மாலையோடு கால் நீட்டி முன்வீட்டில் ஒரு பெஞ்ச் மீது சிரித்தமேனியாக அமைதியாகக் கிடந்தார். முந்தைய நாள் இரவு அவர் கழற்றிய கோமணம் வீட்டுப் பின்புறம் கொடியில் காய்ந்து சலசலத்துக் கொண்டிருந்தது.

4

# தக்கலை நெடுங்கண்டனின் ஸ்மரணானந்தரத்தே ஓர்மிக்கானொரு திவசம்

"ஒரு ஆடு உங்களைக் கண்டு பயந்து ஓடினால் அதை நீங்கள் பயம் என்று எண்ணி விடக்கூடாது! தேவையின்றி உங்களை முட்டி தன்னுடைய கொம்புகளை அசுத்தப்படுத்திக் கொள்வதில் அந்த ஆட்டுக்குத் துளிகூட விருப்பமில்லாமல் இருக்கலாம்!" என்றுதான் கூட்டத்தை முன்னெடுப்பார்கள். இங்கே ஆடு என்பதை இலக்கியவாதி என்பதாக எடுத்துக் கொள்ளவா! பார்வையாளர்கள் என்பதாக எடுத்துக் கொள்ளவா? என்பது கூட்டத்தின் முடிவில்தான் விளங்கும்.

தற்காலத்தில் ஜீவித்திருக்கும் இலக்கியப் பிதாக்கள் மேடைகளில் பேசும்போது தாங்கள் பேசுவது தப்பித்தவறிகூட எதிரிலிருப்பவர்க்குப் புரிந்து விடக்கூடாதென்பதில் மிகுந்த கவனத்தோடுதான் பேசத் துவங்குவார்கள். அதை அப்படியே மொழிபெயர்த்தால் ஒருகொலைக்கான முகாந்திரம் கூட அதில் இருக்கவாய்ப்புள்ளது.

இலக்கியக் கூட்டங்களை உற்றுப்பார்த்தால் அதில் ஒரு அமானுஷ்யமான அமைதி குடியிருப்பதைப் புரிந்து கொள்ள முடியும். பெரும்பான்மையான இலக்கியக் கூட்டங்கள் அரசுசார்ந்த துறைகளான வருவாய்த்துறை, பொதுப்பணித் துறை அலுவலகக் கட்டிடங்களிலேயே நடைபெறும். கையில் வடையையும், கக்கத்தில் ஏதாவதொரு செய்தித்தாளையும் ஏந்தி ஆங்காங்கே

ஆட்கள் நின்று கொண்டிருப்பார்கள். அதிலேயே ஒருவித அச்சத்தன்மை நமக்கு எழுவதை உணரமுடியும்.

ஏதாவதொரு ஆசாமி பஜ்ஜியையோ, சுக்குக் காப்பியையோ ஓடியோடி பரிமாறிக் கொண்டிருக்கிறார் எனில் அவர் ஒரு கன்னி எழுத்தாளர் என்றும், அவரது முதல் புத்தகத்தின் வெளியீடு அங்கே நடைபெறவிருக்கிறது என்று அர்த்தப்படும். பெண்டிர் படைசூழ யாரேனும் ஒருஆசாமி இடுப்பில் ஒருகையை வைத்துத் தென்னி, புஜங்களின் உயரத்தை அதிகப்படுத்தி மற்ற கையால் காற்றை அளைந்தவாறே பேசிக்கொண்டு நின்றால் அவரை ஒரு கவிஞர் எனக்கொள்க.

வயதான ஆசாமிகளின் மத்தியில் நின்றுகொண்டு தீவிரமாக எதையோ பேசிக்கொண்டு நிற்பார்களானால் சந்தேகமே வேண்டாம். அவர் ஒரு கல்வெட்டு ஆராய்ச்சியாளராகவோ, ஓய்வுபெற்ற பேராசிரியராகவோ இருந்துவிட நூறு சதமானம் வாய்ப்புகள் உண்டு!

நீண்டநேரக் காத்திருப்பிற்குப் பின்னர் பெருத்த அமைதிக்கு மத்தியில் ஒருவர் அரங்கத்தினுள் நுழைந்தால் அவர் ஒரு பிரபலமான எழுத்தாளராக இருக்கவும், சற்றுநேரத்தில் அந்த மேடையில் அவரால் ஒரு பிரளயத்திற்கான எத்தனங்கள் இருப்பதையும் உறுதிசெய்து கொள்ளலாம். புத்தகவெளியீடாக இருந்தால் எழுத்தாளரின் பொருளாதாரத்தை முன்னிட்டு தின்பண்டங்களோ சாப்பாடோ இருக்கும். அதிலும் முதல் புத்தக வெளியீடெனில் கண்டு வட்டிக்குக் கடன் வாங்கியாவது நடத்துவார்கள்.

இடிஅமீனது கவிதைகள் சார்ந்த இலக்கிய விழாக்கள், மூணுகண்ணனுக்கு முப்பெரும்விழா, கவிதைக் காதைச் சுள்ளெனக் கடிக்கும் கண்டனக் கூட்டங்கள், கொல்லாமல் கொல்கின்ற கொள்கைப் பரப்புக் கூட்டங்கள், மகளிர்க் கவிதைகளில் மாதாந்திரக் கூடுகை, கவிஞர் கண்ணப்பனுக்கு கண்ணீரஞ்சலி என்று இந்தக் கூட்டங்களை வகைப் பிரிக்கலாம். ஆனால் இலக்கியம் சார்ந்தே அத்தனைக் கூட்டங்களும் நிகழ்வதால் இலக்கியவாதிகளே இவைகளில் முன்னுரிமை வகிப்பார்கள்.

இம்மாதிரிக் கூட்டங்களில் இலக்கிய ஆசாமிகளோடு உளவுத்துறையினரும் கலந்து கொள்வதுதான் உச்சபட்ச

வேதனையைத் தரும் ஒரு காரியம் ஆகும். உளவுக்குழுவின் எதிர்பார்ப்பு என்னவென்றால் இக்கூட்டங்களில் அரசு குறித்தோ அதன் அவலங்கள் குறித்தோ யாராவது ஏதாவது பேசிவிடமாட்டார்களா என்பதுதான். ஆனால் நம்மாட்கள் வழக்கமாக உளவுத் துறையினரை ஏமாற்றும் முகமாக அரசு இயந்திரங்களின் குறைபாடுகளையோ, தப்பிதங்களையோ மறந்தும் கூடச் சொல்வதைத் தவிர்த்து, கூட்டத்தில் வழங்கப்பட்ட உளுந்தவடையில் உப்பின் அளவு குறைவாக இருந்ததைக் குறிப்பிட்டு அடுத்த கூட்டத்தில் அம்மாதிரியான சீர்குலைவுகள் நிகழ்தலைத் தடுக்குமாறு வடை மாஸ்டரைக் கண்டித்து வலியுறுத்திப் பேசி உளவுத்துறையினருக்கு இரண்டு வடைகளைப் பார்சல் செய்து கொடுத்து வழிஅனுப்புவார்கள். இதெல்லாம் இலக்கியத்தைக் கடந்த ஒரு எதிர் உளவுப்போக்குதான் என்றாலும் அரசுக்கு ஆதூரமான விஷயம் என்பதை கணக்கிலெடுக்க வேண்டும்,

ஆண்கவிஞர்கள் அல்லது எழுத்தாளருக்கு வரும் கூட்டங்களில் பெண்கள் குறைவான எண்ணிக்கையில் வருவதும், பெண்கவிஞர்கள் அல்லது எழுத்தாயினிகளுக்கு வரும் கூட்டங்களில் ஆண்புரவலர்கள் அதிகமான எண்ணிக்கையில் எழுந்தருள்வதையும் கூட ஒப்பீட்டளவில் புவிஈர்ப்பு விசைக்கு நிகரானதாகக் கருதாமல் இலக்கியஉலகின் விந்தையாகக் கருத முடியும். அதிலும் மேடையில் ஒருபெண்கவி அமரும் பட்சத்தில் ஆண்கள் நாங்கள் முன்வரிசையில் அமருவதை உங்களால் ஒருகுற்றமாகக் கருத முடியாது! மாறாக இலக்கியத்தின்பால் எழும் ஒரு பேரானந்தத்தின் ஈர்ப்பாகக் கருதிக்கொள்தல் அவசியமாகிறது.

ஒருமுறை கரைகாணாத இலக்கிய ஆர்வத்தின் அதீத வெளிப்பாடாக ஆங்காங்கே வெறித்தனமாக இலக்கியக் கூட்டங்கள் நிகழ்த்தப் பட்டதில் இலக்கியம் சார்ந்த வார்த்தைகளால் நிரம்பி எதிரொலித்ததில் பொதுப்பணித்துறை அலுவலகக் கட்டிடத்தில் விரிசல் விழுந்ததாகச் சொல்லுமளவிற்கு இலக்கியப் போர் உச்சத்தில் இருந்தது. இந்தக் காலகட்டத்தில் ஒரு தனியார் கல்யாண மண்டபத்தை வாடகைக்கு அமர்த்தி இலக்கியக் கூட்டமொன்றை இயற்ற முற்பட்டார்கள். அந்தக் கல்யாண மண்டபத்தின் முதலாளியும் ஏதோ தங்களுடைய மண்டபம் இலக்கியப் பிதாக்களால்

பேறு பெற்றதாகக் கருதி குறைந்த வாடகைக்கு மண்டபத்தைக் கொடுத்து விழாவின்போது முன்வரிசையில் தமக்கு இடமளிக்குமாறு வேண்டிக் கேட்டுக் கொண்டார்.

கூட்டம் துவங்கியது. அறிமுக உரை மற்றும் வாழ்த்துரை என்று துவங்கி, கண்டன உரை ஆற்றிக் கதறினார்கள், கண்டித்தார்கள், நாவுகளால் எதிரணியின் தொண்டையைக் கடித்துத் துப்பினார்கள். கூட்டத்தில் அமர்ந்திருந்த வேற்று எதிர்இலக்கிய சபையின் ஒற்றர் ஒருவர் எழுந்து வார்த்தைப் பூங்கொத்துக்களால் கூவ, அதற்கு மேடையிலிருந்து ஒருவர் நல்ல வார்த்தைகளால் வாழ்த்த, அடிபுடியும் கைகலப்புமாகி நன்றியுரையைக் காவல் நிலையத்தில் வைத்து கூறிய காரியமானது அந்த மண்டப உரிமையாளர் தங்களுடைய மண்டப வாடகை விதிமுறைப் பலகையில் "இவ்விடம் இலக்கியவாதிகளுக்கோ, அதுசம்பந்தப் பட்டவர்களுக்கோ உகந்ததல்ல!" என்றொரு வரியைச் சேர்க்க ஏதுவாய் இருந்தது.

மேலும் இறுதியில் அவர் சொன்ன வார்த்தையைக் கேட்டுதான் மிகுந்த துக்கமடைந்திருக்கிறார்கள், "முன் சீட்டுல அவ்ளோ நேரம் உக்காந்திருந்த எனக்கே அவனுங்க பேசின வார்த்தைகள் எதுவுமே புரியல! பின்னால உக்காந்துருந்த அந்த ஆளுக்கு எப்டி புரிஞ்சிருக்கும்?" என்பதுதான் அது. 'அரவத்தின் கும்பியை அரவமே அறியும்' என்பது பாவம் அந்த மண்டபத்தானுக்குப் புரியவில்லை போலும்.

சில தலைவர்களுக்கோ, இலக்கியவாதிகளுக்கோ கண்ணீர் அஞ்சலிக்கூட்ட நிகழ்வுகள் நடக்கும்போதுதான் மரணித்த மேற்படியான்கள் நல்லகாலம் செத்துவிட்டார்கள்! இதையெல்லாம் கேட்க அவர்கள் ஜீவனோடு இல்லை என்பதாகத்தான் தோன்றும். அப்படியொரு துக்கபாவனையில் நிகழ்வுகள் நிகழும். ஏனைய கூட்டங்களிலேயே முகத்தை நான்கு நாட்களாக மலச்சிக்கலுக்காட்பட்ட தோரணையில் வைத்துக் கொண்டு திரியும் ஆசாமிகளுக்கு கண்ணீரஞ்சலி என்றால் கேட்கவா வேண்டும்?

ஆங்காங்கே மரத்துமூடு, படிக்கட்டுகள், மாடி, தூண்களில் சாய்தல் என்பதாக ஆட்கள் அங்கொன்றுமிங்கொன்றுமாக இரண்டு மூன்று பேர் கூடி உச் சொட்டுவதும், அடிக்கடி மூக்குக் கண்ணாடியைக் கழற்றி கண்களைத் துடைத்துக் கொள்வதுமாக

துக்க ஏறெடுப்பு நிகழும். மேடையில் அவர்கள் பேசும்போது எதிரில் ஹிட்லரே அமர்ந்திருந்தாலும் கூட கதறி அழுது விடுவார். அப்படியிருக்கும் மேப்புடியான்களின் துக்கவுரை. செத்துப் போன ஆசாமி உயிரோடிந்த காலத்தில் அவரது குடுமியைப் பிடித்து இழுத்த பிரகஸ்பதிகள் அனைவருமே அன்றைக்கு பார்த்து செத்தவரது குடும்பத்தினரின் மனதை வார்த்தையெனும் மயிலிறகால் வருடுவதுதான் ஆச்சர்யமான காரியம்.

'கரையைக் காணாத கடலலை' என்றொரு கவிதைத் தொகுப்பு வெளியீட்டில் எழுத்தாளர் ஒருவர் அந்தப் புத்தகத்திலுள்ள கவிதைகளைச் சிலாகித்து உவமைகளாகத் தூக்கி வீச அரங்கமே சாரல் மழையில் நனைந்தது. ஏனெனில் அந்தக் கவிதைத் தொகுப்பின் அட்டையில் இருந்தது ஒரு பெண் பெயர். எல்லாம் பேசிமுடித்த பின்னர் அந்தக் கவிதாயினியைத் தேடவே ஆளைக் காணாததால் வாய்விட்டு மைக்கிலேயே கேட்க ஒரு ஆண் எழுந்து நின்ற பிற்பாடுதான் தெரிந்திருக்கிறது. அந்த அட்டையில் இருந்தசகிலாராணி என்பது எழுந்து நின்ற கவிஞர் சப்தஸ்வரநாதனின் புனைப்பெயர் என்றதும் புகழ்ந்து பேசிய எழுத்தாளர் மனம் வதங்கிப் போய் சொன்னது இதுதான்,

"பஜாஜ் ஆட்டோவுல பென்சு ஸ்டிக்கரு ஒட்டுகானுவோ சரி! பென்ஸுக் காரன் என்னைக்காது தனக்க வண்டியில பஜாஜி ஸ்டிக்கரு ஒட்டுகானா? இவுனுவளுக்கு சொந்தப் பேர வச்சியதுக்கு என்ன கொள்ளையோ? பெண்பிள்ளையளு என்னைக்காச்சி சங்கரன், கோலப்பன், முகுந்தம்னு பேரு வைக்கிதா? இவுனுவளுக்கு யாம்டே வட்டு எழவுகு?"

காத்திரக் கூட்டங்கள் என்றொரு வதைவிழாக்கள் நிகழ்வதுண்டு. ஏதேனும் அமைப்பையோ, தனிப்பட்ட நபரையோ வார்த்தைகளால் வதைப்பதற்கான ஆஸ்விட்ஸ் வதைமுகாம்கள் போன்றதுதான் அது. ஒரு முறை ஒரு பெரிய வெள்ளச்சேத நிகழ்வுக்கான ஒரு இரங்கல் கூட்டத்தில் அல்வாவுக்குத் தொட்டுக் கொள்ள தேங்காய்ச் சட்னியை வைத்ததைப் போல விசித்திரமான ஒருவரை கூட்டத்தில் பேச அழைக்க, அவர் பேசிய பின்னர் விருந்தினர்க்கு அணிவிக்க வாங்கி வைத்திருந்த மலர்மாலைகளைத் தூக்கி ஒருவரையொருவர் தாக்க, மைக்கைப் பிடுங்கி முக்கியஸ்தர்

ஒருவரின் மூக்கின்மேல் வீச, விழாவுக்கு வந்திருந்தவர்கள் எழுந்தோடி பெஞ்சின் அடியில், போடியத்தின் மறைவில், கிணற்று மூட்டில் என்று ஆங்காங்கே மறைந்திருந்தார்கள். பேசிய இலக்கியவாதி மூட்டி விட்டது மதக்கலவரத்தை என்பதால் அங்கே பெரிய அளவில் பௌகளம் ஏற்பட்டது. இவ்வாறான கூட்டங்கள் ரத்த சரித்திரங்களாய் வரலாற்றில் பொறிக்கப் படுவதற்கான ஒரு இலக்கிய முன்னெடுப்புதானே ஒழிய இலக்கியத்துக்கான கல்லெடுப்பு இல்லை.

ஒரு கூட்டத்தில் ஒருவர் முழங்கிக் கொண்டிருந்தார், "இலக்கியத்தில் தற்போது இலக்கியத் தரமில்லை நண்பர்களே! வந்தவம் போனவம்லாம் எழுத்தாளம்னு சொல்லிட்டு நடக்கானுவோ! தமிழ் இலக்கியத்தில் ஒரு உடைப்பை நிகழ்த்த வேண்டும் என்பதை இச்சபையில் இடித்துரைக்கிறேன்!"

அப்போது, "எத ஒடைக்கணும்னாலும் இடிக்கணும்னாலும் இந்த நம்பருக்கு அடிங்க! எனக்க மச்சினனுக்க நம்பர்தாம்! ஜே.சி.பி, புல்டவுசர், பொக்ளைனுன்னு எப்ப கூப்டாலும் அடுத்த அரமணிக்கூறுல வண்டி வந்து நிக்கும்!"

என்று அந்த விழா நடந்த கட்டிடத்தின் வெளியே மராமத்துப் பணியில் ஈடுபட்டிருந்த கொத்தனார் ஒருவர் விசிட்டிங்கார்டை எடுத்து மைக்கை நோக்கி நீட்டி இவ்வாறு சொன்னதையடுத்து அந்தக் கூட்டம் பாதியிலேயே நிறைவு பெற்றது.

அப்படித்தான் அன்று தக்கலை வருவாய்த்துறை அலுவலகக் கட்டிடமே விழாக்கோலம் பூண்டு கடுத்த தோரணையில் காட்சியளித்தது. ஆங்காங்கே ஆட்கள் நின்று பேசிக் கொண்டிருந்தார்கள். பத்துமணிக்கு விழா துவங்கவிருப்பதாக அழைப்பிதழில் அச்சிட்டிருந்தாலும் கூட அதை ஒரு வதந்தியாகவே பாவிக்க ஏதுவாக அங்கிருந்த கடிகாரம் பத்தரை மணியைக் காட்டியது. அரசு அலுவலகக் கடிகாரமாக இருந்தாலும்கூட அதுசரியான காலத்தைக் காட்டியதுதான் ஆச்சர்யம்.

அரங்கத்தின் வாசலருகே பெஞ்ச் ஒன்றைக் கிடத்தி அதில் ஒரு பெரியமூடி போட்ட வாளியில் காப்பியும், அருகிலிருந்த சிறிய குண்டானில் பருப்புவடைகளும், பழம்பொறியும் பரப்பியிருந்தார்கள். வளாகத்திலிருந்த கொன்றை மரத்தினடியில் கட்டுரையாளர் கொடுமுட்டியானும், பூங்கவிஞர்

பூகோளமணியானும் ஆளுக்கொரு குவளைகளைக் கையில் ஏந்தியவாறு இரண்டு குதிரைவீரர்கள் வாள்களைக் கைகளில் மேவிய தோரணையில் நின்று பேசிக் கொண்டிருந்தார்கள்.

கொடுமுட்டியான் தம்முடைய கண்களை உருட்டியவாறே, "வே பூகோளம்! பழபஜ்ஜில எரிவு பத்தல கண்டீராவே?"

பூகோளமணியான், "பழபஜ்ஜில ஏதுவே எரிப்பு? மதுரந்தானே சேத்திரிப்பினும்?"

"நாஞ்சொல்லியது வாழபஜ்ஜியவே சீமையக்கெடந்தவர?"

"ஆனா நம்ம திங்கியது பழபஜ்ஜில்லாவோய்?"

"இருந்தாலும் எள்ளோல எரிப்பு தூவிருக்கலாய்ன்?"

"வாழக்கா பஜ்ஜின்னா தூவலாய்ன்! ஏத்தங்கா அப்பத்துல தூவுனா செவஞ் சவக்களிச்சில்லா கெடக்கும்?"

"ஆனா இதும் வாழைக்க புள்ளைல செஞ்சதுதானே?"

"அதுக்குத்தா தனியா வாழக்காபஜ்ஜின்னு ஒரு பேரு இரிக்கில்லியாவே மனியா? இது பழபஜ்ஜிவே?"

"இன்னைக்கித்தானே இதுக்குப் பேரு பழம்! நேத்திக்கி அது காயிதானவே? நன்றி கெட்டுப் பேசப்புடாது?"

"என்னத்தவே கெடந்து விக்கிதீரு வெலையில்லாம? வெறுவயித்துல சரக்கக் குடிச்சாதியும்னா கேட்டாத்தானே? சிக்கு நல்லா தலைக்கி ஏறி நிக்கிவு!"

"எனக்கு சாதனம் பத்தாதுன்னி நெனைக்கேம்? எள்ளோல ஊத்துமாம்!" என்றவாறே தன்னுடைய கையிலிருந்த குவளையைப் பூகோளமணியானிடம் ஏந்திக்காட்டினார்.

"அதானே பாத்தேம்! ஆளு இன்னும் பரும்பங்குக்கு விளிச்சல்லையேன்னு... காலம்பர நேரத்தயே எந்திச்சி பிலாவுமூடு கடையில போயி கொன்னையனத் தட்டியெழுப்பி பிளாக்குல குப்பியளு ரெண்டண்ணத்த வாண்டி வச்சதினால கொள்ளாய்ன்! இல்லைன்னா இந்தச் சமயத்துல குப்பி ஓமக்கு எஞ்சொர்ந்து கிட்டும்? கடையத்தெறக்க இன்னும் ஒண்ணர மணிக்கூறு இரிக்கி ஓர்மையிருக்குவா? செத்த பதுக்கக் குடியிம்! பொறவு சாதனம் பத்தாமப் போயிறப்புடாது! மத்தவெம்

பொல்லாமுருவத்துக்கு உத்தரஞ் சொல்லவொக்காது? அவந்தாம் இத வாண்டியதுக்குச் சக்கரந்தந்தாய்ன்!”

என்றவாறே பூகோளம் தன்னுடைய இடுப்பிலிருந்த பிராந்திக் குப்பியை உருவி அதன் மூடியைத் திறந்து கொடுமுட்டியானின் குவளையில் ஊற்றியபோதுதான் பக்கத்தில் நின்று கொண்டிருந்த நாடகக்கதாசிரியன் நான்மறைச்சேரலுக்கு அவர்கள் அருந்தியது சுக்காப்பியில்லை என்பதும் அவர்களிருவரும் கடும்போதையில் இருந்ததும் பிடிகிட்டியது.

‘அட எளவுள்ளையளா! நமக்குத் தராம ஒத்தையில நக்குகானுவளே?’ என்ற கவலையில் நைசாக அவர்களிடம் பேச்சுக் கொடுத்தான் நான்மறைச்சேரல்,

“பூகோளண்ணா! நீரு எழுதுன ‘குளக்கரையின் இடுக்கில் இரவில் மலர்ந்த தாமரைப் புஷ்பங்கள்’ தொகுப்ப எனக்க ஊட்டாளுக்கிட்ட படிக்கக் குடுத்தேம் பாத்துக்கிடுங்கோ!”

பூகோளமணியான் லேசான கவலையில், “படிச்சிட்டு என்னடேச் சொன்னா?”

நான்மறைச்சேரல் சிறியளவில் எழுந்த வெட்கத்தில், “வாசிச்சவே நெல்ல ரெசம்மாயிரிக்கி மச்சாம்ன்னி எனக்கிட்ட சொன்னா பாத்துக்கிடுங்கோ?”

“ஒம்பொண்டாட்டி நல்லா வாசிப்பாளாப்போ?” என்று பூகோள மணியான் கேட்கவே நான்மறைக்கு மீண்டும் வெட்கம்.

இடையில் மறித்த கொடுமுட்டியான், “எல சேரலு! ஓம்பொண்டாட்டி கெட்டுப்புட்டு வரம்ப ஆளு தலைக்கி நல்ல கெதியாத்தானேடே இருந்தா? செவம் வட்டெளவிட்டோ என்னமோ?”

பூகோளமணியான், “இவனுக்குக் கெட்டுப்புட்டா வட்டெளவாம? சேரலு செவம் வன்கோழில்லா”

கொடுமுட்டியான் சிரித்தவாறே, “அதுஞ்ச்சரித்தாம்?”

பூகோளமணியான் நான்மறைச்சேரலைப் பார்த்து, “அதப் படிச்சிட்டு நல்லாருக்குன்னா சொன்னா அவ?”

நான்மறைச்சேரல் மீண்டும் ஒருவித நாணத்தோடே, “பின்னே? மணி மணியால்லா இருக்கி ஒவ்வொரு கவிதையளும்? பூகோளம் அண்ணன் எழுதுனா சப்பட்டையாவாயிரிக்கிம்?”

கொடுமுட்டியான் சப்தமாகச் சிரித்தவாறு, “செவத்த அந்தப் பிள்ள பொய் சொல்லிருக்கும்டே!”

பூகோளம் கொடுமுட்டியானை முறைத்தபடி, “எனக்க கவித என்ன லெச்சணத்துல இருக்கும்னு எனக்குந் தெரியிம்! நீரு மூடும்!” என்று சொல்லிவிட்டு நான்மறைச்சேரலிடம் திரும்பி, “எப்போ! நீ எதுக்கு இப்ப ஊத்து வாசிச்சியன்னி எனக்குந் தெரியாமயில்லை! ஆனா இப்பத்தைக்கி ஒனக்கு இதுலர்ந்து ஒருமடக்குக்கூட தரவொக்காது! இதுக்காண்டியே ஒரு வாத பெறப்ட்டு இஞ்ச வந்துக்கிட்டிருக்கு பாத்துக்கா! வேணும்னா பன்னெண்டு மணிக்கிக்கட தொறக்கட்டும் பாப்பம்!” என்று சொல்லிக் கொண்டிருக்கும்போதே அங்கே டூவீலரில் பின்னால் உட்கார்ந்து வந்து இறங்கினார் எழுத்தாளர் பொல்லாமிருகன்.

பூகோளமணி ஆச்சர்யத்தில், “என்னவே நேரமே வந்துருக்கீரு? ஓமக்க சிங்கிடிய காணம்! வேற ஒருத்தம் வந்துருக்காம்!”

“அந்தநாயி காலைம்பறயே எங்கனபோயி கெடந்து தாவாரந் தூங்குகோ தெரியில! செவங்கள் எஞ்சபோனாலும் ஒரு ஒத்தப்போக்கு! வாறுங்கூறும் அறியாத்தவம்மாரு! என்னத்தப் பெத்துப் போட்டுருக்குதுவளோ? இது எனக்க மொவனுக்க பிரெண்டு! பள்ளியோடம் லீவுன்னிட்டு செவம் வூட்டுல கெடந்து! வான்னி கூட்டியாந்தம்டே!”

உலகிலேயே டூவீலருக்கு டிரைவர் வைத்து ஓட்டுகின்ற ஒரே ஆத்துமா அனேகமாக பொல்லாமிருகனாகத்தானிருக்கும். ஒருமுறை தன்னுடைய மகனது யமஹாவை எடுத்துக்கொண்டு நான்காவது கியரில் ஒரு தேரியில் ஏற முயன்றபோது வண்டி இழுக்கவில்லை. இன்ஜின் இடித்து ஆஃப் ஆகிவிட்டது. உடனடியாகத் தன்னுடைய மகனுக்கு ஃபோன் செய்துகேட்க அவனும் “கியரைக் குறைத்தால் வண்டி ஏற்றத்தில் ஏறும்!” என்று சொல்ல, அவரும் நேராக அங்கிருந்து வண்டியைத் தள்ளிக்கொண்டு யமஹா ஷோரூமிற்குச் சென்று கியரைக் குறைத்துத் தருமாறு விண்ணப்பமொன்றை வைக்க அதற்கு ஷோரூம் தரப்பிலிருந்து ‘நீங்கள்தான் கியரைக் குறைக்க வேண்டுமென’ சொல்ல பொல்லாமுருகனுக்கு வந்ததே கோபம்,

“லட்சங்கள வீசி வாண்டுன வண்டியாங்கும்! மொத்த கியருக்குஞ் சேத்துத்தானே சக்கரம் வாண்டுனிய? நாலண்ணம் இருக்கியதுல ரெண்டு கியர கொறச்சித் தாறதுக்கு என்ன கொள்ளையோ? அந்தக் கியருக்க பைசாவ எனக்குத் தராண்டாம்! நீங்களே வச்சிக்கிடுங்கோ! செவத்துப் பெயக்களுக்கு வேல செய்யதுக்கு மடி!” என்று சொல்லி சண்டையிட்டு தன்னுடைய மகனை அழைக்க அவனும் பத்துபேரைச் சேர்த்துக் கொண்டு ஷோரூமுக்கு அடி வைக்கப் போனால் அங்கே கதை வேறாகயிருந்தது. தன்னுடைய தலையில் அடித்துக்கொண்டு தகப்பனை அழைத்துக் காரியத்தைச் சொல்ல அங்கேயே தன்னுடைய வாகனமோட்டும் காரியத்தை நிறைவுக்குக் கொண்டு வந்தவர் பொல்லாமிருகன்.

“எனக்கு ரெண்டு சொட்டு வீத்தம்வே! நீங்க மாத்தரம் நல்லா குடிச்சியல்லா? வாய பாத்துக்கிட்டு நிக்கீரு?” என்றார் பொல்லாமிருகன்.

பூகோளம் தன்னுடைய இடுப்பிலிருந்து குப்பியை எடுத்து கொடுமுட்டியானிடம், “எவே அந்தக் கப்பக் கொண்டாரும்!” என்று கேட்டு அதை வாங்கி அதில் பானத்தை நிரப்பி மிருகனிடம் நீட்ட மிருகன் அதைப் பார்த்து, “என்னடே பிராந்தி வாங்கிருக்க? ரெம்முல்லா வாண்டச் செல்லிருந்து?” என்று கேட்டார்.

பூகோளமணி அவரிடம் அசூசையாக, “அன்னேரத்துக்கு சாதனங் கிட்டுகதே பெரிய காரியம்! இதுல ரெம்மு கிம்முன்னுக்கிட்டு..??? உள்ளதக் குடியுமாம் போட்டுக்கிட்டு!”

“ச்சேரி ச்சேரி அந்தால தடவாதியிம்!” என்று சொல்லிவிட்டு அருகில் நின்ற நான்மறைச்சேரலைப் பார்த்து, “ஆமா இந்தப்பெய யாம்டே ஆன்னு வாயும்பொளந்து ஏனாக் குடிச்சிக்கிட்டு நிக்கியாம்! அவனுக்குஞ் செத்தோல வீத்திக் குடுக்காண்டியதான? செவம் மொகங் கிறாவில்லா நிக்கி?” என்றார்.

“அவனுக்குங் குடுத்தா குடிச்சிட்டு சளம்பி மீட்டிங்ல கோணாஷ்டைகள் வல்லதுங் காட்டுனாம்னா நீருதாம் பொறுப்பேக்கணும்! அதும்போக அவனுக்கும் பங்கு வச்சிட்டா மாறி நீரு என்னத்த குடிப்பீரு?” - பூகோளம்.

“இரிக்கியத மனம்போல பகுந்துக்கிடணும்? இல்லன்னா சொல்லுவாவ?” - பொல்லாமிருகன்..

“எலே சேர்லு... அந்தக் கப்ப எடுடே!” என்று கொடுமுட்டி நான்மறைச்சேரலைப் பார்த்துச் சொல்லவும் சேரல் ஒரு கப்பை எடுத்து அதை நீட்டி பானத்தால் அதைநிரப்பி மிருகனிடம் தூக்கிக்காட்டி, “எண்ணோ சியேழ்ஸ்! என்று சொல்ல மிருகன் முகத்தில் கோபம்,

“பெரிய நெப்போலியம்லா போர்மொனைல வாளேந்துகாம்! சின்னப்பெய நீ எனக்கே சியாழ்ஸ் சொல்லுதியா? பாவம்போல நிக்கியானே! எள்ளோல குடிச்சட்டுமேன்னி தந்தா எங்கிட்டயே எக்கண்டங் காட்டுக நீ? கையில கப்ப வாங்குனல்லா? அந்த ஓரமாப் போயி குடிச்சீட்டு வந்து கப்ப குடுத்துட்டு தெக்கினிக்கி பாத்துப் போயிரணுங் கேட்டியாப்போ? ஒரு மட்டுமரியாத கெடையாதில்லியா?” என்றதும் சேரல் அந்தப் பக்கமாகத் திரும்பி ஒரே மடக்கில் குடித்து, அந்தக் கப்பைக் கசக்கிப் போட்டுவிட்டு “தூத்தூ” என்று ரெண்டு துப்பு துப்பிவிட்டு அங்கிருந்து நகன்றான்.

“பெரிய ஐக்கோர்ட்டு ஜட்ஜில்லவா? தண்டன குடுத்துட்டு பேனாவ ஒடச்சிட்டு போகு? நாயி போற போக்கக் கண்டில்லா? அந்தக் கப்ப கசக்கி வீசலைன்னா யாரடிச்சா?” - பொல்லாமிருகன்.

“சும்ம நின்னுக்கிட்டிருந்தவனுக்கு வீத்திக்குடு’ன்னி சொன்னீருல்லா? நல்லவேள ஒம்ம மூஞ்சில துப்பாம போனாம்ன்னி சந்தோசப்படும்!” - கொடுமுட்டியான்.

மிருகன் அந்தக் குவளையிலுள்ள பானத்தை வாயில் வைத்து டேக் ஆஃப் செய்ய பூகோளம் போய் ஒருபருப்பு வடையை எடுத்துக்கொண்டு வந்து கொடுத்தார்.

“மணி பதினொன்னு ஆவுகு! கூட்டத்த எப்பந் தொடங்குவானுவளாம்?” - பொல்லாமிருகன்.

“ஏதோ ரிட்டயர்டு ஜட்ஜாம்! சீஃப் கெஸ்டா விளிச்சிரிக்கியானுவா! ஆளு வாறதுக்கு லேட்டு!” - பூகோளம்.

“கோர்ட்டு ஜட்ஜிக்கிம் இலக்கியத்துக்கும் என்னடே சம்மந்தம்? - பொல்லாமிருகன்.

“கோர்ட்டுல நெறைய கதையள கேட்டுருப்பானுவல்லா?” கொடுமுட்டியான்.

“இல்ல இவனுக்கும் எலக்கியத்துக்குந்தா என்ன சம்மந்தம்ன்னி கேக்கெம்!” என்று பூகோளம் தூரத்தில் கைகாட்ட அங்கேயிருந்த ஃப்ளெக்ஸில் சிரித்துக் கொண்டிருந்தார் மறைந்த முன்னாள் கவிஞர் தக்கலை நெடுங்கண்டன்.

அவர்தான் அன்றைய விழாவின் நாயகன். கடைசியாக அவர் எழுதிய ‘வண்டைப் புணர்ந்த புஷ்பங்கள்’ என்னும் கவிதைத் தொகுப்புக்காக ‘சுண்டல் பொதி’ இலக்கிய அமைப்பின் சார்பில் கவிஞர் தக்கலை நெடுங்கண்டனுக்கு ‘தமிழ் இலக்கியத்தில் தனித்துத் தெரியும் இலக்கிய இடி அமீன்’ என்னும் விருதைப் போன ஆண்டின் இதேநாளில் கொடுப்பதாக அறிவித்தார்கள். திருநெல்வேலியில் நடைபெறவிருந்த விழாவில் கலந்து கொள்வதற்காக பஸ்ஸில் புறப்பட்ட நெடுங்கண்டனுக்கு காலையில் தின்ற ஆப்பமும், கொண்டைக்கடலைக் கறியும் சேர்ந்து வயிற்றை இளக்க பாணாங்குளத்தில் இறங்கினார். வயிற்றுப் பாரத்தை இறக்கி விட்டுக் கழுவுவதற்காக குளத்தில் இறங்கியவர் கால் தவறிக் கீழே விழுந்து பரலோக விருதைப் பெற்றார். அவருக்குதான் இன்று முதலாமாண்டு நினைவஞ்சலியைப் பொடவு என்ற இலக்கிய அமைப்பின் சார்பாக சகஇலக்கியக் கனபாடிகள் ஏற்பாடு செய்திருந்தார்கள்.

“செத்துப்போன மனியன யாம்டே தந்தைக்கி விளிச்சுதிய?” - பொல்லாமிருகன்.

“செவத்தப் போட்டுச் சுடும்வே!” என்றார் பூகோளம்.

ஆட்கள் முன்னரே வந்து அரங்கினுள் அமர்ந்திருந்தார்கள். அப்போது ஒரு அம்பாசிடர் கார் வந்து நின்றதும் விழா ஏற்பாட்டாளர்கள் ஓடிவந்து கார் கதவைத் திறக்க உள்ளிருந்து வெளிப்பட்டார் சிறப்பு விருந்தினரான ஓய்வுபெற்ற நீதியரசர் ஜான் பிங்கலன். அவரோடு கூடவே பெண் கவிஞர் மல்பரியும் இறங்கியதைக் கண்ட கொடுமுட்டியானுக்கும், பூகோளமணிக்கும், பொல்லாமிருகனுக்கும் கீழ்தாடை கீழிறங்கியது.

“வே பொல்லாமுருவம்! மற்றவ... ஒம்ம ஆளு மெல்பேரி என்ன தவாலி வேலைக்காச் சேந்துருக்கா? ஜட்ஜிக்க ஒப்பம் வண்டில வருகு ஆளு?” என்று ஆச்சர்யமடைந்தார் கொடுமுட்டியான்.

“இஞ்சினு பிரிச்ச வண்டி எங்கனக் கெடந்துவே ஓடும்? அந்த ஜட்ஜியே மூத்து முதுவொடிஞ்சி போறதக் கண்டீருல்லா? வண்டில வந்தா என்ன கிண்டில வந்தா என்ன? ஏதோ எழவு? நீரு சும்ம இரியிம்! ஊர்க்குப்பையள அள்ளி தலைக்காத்த தட்டாதியிம்வே?” - பூகோளம்.

“ஏ என்னப்பா! மும்மூர்த்தியளு மூணுவேருஞ்சேந்து மரத்துமூட்டுகிட்ட நிக்கிதியோ? தடி தள்ளப் போறீயளா? வாருங்க... முக்கியமான ஆளுகள்ளாம் வெளியில நின்னா எப்புடி? கூட்டத்த தொடங்கண்டாமா?” என்றார் தலைவரும் கவிஞருமான தொடுவட்டி பப்பன்.

“ம்க்கும்! யாம்னா நம்ம உள்ளுக்க போவலைன்னா அப்புடியே விழாவ நிப்பாட்டிருவாம்லா? நமக்கக் கண்ணுக்கு மின்ன நல்லோளம் நடிச்சியது? தல மறஞ்சதும் தள்ளைக்கி விளிச்சியது? இன்னைக்கி பாத்துக்கா மேடையில கலஞ்சி மாத்திருகேம்! ஒருபய மரியாதிக்கி வூடுபோயி எத்தப் படாது!” என்று கோபப் பட்டுப் போனார் பொல்லாமிருகன்.

மூன்றுபேரும் கடைசி ரவுண்டைச் சாத்திவிட்டு வாயில் வழிந்ததை வழித்து வீசிவிட்டு அரங்கத்துக்குள் நுழைந்து கடைசி வரிசையில் அமர பப்பன் மேடையிலிருந்து பொல்லாமிருகனை அழைத்தார். மேடையில் ஜட்ஜ் பிங்கலன், கவிஞர் மல்பரி, மறைந்த நெடுங்கண்டனின் மனைவி பூக்கொடியம்மாள் ஆகியோர் அமர்ந்திருக்க பொல்லாமிருகனும் மேடையில்போய் அமர்ந்தார்.

“அஹக்கம்” என்று தொண்டையைச் செருமிக்கொண்டே மைக்கில் அனாயசமாக இரண்டு தட்டுகளைத் தட்டிய புதுமைக்கவிஞர் வெடிவழிபாடன் நிகழ்ச்சி நிரல்களை வழிநடத்தும் நோக்கில் தன்னுடைய உரையை ஆரம்பித்தார்,

“எல்லாருக்கும் காலை வணக்கங்கள்!”

“இது மத்தியானம்வே மரமண்டையர? இஷ்ட மைத்துக்கு விழாவ தொடங்குகது? நேரத்துக்குங் காலத்துக்கும் ஒரு

மானமரியாதையில்ல?" என்று பூகோளமணியான் சொல்ல கொடுமுட்டியானுக்கு சிரிப்பாணி அள்ளியது.

வெடிவழிபாடன், "நம்முடைய இந்த விழாவைச் சிறப்பிக்க வந்திருக்கும் முன்னாள் நீதியரசர் ஜான் பிங்கலனை நம்முடைய பொடவு இலக்கிய அமைப்பின் சார்பாக வருகவருக'வென வரவேற்றுக் கொள்கிறேன்!"

பிங்கலன் இருக்கையிலிருந்து எழுந்து சபையை வணங்க, யாருமே மறுவணக்கம் வைக்காமல் சபை சப்பெனக் கிடந்தது.

கொடுமுட்டியான், "நாங்க எழும்பி வணக்கஞ் சொல்லியதுக்கு இதுவொண்ணும் கோர்ட்டு இல்ல! நீரும் ஜட்ஜி இல்ல! நாங்களுமென்ன சாமானியமான ஆளுகளா? இலக்கியப் பிதாவுகளாங்கும்?" என்றொரு கருத்தை இவ்வுலகுக்கு அறிமுகப்படுத்தும் நோக்கில் முன்மொழிய, "இல்லயா பின்ன?" என்று பூகோளம் அக்கருத்தை வழிமொழிந்தார்.

வெடிவழிபாடன், "மறைந்த நம்முடைய மாவட்டத்தின் இலக்கிய இடிஅமீனான கவிஞர் நெடுங்கண்டனின் இணையர் பூக்கொடியம்மாளை வரவேற்கிறேன்!"

'போனால் போகிறது' என்று கொஞ்சம் பேர் கைதட்டினார்கள். பூக்கொடியம்மாளின் கண்களில் கண்ணீர் பூத்தது. இதைக்கண்டதும் பூகோளமணி கொதித்தார், "அந்த நெடுங்கண்டெம் சீவனோட இருக்கம்ப ஒருமடக்கு தேயலத்தண்ணிகூட போட்டுக் குடுக்காத ஆளாங்கும் இந்த பூக்கோடி பாக்கியாட்டி? கூட்டத்தக் கண்டதுங் கண்ணீரு வடிக்கி?"

வெடிவழிபாடன், "நம்முடைய பொடவு இலக்கிய அமைப்பின் தலைவர் கவிஞர் தொடுவட்டி பப்பனை வரவேற்றுக் கொள்கிறேன்!"

பப்பன் எழுந்து வணக்கம் வைக்கவும் ஆளாளுக்கு வேறு எங்கேயோ பார்த்துக் கொண்டிருந்தார்கள். கைகளையும் தட்டவில்லை. பூகோளமணியானும், கொடுமுட்டியானும் எதற்காகவோ சப்தமாகச் சிரித்தார்கள். பப்பன் அமர்ந்தார்.

வெடிவழிபாடன் முகத்தில் லேசான இளிப்போடே, "மேடையில் மீதினிலே கிரேந்திப் பூச்செண்டின் மத்தியில்

வீற்றிருக்கும் ரோஜாப்பூ போன்ற பாவனையில் அமர்ந்திருக்கும் கவிஞர் மல்பரியை வருகவருக என வரவேற்கிறேன்!"

கூட்டம் மொத்தமும் கையைத்தட்டி ஆர்ப்பரித்தது. விசிலும் அடித்த வண்ணமிருந்தார்கள். இதைக் கண்டதும் மேடையிலிருந்த ஜட்ஜ் பிங்கலன் மெதுவாகக் குனிந்து மல்பரியிடமிருந்து தம்முடைய வாயை மறைக்கும் விதமாகக் கைகளால் பொத்திக் கொண்டவாறே சன்னமாகக் கேட்டார்,

"மெல்பேரிக்கி ஏகப்பட்ட ரசிகம்மாறுவ இருக்காவ போலுக்கே?"

மல்பரியின் முகம் வெட்கத்தில் மருதாணி பூசிக்கொண்டதைப் பொல்லாமிருகன் கவனித்தார்.

மல்பரி, "போங்க சார்... எனக்கு நாணமா வருகு!"

பிங்கலன் விடவில்லை, "உங்கபேரு உண்மைக்கிமே மல்பரிதானா?"

"இல்ல சார்! மாரியம்ம! கொஞ்சம் அந்தஸ்தா இருக்கட்டுமேன்னு மல்பரின்னு வச்செம் பாத்துக்கிடுங்க! எனக்க மொத கவிதப் புஸ்தகத்துக்க பேரு 'கூடடையாத கூட்டுப்புழுக்களின் கூடல்கள்!' கூட்டுப்புழுக்கள் மல்பரி எலையத்தானே திங்கிம்? அதுனாலதாம் அந்தப் பேர வச்செம் பாத்துக்கிடுங்கோ!"

பிங்கலன் ஒருவிதக் கிறக்கத்தில், "மாரியம்மைன்னு பேருவச்சாலும் ஆளு குஸ்பு மாதிரியே இருக்கீய?"

மல்பரிக்கு மீண்டும் வெட்கம். பின்வரிசையிலிருந்த கொடுமுட்டியானுக்கு சிரிப்புப் பொத்துக் கொண்டு வந்தது. மெதுவாக பூகோளத்தின் கையைச் சொறிந்து மேடையைக் கண்ணைக் காட்டினார். அங்கு அமர்ந்திருந்த பொல்லாமிருகனுக்குக் கோபம் கண்களைப் பிளந்திருந்தது.

"வுட்டா மேடைலயே ஜட்ஜப் பிச்சித் தின்னுப்புடுவாம் போலுக்கு?" பூகோளம்.

"பத்து வரியக் காதலுன்னா சும்மாவொண்ணுங் கெடையாது பாத்துக்காரும்! என்று பதைத்தார் கொடுமுட்டியான்.

வெடிவழிபாடன், "அதுபோலவே இங்கே வருகை தந்திருக்கும் இலக்கிய உலகின் விடிவெள்ளிகளே! இந்த விழாவுக்கென

கட்டிடத்தை வழங்கிய வருவாய்த்துறையே! ஊருக்குள் திரியிம் கசவாளிகளை விருதே விட்டுவிட்டு இலக்கியப் பாவங்களைக் கண்காணிக்க வருகை தந்திருக்கும் உளவுத்துறையைச் சார்ந்த தோழர்களே! உங்கள் அனைவரையும் வரவேற்றுக் கொள்கிறேன்!" என்றதும் கூட்டத்தில் மயான அமைதி. மூன்றாம் வரிசையில் ஆறாவதும் ஏழாவதுமாக அடுத்தடுத்து அமர்ந்திருந்த ஒரு ஆணும், பெண்ணும் மாத்திரம் லேசாக அசைந்தார்கள்.

"ஔவுத்துறைக்கிம் இலக்கியத்துக்கும் என்னய்யா சம்மந்தம்?" என்று சலித்துக் கொண்டார் கொடுமுட்டியான்.

"ரெண்டுலயுமே ஔவு பொதுவுதானவோய்?" - பூகோளம்.

"எவே என்னத்தவே சொல்லுகிறு? ஔவா?" என்று பதைத்தார் கொடுமுட்டியான்.

"எழவுல நீரு வேற! அவெம் என்னத்த எழுதுகாம்னு இவெம் ஔவு பாப்பான்! இவெம் என்னத்த எழுதுகாம்ன்னி அவெம் ஔவு பாப்பாம்! கடசில ரெண்டுபேரும் எழுதி நக்குகத நாயிகூட வாசிக்காது! அதத்தாஞ்ச் சொன்னைய்ன்!" என்று சலித்துக் கொண்டார் பூகோளமணியான்.

வெடிவழிபாடன், "இப்பொழுது நம்முன்பாக அமர்ந்திருக்கும் எழுத்தாளரும், இலக்கியவாதையுமான கவிஞர் கசப்புராசா மைக்கின் முன்பாக வந்து நம்முடைய மேதை, காலஞ்சென்ற நெடுங்கண்டனின் வண்டைப் புணர்ந்த புஷ்பங்கள் குறித்து சிலாகிப்பார்! அன்னாரை மேடைக்கு அழைக்கிறேன்! மேற்படியாருக்கு இலக்கிய விமர்சகர் அர்த்தராத்திரியான் பொன்னாடை அணிவிப்பார்கள்!" என்றவுடன் கூட்டத்தில் கைதட்டல்கள் பெரிதாக எழவில்லை.

கசப்புராசா இருக்கையிலிருந்து எழுந்துபோய் அர்த்தராத்திரியானின் கைகளால் பொன்னாடையை வாங்கி அணிந்துகொண்டு மைக்கில் பேசத்துவங்கின சமயத்தில் கூட்டத்தில் கொல்'லென ஒரு சிரிப்புச் சப்தம் எழுந்தது;. இதைக் கண்டதும் புளகாங்கிதமடைந்த கசப்புராசா பெருமையில்,

"அதாவது தோழர்களே! மறைந்த நம்முடைய ஆத்மார்த்த கவிஞர் நெடுங்கண்டனின் முதலுமிறுதியுமான கவிதைத் தொகுப்பாகிய வண்டைப் புணர்ந்த புஷ்பங்களின் தலைப்பு

வேண்டுமானால் உங்களுக்கு நகைப்பை வழங்கலாம்! உண்மையில் இது பெண்களின் காதல் வாழ்வின் மேம்பாடு குறித்து அறம்பாடும் ஒருபுனிதசிந்தனை நூலாகும்.. அதாவது..!" என்று இழுக்கும் சமயத்தில் பக்கவாட்டிலிருந்து ஒருகுரல்,

"சார் நாங்க சிரிச்சது அதுக்கில்லை! உங்க பேண்ட்டு குண்டிக்கிப் பொறத்தால கிழிஞ்சிரிக்கி! உள்ளுக்க போட்டுருக்க பூப்போட்ட ஜெட்டி கொள்ளாம் கேட்டியளா... கிக்கிக்கி!"

கசப்புராசா மிகுந்த வெறுமையுடன் குரல்வந்த திசையைப் பார்க்க அங்கே ஒரு ப்ரகஸ்பதி நின்று கொண்டிருந்தான். கசப்புராசா ஒருவித வெப்ராளத்தில் அருகில் நின்றிருந்த வெடிவழிபாடனைப் பார்க்க வெடிவழிபாடன் அருகில் வந்தார். கசப்புராசா கோபத்தில், "யாருவே இந்தக் கோணக் கூயான்?"

சிரிப்பையடக்க முடியாத வெடிவழிபாடன் சிரிப்புக்கு மத்தியில் சொன்னார், "அது மைக்செட்காரரப் பெய சார்! ஹிஹ்ஹிஹி!"

கசப்புராசா நிரம்பிய சோகத்தின் மத்தியில் வெடிவழிபாடனிடம் கேட்டார், "எள்ளோல வெள்ளந் தாருங்கடே? தொண்ட அடக்கி! செவங்களு... எதப் பாக்கச் சொன்னா கொதத்தப் பாக்கியானுவா?"

பண்டு கசாப்புக்கடை வைத்திருந்த கசாப்பு ராசாதான் காலம்மருவி கத்தியை வெறுத்து புத்தியைத் தீட்டும் வகையில் பேனாவைக் கையில் பிடித்து 'கசாப்புக் கடை ஆடுகளின் வாழ்வில் கனலும் இலக்கியம்' என்ற பெயரில் புத்தகம் எழுதி கசப்புராசாவாக மாறியிருந்தார். வெடிவழிபாடன் குடிநீரைக் கொண்டு வந்துகொடுக்க கசப்புராசா குடித்துவிட்டுத் தன்னுடைய உரையை ஆற்றத்துவங்கினார்.

"அதாகப்பட்டது நண்பர்களே! இன்றைய இலக்கிய உலகம் கிழிந்த சீலையைப் போலப் பாழ்பட்டுக் கிடக்கிறது! யாரெல்லாமோ தங்களைத் தாங்களே மேன்மைப் படுத்திப் பேசிக்கொண்டும், மற்றவர்களைப் பற்றிப் புரளி பேசிக்கொண்டும் திரிவதைப் பார்க்கையில் மனம் துக்கத்தில் ததும்புகிறது! இலக்கியக்குளத்தின் மதகில் ஒரு பேருடைப்பு நிகழ்தல் தற்போது அவசியம்!"

கொடுமுட்டியானுக்குச் சலிப்பு வந்துவிட்டது. "என்னவே பூகோளம்!... கசப்புராசா மூதேவி தன்னைய மறந்து தன்னையப் பத்தியே தப்புத் தப்பாப் பேசுகு பாத்தீரா?"

"சுயபெருமய தாம் பேசுனா என்ன? ஊராம் பேசுனா என்ன? எப்பயிம் எல்லாருந் தன்னப் பத்தியிம் தனக்கத் தகுடப் பத்தியுமே பேசுனா மதின்னு நடக்கவனுவளக் கொல்லவா முடியிம்? செவஞ் சாவிய காலத்துல என்னத்தியிம் பெலம்பிண்டு நிக்கி! செவத்தப் போட்டுச் சுடும்!" - பூகோளம்

"இவுனுவளுக்க தொல்ல தாள முடியிலவோய்! ஒருத்தம் என்னன்னா எனக்க எழுத்த கோடி ரூவா குடுத்து ஆளுவ படிக்கிம்ங்கான்! இன்னொருத்தென் என்னன்னா திருவள்ளுவருக்க தாத்தா நாந்தாம்ங்கியான்! கிறுக்கனுவளோட கெடந்து செர மயிரால்லா வருகு...? என்னத்த சொல்லியது?" என்று கொடுமுட்டியானுக்கு மீண்டும் வருத்தம் மேலோங்கியது.

வழியவழியப் பேசி, பார்வையாளர்கள் தூங்கி வழிய, எல்லோரும் உரையாற்றின பிற்பாடு கவிஞர் பொல்லாமுருகன் பேசத் துவங்கினார், "ஒரு விழான்னா லெட்டர்ல அச்சடிச்சிருக்க டயத்துல நடத்தணும்னு தெரியாம நடத்துகிய? நாங்கல்லா மனுசம்மாறுகதானா? இல்லைன்னா மாடுவளா? மணிக்கூறு கணக்குல காவலு நிக்கியதுக்கு இதென்ன ரேசங்கடையா? ஒரு வவுதூறு வேண்டாமா மண்டைக்கி? இலக்கியத்துக்காத்த கொட்டயிட்டு மொளச்ச ஒராயரம் ஆளுவ இஞ்சயே இருக்கம்ப விழாவுக்குத் தலம தாங்குகதுக்கு ஒரு ரிட்டயர் ஜட்ஜ வரத்துனதுல எனக்குச் சந்தோசம்னாலும் நம்ம மூத்த கவிஞரு ஊரம்பு முருகேசன விளிச்சிருக்கலாம்ல்லவா!"

இடையில் குறுக்கிட்ட தொடுவட்டி பப்பன், "எப்போ மிருகா! ஊரம்பு முருகேசம் கெடப்பாட்டுல ஆயிட்டாரு பாத்துக்கா! படுக்கைலதாம் எல்லாமே? அவுர எப்புடி விளிக்கவொக்கும்?"

"நீரு சும்மாயிரியிம்வே! ஒமக்குப் பொறவு வச்சிருக்கேம்!" என்பது போன்ற பாவனையில் பார்த்துவிட்டு மிருகன் உரையைத் தொடர்ந்தார், "மேடையில எலி செத்த நாத்தமடிக்கி! அங்க பாருங்க ஆம்ப்ளிஃபயர்லெர்ந்து பொகை வருகு! ஃபேனு எப்பங் கழந்து ஆர்க்க மண்டைல உழுமோ தெரியாது! மைக்கு கரகரன்னி தொட்டா ஷாக்கடிக்கி! வெளியில வச்சிருக்க உள்ளி

வடையிம் உளுந்த வடையிம் ஊசிப் போயிருக்கி! என்னத்தடே கூந்தல்ல வச்ச விழா நடத்துகியோ?"

பின்னாலிருந்து கொடுமுட்டியான் குரல் கொடுத்தார், "எவே பொல்லாமுருவம்! அஞ்ச வெறும் பருப்பு வடையிம் வாழபெஜ்ஜியுந்தானே வச்சிருந்தாவ? நீரு என்னவோ உள்ளி உளுந்துங்கீரு? அதுலயும் பாத்தியன்னா அந்த வாழப்பழ பெஜ்ஜியில ஒரப்பு பத்தயில பாத்துக்கிடுங்கோ!"

"நீரு செத்த சும்மாயிரியிமா! அஞ்ச இருந்தது பழம்பொறிவே? அதுல எப்புடி ஒரப்பு போடுவா? அவுரே மல்பரிய ஜட்ஜி வளைக்காம்ன்னி சங்கடத்துல வாய்க்கி வந்தத பொலம்பிண்டு நிக்காரு? நீரு போயி?" என்று கொடுமுட்டியானைப் பூகோளமணியான் சமாதானப்படுத்தி அமரவைக்கவும் கூட்டம் முடிந்து எல்லாரும் பந்திக்குச் சாப்பிடப் போனார்கள்.

மூன்றாம் வரிசையில் டிப் டாப்பாக அமர்ந்திருந்த ஆசாமி ஒருவர் ஃபோனை எடுத்துக் கொண்டு வெளியில் போய் பேசத் துவங்கினார், "வணக்கம் சார்! நா இண்டலிஜென்ஸ் எஸ்.ஐ சாது பேசறேன்! இங்க ஒண்ணும் இஷ்யுஸ் பெரிசா இல்ல சார்! பாக்குறதுக்குதான் ஆளுங்க லேசான கோமாளி ஜாடையில டேஞ்சரா இருக்காங்க! ஆளுகளுக்கும் பேச்சு நடவடிக்கைகளுக்கும் ஏதொரு சம்மந்தமுமில்ல! இவுனுங்க பேசிக்கிட்ட நிறைய வார்த்தைகள் எனக்குப் புரியலை! ஏட்டு மல்லிகா மேடம் இந்த ஊர்க்காரங்க ஆனதால இவனுங்க பிரச்சனையா ஏதும் பேசினதா அவங்களும் எங்கிட்ட சொல்லலை! மேடையில ஏதேதோ பேசுனாங்க! ஆனா கனிமவளக் கொள்ளையப் பத்தியோ, மணிப்பூர் சம்பவத்தப் பத்தியோ யாரும் யோசிச்சதாக் கூடத் தெரியலை! அவ்ளோ ஏன் சார்! செத்துப் போன நெடுங்கண்டனப் பத்திக்கூட ஒரு வார்த்த யாரும் பேசலைன்னா பாத்துக்குங்க! இந்தா கூட்டம் முடிஞ்சி எல்லாரும் எந்திச்சிப் போயி பந்தியில உக்காந்திச்சி!"

அப்போது உள்ளேயிருந்து "பளார்" என்னும் கன்னத்தில் அறையும் சப்தமும், கவிஞர் மல்பரியின் கோபக்குரலில் "பெண்ணுவாகிட்ட நடக்கப்பட்ட மொறையால இது தாய்ளி? செவத்துத் தொட்டியளு!" என்ற தெறி வார்த்தைகளையும் கேட்டு எஸ்.ஐ உள்ளே ஓடவும் காதைப் பிடித்துக் கொண்டு நாடகக்கதாசிரியன் நான்மறைச்சேரல் அரங்கிலிருந்து சுவரேறிக்

குதித்து நாற்பது கிலோமீட்டர் வேகத்தில் அருகிலிருந்த தோப்பில் ஓடிக்கொண்டிருந்தான்.

"சொல்லச் சொல்லக் கேக்காம இந்தப் பொல்லாமுருவெம் அந்தச் சேரல்த் தொட்டிக்கி தண்ணிய வீத்திக் குடுத்ததுக்கு மத்தவெம் பொல்லாமுருவத்துக்க மசையவே புடிச்சி சந்தியத் தடவிப்புட்டாம்வே!" என்று கொடுமுட்டியான் கொந்தளிக்க பொல்லாமுருவம் நான்மறைச் சேரலைப் பிடிக்கத் துரத்திக் கொண்டு போனார்.

# 5
# கில்லர் பில்பாஜியின் கருநாவு

தொண்ணூறுகளில் கிறிஸ்மஸ் விழாக்களெல்லாம் அத்தனை பெகளமாய் இருக்கும். மூன்றாண்டுகள் அல்லது ஐந்தாண்டுகளுக்கு ஒருமுறை டிசம்பர் மாத விடுமுறையில் சொந்தக்காரர்கள் வெளிநாடுகளிலிருந்து நாட்டுக்கு வரும்போது அவர்களை திருவனந்தபுரம் ஏர்போர்ட்டிலிருந்து விளித்து வர ஊருக்குள்ளிருந்து ஒரு கும்பலே வேன் பிடித்து ஏர்போர்ட்டுக்குச் செல்லும்.

ஏர்போர்ட் போகும் வழியில் மூன்று நான்கு முறைகள் வண்டியை விட்டுக் கீழிறங்கி காப்பிகள் குடித்து, உள்ளி வடைகளைக் குடலுக்குள் மூழ்கடித்துவிட்டு விமான நிலையத்துக்குப் போய்ப் பிரயாணிகளை அழைத்துக் கொண்டு ஊர்திரும்பும் வழியில் அத்தனை பேரும் சாப்பிட்டுவிட்டு வீடு வந்து சேர்ந்து மொத்த செலவையும் கூட்டிப் பார்த்தால் சொந்தநாட்டுக்கு வரும் ஆசாமிகளின் விமான டிக்கெட் தொகையை மிஞ்சிவிடும்.

ஏர்போர்ட்டுக்குப் போகும் ஆட்கள் அல்லது குடும்பத்தார் ஊருக்குள் சொந்தக்காரர்கள் யாரையாவது அழைக்காமல் விட்டுவிட்டுப் போய் விட்டார்களானால் சம்மந்தப்பட்ட நபர் சாகும்வரைக்கும் அல்லது விடுபட்டவர் தாம் சாகும்வரைக்கும் சொல்லிக் காட்டப்பட்டு அது ஒரு பெரும்பகையாகவே பாவிக்கப் படும். அதில் முக்கியமான ஆள் கில்லர் பில்பாஜி. ஊருக்குள் வட்டிக்கு விடும் ஐம்பத்தைந்து வயது ஆசாமி. ரேஷன் கடையில் வேலை செய்து வந்தார். பஞ்சாயத்து

ஆபீஸில் பில் கலெக்டராகவும் மேற்படியார் பணி செய்ததால் வெறும் பாஜி பில்பாஜி ஆனார். தமக்குப் பிடிக்காத ஆட்களை "அவனொரு கில்லராங்கும்! வெந்தத தின்னுட்டு வேகாத்தத வெரட்டக்குடிய வெளங்காதப் பெயல்!" என்று சொல்லுவார். மேலும் பில்பாஜியின் வாயில் விழுந்தவன் தொலைந்தான் எனுமளவில் 'கில்லர்' என்கிற பெயரும் அவரையே வந்தடைந்தது.

ஏர்போர்ட் செல்லும் வேனில் டிரைவர் சீட்டின் அடுத்த சீட்டில் பில்பாஜி அமர்ந்து ஏர்போர்ட்டில் போய் பயணியைக் கூட்டிக் கொண்டு வந்தால்தான் உண்டு. ஒருவேளை அவரை அழைக்காமல் போனால் அவ்வளவுதான்.

"ஊர்ல ஊத்து ஊதிக்கிட்டும் மாடு மேச்சிக்கிட்டும் நிக்கம்போ இங்கன கெடக்கிய ஒரு நாயிகூட அந்தச் சோவாரடஞ்ச கூய்மோனுக்கு பச்சத் தண்ணி குடிக்கக் குடுக்கெயில! அன்னக்கி நா ஒனக்க மைனிக்க வளையல கழத்தி அந்தத் தாய்ளிக்கிக் குடுத்தம் பாத்துக்கா மக்கா! ஒன்னாண ஓஞ்சத்தியமா மக்களே! நா மாத்தரம் மேப்புடியாளுக்க சாதனத்த உருவி குடுக்கலைன்னா இந்த நாயி ஏரோபிளேனுக்க குண்டியக் கூடக் கண்ணாலக் கண்டுருக்காது! அப்பம் வானம் பாத்த தர ஓடு இப்பம் கூரையப் பாத்துட்டுல்லா! நம்மளையெல்லாங் கண்ணுக்குத் தெரியாது! வேனும் புடிச்சிக்கிட்டு மலத்திக்கிட்டு போறதக் கண்டியா? த்தூ!" என்று கூறும் அதே வாய் ஒருவேளை ஏர்போர்ட்டுக்கு அழைக்கப்பட்டு வேனில் போகும்போது இப்படிச் சொல்லும்,

"இன்னக்கி நெனச்சாலும் எனக்கக் கண்ணு நெறஞ்சி நிக்கி கேட்டுக்கா மக்கா! ஒரு பெருத்த விக்கலுக்க மத்தியில அஞ்சாறு வர்சத்துக்கு முன்ன பிளேனுல ஏறிப் போனாம் பாத்துக்கா! அன்னைக்கி பாத்தது! மாசத்துக்கொருக்கா மறக்காம எனக்கு ஏறுமெயில்ல எழுத்துப் போட்டுருவாம் எனக்க மறுமொவெம்! நா மாத்தரம் பிளேன் ஸ்டாண்டுக்குப் போவலைன்னு வையி மக்களே! பய வந்து நின்னுக்கிட்டு யாம் மாமே நீ என்னைய விளிக்க திருவந்தரத்துக்கு வரலைன்னு கதறிருவாம் பாத்துக்கா! அதனாலத்தாம் ரேசங்கடைக்கிக் கூடப் போவாம சாடி வுழுந்து வந்தம் பாத்துக்கா! செவம் அஞ்சாறு வரியத்துக்குப் பொறவு ஊரையிம் பெந்துக்களையிம் பாக்கணும்னி ஆலாப் பறக்கும்லாடே அந்தப் பாழடைஞ்ச மனசு! நானுங் கூட

பம்பாயில கெடந்தம்லா ரெண்டு வரியம்! அந்த அரும எனக்கும் தெரியிங் கேட்டியா! இப்பம்லா இந்த மயிரக் கெடந்த டிரெயினு மூணு நாளுல இஞ்ச கோட்டாருக்கு வந்துருகு! நாஞ்சொல்லுகது இருவது வருசத்துக்கு மும்பு! அப்பம்லாம் ஆறுநாளு அந்தப் பொட்டிக்காத்தக் குச்சப் புடிச்சிக்கிட்டு கெடக்கணும்! ரெயிலுக்குள்ள இந்த பம்பாய்க்காரியளு அங்கனயு மிங்கனையுங் கெடந்து ஆட்டிக்கிட்டு நடப்பாளுவோ! அது மாறியே ரெயிலுங் கெடந்து ஆடியாடி ஊரு வந்து சேரம்ப நம்ம பாடி அரபாடி ஆயிரும்! இந்தா கெடக்கு. பாழடஞ்ச பம்பாயி? அதுக்கு கோட்டாரத்துலெர்ந்து ஓளத்தோரு நாளு ப்ரயாணஞ்ச் செய்யணும்? ஆனா இந்த திருவந்தரத்துல இருந்து குவைத்து கடுத்த தூரம்னாலும் விமானத்துல ஏறிட்டம்னா மூணு மணிநேரத்துல பொத்துன்னு கொண்டோயி எறக்கி வுட்டுருவாம்ன்னு சொல்லு?"

பில்பாஜியிடம் சொல்லாமல் கொள்ளாமல் ஏர்போர்ட்டுக்குப் போனவர்கள் வழியில் பல்வேறு இன்னல்களை எதிர்கொண்டார்கள். ஒருமுறை கொட்டுத்தெரு தவமணி ஓமானிலிருந்து நாடு திரும்பின சமயம் ஏர்போர்ட்டுக்குப் போனவர்களின் பயணிகள் பட்டியலில் பில்பாஜியின் பெயர் விடுபட்டிருந்தது.

வண்டி வடசேரியிலிருந்து புறப்பட்டு அரைமணிநேரத்தில் தக்கலையைத் தாண்டுமுன்னர் வேனின் இடதுபுற முன்சக்கரம் வெடித்து வண்டி தெற்கும் வடக்கும் இழுத்ததில் முன்சீட்டில் உட்கார்ந்திருந்த வெறும் நாதன் சாமிநாதன் ஆனார். பிரேக் பிடித்த சமயத்தில் தடுமாறிய வண்டியில் பிடிமானத்துக்காகக் கையில் பற்றிக் கொள்ள எதுவும் கிட்டாமல் நியூட்டனின் மூன்றாம் வீதி நாதனைச் சீண்டிப் பார்க்க, இருக்கையிலிருந்து வீறுகொண்டு எழுந்த அவர் பறந்துபோய் முன்பக்கக் கண்ணாடிகளைத் தகர்த்தெறிந்து கபாலத்தைக் கொண்டு பூமித்தாயைக் கடுமையாகத் தாக்கியவாறே இறைவன் பாதம் பணிந்தார். திருவனந்தபுரம் ஏர்போர்ட்டுக்குச் சென்றவர்கள் தக்கலை அரசு மருத்துவமனையின் படுக்கையில் கை கால் மண்டையில் காயம்பட்டு ஓய்வெடுத்தார்கள்.

மூன்றே மணிக்கூரில் ஓமானிலிருந்து சுமார் ரெண்டாயிரத்து சொச்சம் கிலோமீட்டர்கள் தொலைவைத் தாண்டி வந்த தவமணிக்குத் தன்னை ஏர்போர்ட்டிலிருந்து யாரும்

கூப்பிட வராத குழப்பத்தில் அந்தப் பெட்டி சட்டிகளைத் தூக்கிக் கொண்டு வாடகைக்கு வண்டியமர்த்திக் கொண்டு, திருவனந்தபுரத்திலிருந்து வெறும் எழுபத்து சொச்சம் கிலோமீட்டர்களை இரண்டரை மணி நேரம் பிரயாணம் செய்து ஊருக்கு வந்து, செய்தியறிந்து அதே வண்டியில் தக்கலை அரசு மருத்துவமனைக்குப் போய்ச் சேர்ந்தான். அப்போதெல்லாம் தொலைபேசி வசதி ஊருக்கு ஒன்றாகத்தானிருந்தது.

டூரிஸ்ட் வேனில் புறப்பட்டுப் போய் தலையில் இடிகொண்டு மரித்துப் போன நாதனைப் பொதிந்து அமரர் ஊர்தியின் வாயிலாகக் கொண்டு வந்து அடக்கினார்கள். ஏர்போர்ட்டுக்குப் போன வழியில் நாதனின் மரிப்புக்குக் காரணமான டூரிஸ்ட் வேனும், நாதனின் பாடியை ஆஸ்பத்திரியிலிருந்து கொண்டு வந்த அமரர் ஊர்தி வேனும் என ரெண்டுமே மெட்டடோர் கம்பெனி வேன்தான் என்பதையும், விபத்துக்குள்ளான வேன் டிரைவரின் பெயர் பொன்ராஜ் என்பதையும், அமரர் ஊர்தியின் டிரைவர் பெயர் தங்கராஜ் என்பதையும், இரண்டுபேரது பெயர்களில்தான் சுவர்ணம் இருக்கிறதேயொழிய அந்தப் பயல்களின் ப்ரவர்த்திகளில் ஒன்றுமில்லையென்னும் ஒற்றுமைகளையும், ஒப்பீடுகளையும், ஒவ்வாமையையும் கல்லறைத்தோட்ட அடக்கஸ்தலத்தில் நின்று வல்லமையோடு ஜெபித்துக் கொண்டிருந்த போதகர் சுந்தர்ஜானின் ஜெபத்தையும் மீறி, பின் வரிசையில் நின்று கொண்டிருந்த கரிச்சைராஜி தனது மைத்துனன் கபாலனிடம் சொன்ன அந்தப் பாங்கானது உலகில் எங்குமில்லாத வண்ணமிருந்ததை கபாலன் உணர்ந்ததுதான் நாதனின் மரிப்பின்போது நிகழ்ந்த விந்தை என்பது அந்தப் பெட்டியில் அமைதியாக மலர்மாலைகள் பூண்டு படுத்துக் கிடந்த நாதனுக்குத் தெரியாது.

தங்களுக்கும் இந்த மரணத்துக்கும் யாதொரு பந்தமுமில்லை என்பதையறியாத அந்தப் பாவப்பட்ட அமரர் ஊர்தியானது கல்லைறைத் தோட்ட வாசலிலும், அந்த மரணத்துக்கு நேரடிக் காரணமான ஏர்போர்ட்டுக்குப் போன டூரிஸ்ட் வேன் மார்த்தாண்டத்திலுள்ள ஒரு டிங்கரிங் கொட்டகையிலும் கிடந்தன.

அரேபியாவில் நர்சாகப் பணிபுரிந்த கிரிஜாவைக் கூப்பிடப் போனவர்களின் கூட்டத்திலும் பில்பாஜியின் பெயரில்லை. தற்சமயம் உள்நாட்டு விமானத்தளமாக இருக்கும்

கொச்சுவேளிதான் அப்போதைய பன்னாட்டு முனையம். விமான நிலையத்திற்கு வெளியே கடற்கரையோரம் ஒரு கடல்கன்னிகையின் சிலையானது அமைக்கப் பட்டிருக்கும். அங்கே போகும் எல்லாப் பயணங்களிலும் பில்பாஜி அந்தச் சிலையருகே தன்னை இறக்கிவிடுமாறும், திரும்பும் வழியில் ஏற்றிச் செல்லுமாறும் ஓட்டுனரிடம் விண்ணப்பம் வைக்க ஒரு வலுவான காரணமென்னவென்றால் அந்தக் கடல்கன்னிச் சிலையானது அதன் மேனியில் சீலையின்றி இருந்ததுதான் என்றால் அதை பில்பாஜி மறுத்து அந்தச் சிலையின் மீதான கலைக் கண்களின் வாயிலாக இப்படியானக் கருத்தொன்றை வைப்பார்,

“பெண்ணேயானாலுங் கல்லக் கெடக்கமுடியுமாடே சீமைல கெடந்தவனுவளா?”

கிரிஜாவின் வருகையின்போது அந்த வண்டியில் பில்பாஜி இல்லையாதலால் வேன் டிரைவர் பொன்னுலிங்கத்தின் கண்களுக்கு அந்தக் கடல்கன்னி ஒருவேளை சோகமாகத் தோற்றமளிக்கலாம் என்னும் பிரமையில் எல்லாரையும் விமான நிலைய வாசலில் இறக்கிவிட்டுவிட்டு கடல் கன்னியைத் தேடி வெளியில் வந்து வேனை நிறுத்திவிட்டு அந்தச் சிலையை வாயைப் பிளந்தவாறே பார்த்துவிட்டு தன்னுடைய கடந்த காலத்துக்குச் சென்றுவிட்டான்.

பொன்னுலிங்கம் சில ஆண்டுகளுக்கு முன்னர் சவுதி அரேபியாவில் ஒரு ஷேக்கின் இல்லத்தில் டிரைவராகப் பணி புரிந்தான். அந்த ஷேக் ஒரு பெரும் பணக்காரன். உலகம் முழுவதும் வியாபாரம் செய்து கொண்டிருந்ததால் தன்னுடைய ஒரு தாயையும், ஆறு மனைவிகளையும், நாற்பத்தியிரண்டு மக்களையும் மாதத்திற்கொரு முறைதான் நேரில் பார்க்கும் பாக்கியம் அவனுக்குக் கிட்டியது.

பொன்னுலிங்கம் பெயருக்குதான் டிரைவர். ‘காய்கறி வாங்க, வீட்டுப் பெண்களை பியூட்டி பார்லருக்கு அழைத்துச் செல்ல, இறைச்சி வாங்க’ என்று சகலமும் அவன்தான். ஆகையால் பொன்னுலிங்கத்தின் மேல் அந்த வீட்டில் ஒரு பெரும் அபிப்ராயமும், ஷேக்கின் தாய்க்கு அவன்மீது மிகப்பெரிய காதலும் இருந்தது. ஆனால் அந்த வீட்டிலுள்ள அத்தனைப்

பெண்டிரையும் பொன்னுலிங்கம் காதலித்தாக வேண்டிய நிர்ப்பந்தமும் இருந்தது.

ஆள் மேனி மெலிந்தான்! ஆனால் வங்கிக் கணக்கு பெருத்தது. ஆளாளுக்கு ரியாலை அள்ளிக் கொடுத்தார்கள். ஊரில் பெரிய வீடு ஒன்றினைக் கட்டியெழுப்பினான். 'ஒரு டிரைவரால் இத்தனைக் குறுகிய காலத்தில் இத்தனைக்கும் சம்பாத்தியம் செய்துவிட முடியுமா?' என்று ஊர்க்காரர்களுக்கு வியப்பும் பொறாமையும் எழுந்தது. அயல்நாட்டில் போய் அனுதினமும் அவன் சிந்திய வெண்குருதி குறித்த பரிதாபக் கதையை யாரறிவார்?

மேற்படியானின் கழுதை மேய்ப்புக் கதை ஷேக்கின் காதுகளுக்கு எட்ட, கோபமடைந்த ஷேக் துப்பாக்கியை எடுக்க, அதைத் தடுத்த ஷேக்கின் தாயுடைய வேண்டுகோளைத் தட்டவியலாத ஷேக் வெறும் பிரம்படிகள் மாத்திரம் கொடுத்து பொன்னுலிங்கத்தைத் தாயகத்துக்கு அனுப்ப, இனி வாழ்க்கையில் வேறு வேலைகளே செய்யத் தேவையில்லை என்னும் அளவில் பொருளாதாரத்தைக் கொண்டிருந்த பொன்னுலிங்கம் அந்த சவுக்கடிகள் அனைத்தையுமே வெறும் கொசுக் கடிகளாய்ப் பாவித்து நாடு வந்து சேர்ந்தான்.

வீட்டில் வெட்டியாக இருந்ததால் ஒரு வேனை வாங்கி அதற்கு 'ரோஸ் டிராவல்ஸ்' என்று பெயரிட்டு வாடகைக்கு ஓட்டி வந்தான். ஷேக்கின் கடைசி மனைவியின் பெயர்தான் ரோஸ். வயது பத்தொன்பது. இப்போது கொச்சுவேளியில் இருந்த அந்த கடல்கன்னிகைச் சிலை பொன்னுலிங்கத்துக்கு அந்த ஷேக்கின் தாயுடைய நினைவைக் கிளறிவிட்டது. காதல் நினைவுகள் கொடுத்த கடும் வலியில் நெஞ்சைப் பிடித்துக் கண்ணீர் மல்கத் திரும்பி வேனை நோக்கி நடந்தால் அங்கே ஒரு பெரிய ஆச்சர்யம் காத்திருந்தது. பொன்னுலிங்கம் நிறுத்தியிருந்த இடத்தில் நின்ற வேனைக் காணவில்லை. தூரத்தில் ஒரு படகு கரையை நோக்கி வந்து கொண்டிருந்தது.

செய்வதறியாது திகைத்த பொன்னுலிங்கம் அக்கம்பக்கம் நின்று கொண்டிருந்த ஆட்களிடம் போய் விசாரித்தான். அவர்களும் ஏர்போர்ட்டுக்கு வந்திருந்த தமிழ் ஆட்கள்தாம். மேலும் அவர்களும் கடல்கன்னியை நோக்கியே தங்களுடைய கண்கள் இருக்குமாறு பார்த்துக் கொண்டதால் தாங்கள் எதையும்

கண்டிருக்கவில்லை என்று கையை விரிக்கவே படகில் வந்த ஒருவர் ஓடிவந்து பொன்னுலிங்கத்திடம் கத்தினார்,

“தானாராடோ வாய்நோக்கி ஷவமே! இத்தர வல்லியவொரு வண்டி ஆ கடலிலேக்கி போகுன்னது ஸ்ரத்திக்காதே நீ எந்தரடே வாய்நோக்கிக் கொண்டு நிக்கணே? ஆ பிரதிமையோடு நினக்கெந்தடே ஒரு பிரேமம்? நிண்டே வேன் ஆ கடலினடியில் கிடப்புண்டு! தானொண்ணு போய் தப்பாம் நோக்கு! கொறைய பாண்டிக் கோந்தன்மாறுகள் வண்டியிலேக்கி கேறி இவிடே மலையாளிகளுடே மானங் களையான் வந்நு நிக்கிம்? கல்லுங் கடலும் அறியாத்தே? பிரதிமகளயும் விருதே விடானில்லா? ஷெவத்து பூவாலன்மார்! ஆ வேனுடே ஒரு பொடி போலும் நிங்களுக்கு கிட்டாதடோ!”

என்றபோதுதான் தன்னுடைய ரோஸ் கடல் குளித்த காரியம் புரிந்தது. கிரிஜா மற்றும் குழுவினர் வேறொரு வேன் பிடித்து ஊர் வந்து சேர்ந்தார்கள். பொன்னுலிங்கம் அங்குள்ள மீனவர்கள் மூலம் ரோசை மீட்க முயன்று தோற்றான்.

இதையெல்லாம் கேட்ட பிறபாடுதான் பில்பாஜி இப்படியொரு அறிவிப்பை ஊர்முகப்பிலிருந்த தெருவிளக்கின் அடியில் வைத்து ஒருநாள் மாலையில் மிகப்பெரியதொரு கருத்தாக இப்படி அறிவித்தார்.

“இந்தப் பாஜி இல்லைன்னா ஏர்போர்ட்டே இல்லடே! எல... கலக்டெரேட்டே இல்லைங்கியேன்? நா பில்லு பாஸ் பண்ணுனாத்தாம்டே கண்ட்ராக்கு மொதக்கொண்டு பஞ்சாயத்தானுவளுக்குஞ் சம்பளங் கிட்டும்! என்னைய வுட்டுகிட்டு திருவந்தரத்துக்கு சர்க்கியூட்டு அடிச்சவனுவளுக்க நெலம என்னாச்சின்னு பாத்தானுவல்லா? நா நெனச்சம்னா ஒரு ப்ளேனையும் தரையில எறங்க வுட மாட்டம் பாத்துக்கிடுங்கோ! வேண்டி வந்தா அந்த மயித்தப் புடுங்குன பிளேனயேக் கடத்தி தோவாளைக்க வடக்க எறக்க கூடச் செய்வெங் கேட்டுக்காங்க! எல்லா நாளைக்கி விடியட்டும்! ஒரு வெளாட்டு காணும்!”

அரசாங்க காரியங்களையும், ஏர்போர்ட்டுக்குப் போனவர்களுக்கு நிகழ்ந்த துர்க்காரியங்களையும் வகுத்துக் கழித்துக் கூட்டிப் பெருக்கினால் அவை எல்லாவற்றுக்குமே பில்பாஜியின் சாபம்தான் காரணம் என்று மக்கள் நம்ப

ஆரம்பித்தார்கள். அதுவும் போக அதற்கும் மறுநாள் நிகழ்ந்த நிகழ்வு உலகையே அசைத்துப் போட்டது.

அதுதான் கந்தஹார் விமானக் கடத்தல் சம்பவம்.

ஊரிலுள்ள எவனோ ஒருவன் போலீஸிடம் காந்தகார் சம்பவத்துக்கும், பில்பாஜிக்கும் ஏதோவொரு தொடர்பு இருப்பதாகக் கொளுத்திப் போட்டதில் பில்பாஜியைக் காலையில் பொக்கினார்கள். "அய்யா! நா ஏர்போர்ட்டுக்கு போனது உண்மதாம் பாத்துக்கிடுங்க! விமானத்தக் கூட வானத்துலப் பறந்தததாம் பாத்துருக்கேனே ஒழிய தரையில ஒரு விமானத்தக் கூடக் கண்ணாலக் கண்டதில்ல!" என்று பில்பாஜி சொல்ல, கடுத்த விசாரணையின் முடிவில் கந்தஹார் ஹைஜேக்குக்கும் கில்லர் பில்பாஜிக்கும் எந்தவொரு சம்மந்தமுமில்லை என்று பில்பாஜி காவலிலிருந்து விடுபட்டார். மேற்கில் எங்கோ ஒருவன் ஒரு கொசுவை அடிக்க அதன் ரத்தத்தை கிழக்கில் பில்பாஜி நக்கியதானதொரு சம்பவம் அங்கே நிகழ்ந்தேறியது. அதன்பின்னர் கடத்தல் விமானத்தை மீட்டபிற்பாடுதான் பில்பாஜி வீட்டை விட்டு வெளியில் இறங்கினார்.

அதன்பின்னர் ஏர்போர்ட்டுக்குப் போக எத்தனங் கூட்டியவர்கள் யாவரும் நாதனுக்கும், பொன்னுலிங்கத்துக்கும் நிகழ்ந்ததைப் போன்ற உபத்திரவங்கள் எதுவும் தமக்கு நிகழ்ந்து விடக்கூடாதே என்ற பயத்தில் பில்பாஜியை அழைத்த வண்ணமிருந்தார்கள். போதாக்குறைக்கு உள்ளூர் ஆட்கள் போக வெளியூர் ஆட்களும் அவரை ஏர்போர்ட்டுக்கு அழைக்க ஆரம்பித்தார்கள்.

"ஏ பாஜியண்ணோ! நீங்க என்னைக்கி ஒளிவா இருப்பியன்னு சொன்னீள்னா அதக் கணக்குல கொண்டு மொவங்கிட்ட டிக்கெட்டு ஏற்பாடு பண்ணச் சொல்லிருவெம் பாத்துக்குங்கோ!" என்கிற முறையில் பில்பாஜிக்கு அவகாசப்பட்ட நாட்களில் மட்டும் ஏரோப்ளேனுக்கு டிக்கெட்டும் எடுக்க ஆரம்பித்தார்கள். இதனால் ஏர் இந்தியாவின் பங்குகள் சரியுமோ என்ற அச்சம் அரசுக்கு ஏற்பட்டதின் பின்னணியில் பில்பாஜி கால்நீட்டிப் படுத்திருந்தார்.

அன்றைக்கு பெரிய தெரு வைரவன் குவைத்திலிருந்து வரும்போது ஏர்போர்ட்டுக்கு கூப்பிடப் போன குழுவில் பில்பாஜி இடம்பெற்றிருந்தார். ஏர்போர்ட்டில் வைத்து கைச்சூப்பி கந்தன் பில்பாஜியிடம் கேட்ட கேள்வி இதுதான்.

"பாஜி மாமேன்! குவைத்த வுட பம்பாயி தூரந்தாங் கேட்டீரா?"

திடுக்கிட்ட பில்பாஜி, "அடக் கைச்சூப்பி எறப்பாளிப் பெயலே! எவம்ல சொன்னது பம்பாயி தூரம்ன்னி?"

"இந்தா வைரவம் மச்சா குவேத்துலெர்ந்து பெறப்டு மூணர மணிக்கூர்ல இவட எத்தியாச்சுல்லா? பம்பாயின்னா வாறதுக்கு மூணு நாளுல்லா ஆவுகு செவத்த?"

"அடக்காவக்காரக் கூய்வுள்ளா! ரெயிலும் பிளேனும் ஒண்ணாடே?"

"யாரவோய் ஒருமாதி ஆக்குகீரு? ரெயிலு எவ்ளோ பாஸ்ட்டாப் போகு? அங்க பாரும் அந்த ஆமைய... வானத்துல கடுகு மாதிரி கெடந்து நீந்துகத? செவம் இது எந்த மத்தியானத்துல வந்து எறங்குமோ?" என்றவாறே கைசூப்பி கந்தன் அண்ணாந்து மேலே கைகாட்ட, அங்கே ஒரு விமானம் வானத்தில் புள்ளியாய் மெதுவாக நகர்ந்து கொண்டிருந்தது. பில்பாஜி உடனடியாக வைரவனிடம் திரும்பி,

"லே வைரவா! லீவு முடிஞ்சி நீ குவைத்துக்கு போறதுக்குப் பதிலா இந்தக் கைச்சூப்பிக் கூய்மோன ஒரு கத்திய எடுத்து குத்திக்கிட்டு ஜெயிலுக்குப் போயிரு என்னா? ஒரு கெடந்த மச்சினம்? தகரத்தட்டிக்கி தாச்சீல கெட்டி வுட்ட மாதிரி!" என்றவாறே ஊர்வந்து சேர்ந்தார்கள்.

பொதுவாகவே வெளிநாட்டிலிருந்து வரும் புண்ணியாளன்கள் விமானத்திலிருந்து இறங்கி வீடு வந்து சேருமுன்னர் செண்ட் வாசனை ஊருக்குள் வந்துவிடும். அநேகமாக மத்திய தரைக்கடல் நாடுகளிலிருந்து வருபவர்கள் 'மாஃபி முஸ்கில், கல்லீ வல்லீ, கல்லாஸ், யாக்ரு பித்தா பூக்' போன்ற குறிப்பிட்ட வார்த்தைகளை வாயோடே கொண்டு வருவார்கள். வைரவனும் அதற்குத் தப்பவில்லை. அவன் கொண்டு வந்த வார்த்தை 'இப்ன் அல் கல்ப்'.

இரண்டு நாட்கள் கழித்து வைரவன் வாங்கி வந்த குப்பியைக் கொண்டு போய் பில்பாஜியிடம் கொடுக்க பில்பாஜிக்கு முகத்திலிருந்த கன்னங்கள் மறைந்து முகம் முழுக்கப் பற்களாய்த் தெரிந்தது.

“இதென்னடே மக்களே சாதனம்... பேக் பைப்பரா?” - பில்பாஜி.

“ரெட் லேபிள்னு எழுதிருக்குல்லா மாமே? கண்ணுல என்ன வேக்காடா? இங்கிலிசு தெரியாதோ என்னமோ? - வைரவனோடு நின்றிருந்த கைச்சூப்பி கந்தன்.

“எல ஓங்கிட்ட எவம்ல சோய்ச்சாம்? சாதனத்தக் கொண்டாந்தவங்கிட்டல்லா கேக்கு! நீ சாமானத்த வெயிலுக்குக் காட்டாம நின்னா மதி?” என்று பில்பாஜிக்குக் கோபம் வந்தது.

“உடு சித்தப்பேன்! செவஞ் சித்தங் கலங்கி திரியி!” என்று சொல்லிவிட்டு கந்தனிடம் திரும்பி, “அரே இப்ன் அல் கல்ப் கைச்சூப்பிக் கூய்வுள்ள! வாய வச்சிக்கிட்டு சும்மா கெடயாம்லே!” என்றவாறே பில்பாஜியிடம், “வாயாஞ் சித்தப்பேம்... செத்த ஆளுக்கொரு வாயி நனைப்பம்!” என்றவாறே வீட்டுக்குள் போய் அமர்ந்தார்கள். இரண்டு ரவுண்டுகள் குடலைச் சந்தித்த பிற்பாடு வைரவன் கேட்டான்,

“வே சித்தப்பா! ஊர்ல அவ்வளோ பணி கெடக்கு ஓமக்கு? அதையெல்லா வுட்டுக்கிட்டு சும்மச் சும்ம அந்த மயித்துல வச்ச ஏர்போர்ட்டுக்காத்த போயி கடக்கிய? என்ன காரியம்?”

“எல்லா அந்தச் சீலையில்லாத்த கடல் கன்னிகைக்கச் செலதாம் மச்சாம்! ஏர்போர்ட்டு வாசலுக்க வடக்கு பக்கத்துல கெடத்திருக்கானுவல்லா?” - கந்தன்.

“செலையா? அது எங்கன இரிக்கி?” என்றான் வைரவன் வாயைப் பிளந்தவாறே...

“ஆமா... கெழக்க இருந்து பெறப்ட்டுப் போயி மேக்க ஏர்போர்ட்டுல வேன வுட்டு எறங்கி அக்காளுக்கிட்டயும் பெரியம்மக்கிட்டயும் ஒப்பாரியும் ஊளையுமா வச்சிக்கிட்டு ஓடிப்போயி வண்டியேறியவனுக்கு வடக்குப் பக்கமுள்ள செலய எப்புடித் தெரியும்?” - கந்தன் ஒருவித எகத்தாளத்துடன் சொன்னான்.

"ஏல சூப்பி! அவசரவசரமா போயி இம்மிக்கிரேசன் வாண்டிட்டு போறவங்கிட்ட செலைய பத்தி கேட்டா நா எஞ்ச போவெய்ன்!" - வைரவன்.

"இம்மிக்கி ரேசனா... இந்தா பாஜி மாமேம் இங்கன ரேசங்கடையிலத்தானே கெடந்து ஓளத்தோரு வரியமா மாறடிச்சியாம்? அவங்கிட்ட கேட்டு ரேசனுக வல்லதும் மண்ணெண்ணையோ, பாமாயிலோ, அரிசியோ வாங்கிட்டுப் போ வேண்டியதான! அவசர கெதியில அங்கா வரைக்கிம் ஓடிப்போயி ரேசன் வாண்ட வேண்டிய அவசியம் என்ன இரிக்கி ஒமுக்கு? நீரே சொல்லும்!"

என்று ஏதோவொரு முக்கியமான பிரச்சனைக்கு அவசரத் தீர்வைச் சொன்ன திருப்தியில் இருந்தது கைச்சூப்பி கந்தனின் முகம்.

"உள்ளதுதானே மக்களே வைரவா! நம்ம கைச்சூப்பியக் காணுகதுக்குத்தான் ஆளு கோம்பக் கூய்மொவம் மாதிரி பேத்தயனா தெரிவாம்! ஆனா கொஞ்சோல அந்த மண்டைக்காத்த வெவரமிருக்கு பாராம்?" என்று வைரவனிடம் சொன்ன பில்பாஜி கந்தனிடம் திரும்பி, "எலேய் மக்கா கந்தா! நீ ஆளு கொள்ளாங் கேட்டியா? ஒனக்க மண்டைக்காத்தயிம் எள்ளோல கூறு இரிக்கி!" என்று சொன்னதும் வைரவன் தலையிலடித்துக் கொண்டே சொன்னான்,

"ஏ சித்தப்பேன்! இந்த நாயி சொல்லுகது மாதிரி இம்மிகிறேசம்னா நா நம்ம தேசத்துல இருந்து வெளில போறம்லா? அதுக்குள்ள ஆதாரம்! அதத்தானிந்த நாயி ரேசன் மண்ணெண்ண அரிசி பாமாயிலுன்னு விக்கி?"

"அடப் பரட்டத் தாய்ளி மொவன! அதானேப் பாத்தேன்! நாய் விட்டை என்னைக்கி மணந்துருக்கு? இனிமே ஏதாது அபிப்ராயம் நக்குகம்ன்னி சொல்லிட்டு இம்மாதிரி கெடந்து அலம்புனான்னி வையி! கொதவளைல சவுட்டிருவம் பாத்துக்கா?" என்றவாறே காலைத் தூக்கி கந்தனின் கழுத்தாமட்டையின் அருகில் கொண்டு போனார் பில்பாஜி.

"வுடு சித்தப்பேன்! செவம் பண்டு கண்டாத்தானே பாந்து வெளங்கும்! நேரே நட்டாங் குத்தரத்தாஞ் சொருவுவேம்னா காரியம் நடக்குமா? செவத்துக் கூய்மோன ஒரு விசா எடுத்துத்

தாரேம்! குவைத்துக்கு வாலேன்னு விளிச்சா செத்த நாயி இங்கனக் கெடந்து செடி நட்டுக்கிட்டு நடக்கு!" - என்றான் வைரவன் அசூசையாக...

"இனிமே குடிச்சா பேயாம இருக்கணுஞ் சரியா?" என்று கந்தனை லேசாகக் கண்டித்தார் பில்பாஜி.

'எவனுக்கு வந்த விருந்தோ?' என இருந்தான் கந்தன். வைரவன் மீண்டும் பில்பாஜியிடம், "நீ சொல்லு சித்தப்பெம்! எதுக்காண்டி நீ ஏர்ப்போர்ட்டுக்குப் போறா?" என்று கேட்டான்.

"அதாஞ் சொன்னெய்ன்லா மச்சானோவ்! மாமெம் அந்தக் காய்ஞ்சவளுக்க செலைய காணுகதுக்குத்தாம் வாராம்னி?" - கந்தன்.

"லேய் சும்ம இரின்னி சொன்னம்லா ஓங்கிட்ட?" என்று கடிந்துகொண்ட பில்பாஜி வைரவனிடம், "ஆமடே மக்ளே! இந்தப் பெய சூப்பி சொல்லுகது உள்ளதுதாம்! அந்தச் செலையக் காணியதுக்கு ஒனக்க மூத்த பெரியம்ம இருக்காள்ளா ரெஞ்சிதம்! அவள மாதியே இருக்குங் கேட்டுக்கா! செவம் அவ மரிச்ச பிறபாடு அந்தச் செலதாம்டே ஒனக்க பெரியம்மைன்னு தோணும் பாத்துக்கா வைரவா?" என்று சொன்னதும் இருவருக்கும் அதிர்ச்சி.

"என்ன மாமேஞ் சொல்லுக? அந்தச் செல மாதிரியா இருப்பா ரெஞ்சித அத்த? செவம் அது கருகருன்னில்லா கரையாம் புடிச்சா மாதிரி இரிக்கிம்? நீரென்னவோ அளக்கீறு அளவு டேப்பு இல்லாம?" - கந்தன்.

"உண்மதாம்டே மக்களே சூப்பி! ஒனக்க மூத்த அத்தைக்க மனசு பெருசு கேட்டியா! அவளுக்க நெஞ்சிக்க பெருக்கத்த அந்தச் செலைக்கிட்ட கண்டம்டே!" என்று சொல்லவும் பில்பாஜியின் முகத்தில் ஒருவித வெட்கம்.

"ஆமா! சின்ன அத்தை சுந்தரிக்கி அவ்ளோ பத்தாது! சிறுசுதாம்!" - கந்தன்.

"என்னத்தடே சொல்லுக தொட்டித்தனமா?" என்று பதறினார் பில்பாஜி.

"புத்தியச் சொன்னேம் மாமே? ரெஞ்சித அத்த ஆளு கெட்டிக்காரியில்லவா? இந்தச் சுந்தரி முண்ட சூப்பனைல்லா?"

என்று கந்தன் சொல்லிக் கொண்டிருக்கும்போதே பில்பாஜியின் இரண்டாம் மனைவி சுந்தரி கையில் முட்டை வறுத்துக் கொண்டு வந்து தட்டில் எடுத்து வைத்தாள். கந்தன் அவளை ஏறிட்டுப் பார்க்கவும் பில்பாஜி குரல் கொடுத்தார்,

“எட்டீ சுந்தரீ... முட்டையோட போறுங் கேட்டயா? இனிமே அவரோர் வீடுகள்ள போயி தின்னுக்கிடுவானுவோ! நீ சீலைய ஒழுங்காக்கிட்டு உள்ள போ! இனிமே நா கூப்டா மாத்தரம் வந்தாப் போதும்!” என்றதும் சுந்தரி முந்தானையைச் சரி செய்ய கந்தனின் முகத்தில் ஒருவிதத் துக்கம்.

“செரி! அப்பம் சபையக் கலைப்பமா?” என்றவாறே பில்பாஜி எழுந்ததும் வைரவன் சொன்னான், “மாமே இந்தத் தடவ லீவு முடிஞ்சி நா போவும்போ அந்தச் செலைய எனக்குக் காட்டித் தரணும்! என்ன சொல்லுக?”

“ஒனக்கில்லாததா மக்களே? நாம்லா காட்டித் தாரமுங்கெம்? அது ஒனக்க பெரியம்மைக்க சில்ப்பம்ல்லா? நீ பாக்காம சாமானத்த யாரு பாப்பாவோ?” – பில்பாஜி.

“மூத்த சித்திய காணுகதுக்கு அவ்ளோ துருசமில்லியா ஒமக்கு? மாமேங் காணுகதுல ஒரு காரியமிருக்கு... ரெஞ்சிதத்துக்க ஜாடைல அந்தச்செல இருக்கு செரி? ஒமக்கென்னவே மச்சா?” என்று கந்தன் வைரவனிடம் சொல்ல கந்தனை நோக்கி பில்பாஜி,

“லேய் சீமைல கெடந்த புண்டாளுத! புடுக்க அத்து கையில தந்துப்புடுவெம் பாத்துக்கா! போலே எந்திச்சி வூட்டுக்கு! செத்துப் போனவள புடிச்சி கொல்லுகதுக்கு நிக்கானுவளே! அவளே ஜீவிச்சிருக்கம்ப என்னியப் படுத்துன பாடு சொல்லி மாளாது?”

கந்தனும், வைரவனும் வந்தப் பாதைக்குச் சென்றார்கள். அடித்துப் பிடித்து இரண்டு மாதங்கள் விடுமுறை முடிந்து வைரவன் புறப்படவேண்டிய நாள் வந்தது. அதற்கிடையில் இரண்டு மூன்று முறைகள் ஏர்போர்ட்டுக்குப் பயணித்திருந்தார் பில்பாஜி.

வைரவனுக்கு அன்றைக்கு மதியம் இரண்டு மணிக்கு விமானம். புறப்பாட்டுக்கு மூன்று மணிநேரத்துக்கு முன்னர் விமானநிலையத்தில் இருக்க வேண்டும் என்பது கட்டுப்பாடு.

வேன் காலையில் ஏழு மணிக்கெல்லாம் கிளம்பியது. நாதனின் மரிப்புக்குப் பிறபாடு பில்பாஜி டிரைவர் சீட்டின் பக்கத்து சீட்டில் அமர்வதில்லை. அந்தச் சம்பவங்களெல்லாம் தன்னுடைய சாபத்தின் நிமித்தம் நிகழ்ந்ததில்லை என்பது அவருக்குத் தெரிந்திருந்தாலும் தன்னைப் போலவே வேறு யாராவது சாபமிட்டு அந்தச் சாபத்துக்குத் தாம் ஏன் பலியாக வேண்டும் என்ற ஒரு முன்னெச்சரிக்கை உணர்வு அவரைப் பீடித்திருந்தது. பின் சீட்டில் போய் அமர்ந்திருந்தார். அமரவிளை செக்போஸ்டில் வரிசையாக வைக்கோல் பாரமேற்றிய லாரிகளைப் பிடித்து வைத்திருந்தார்கள்.

“இவுனுவளுக்கு இதே சோலி! அரிசியக் கடத்திக் கொண்டு போறவனுவள சக்கரத்த வாங்கிட்டு வுட்டுருவானுவோ! அந்த அரிசியெல்லாம் பூக்கதுக்குக் காரணமான வய்க்கோல இந்த மாடு கண்ணுவளு திங்கிம்! அதப்புடிச்சி நிப்பாட்டி வச்சிக்கிட்டு சக்கரத்தக் கொண்டான்னி கேட்டா? ஒரு லோடு வய்க்கலே எறுநூறு ரூவா பெறுமா? இதுல எங்கேர்ந்து இவுனுவளுக்கு வாய்க்கிரி போடியதுக்கு? இவுனுவளுக்கு அரசாங்கம் சம்பளங்குடுக்காம சாணியவா வாரிவாரிக் குடுக்கு மாசாமாசம்? இதுக்கு நாலு வூட்டுல எறந்து திங்கலாம்லா?” என்று சலித்துக் கொண்டார் பில்பாஜி.

வைரவனுக்கோ விமானத்துக்குச் சமயமாகிக் கொண்டிருந்தது. வாட்சைப் பார்த்துக் கொண்டேயிருந்தான். ஒருவழியாகப் போக்குவரத்து நெரிசல் தீர்ந்து ஏர்போர்ட்டை எத்தின பொழுது மணி பன்னெண்டரை! வழக்கமாக மனைவியிடமும் தாயிடமும் வைக்கும் ஒப்பாரிக்குத் தற்சமயம் காலம் இடம் கொடுக்கவில்லையாதலால் வண்டியிலிருந்து இறங்கி ஓடிப்போய் வரிசையில் நின்று கொண்டே தூரத்தில் வயிற்றைத் தடவிக் கொண்டிருந்த மனைவி சுபத்திராவை தூரத்திலிருந்து பார்த்தவாறே ஒரு சொட்டுக் கண்ணீர் முணுக்கென கையிலிருந்த போஸ்போர்ட்டில் விழுந்து தெறித்தது.

“ச்சை... மொவெம் இந்தத் தடவ அந்தச் செலைய காணணும்னு எங்கிட்ட கேட்டாம் பாத்துக்கிடுங்க மைனியோ? லேட்டாவலைன்னா காட்டிக் கூட்டிக்கிட்டு வந்துருக்கலாம்!” என்று வைரவனின் தாய் வரம்பெற்றாளிடம் சொல்லிக் கொண்டிருந்தார் பில்பாஜி.

“என்ன செலப்போ அது? மகால்மா காந்திக்கயா?” என்றாள் வரம்பெற்றாள்.

“அதுவொரு காரியமான சாந்திக்க செல பாத்துக்கிடுங்க மாமி!” என்றான் கைச்சூப்பி கந்தன் ரகசியமாக.

“செரி... அப்பம் போவக்கூடிய வழில ஒரு எட்டு என்னான்னி பாத்துக்கிட்டு போவலாம்!” என்றாள் வரம்பெற்றாள். மொத்தம் அந்தக் குழுவில் வந்த பதினாறு பேரது எண்ணிக்கைகளில் ஒன்று விமானமேற பதினைந்து பேர் கொண்ட குழு சரியாக ஒன்றரை மணிக்கெல்லாம் கிளம்பி கடல்கன்னியின் சிலையருகே செல்ல சிலையைக் கண்ட வரம்பெற்றாள் வியப்பில் சொன்னாள்,

“இந்தப் பில்பாஜிப்பெய இதுக்குத்தாம் ஓடியோடி இங்கன வாரானா! இவ்ளோ வயிசாகியுமே செவத்து நாயி தனக்க தொட்டித் தனத்த தூர வுடல்லியே?”

பில்பாஜிக்கோ அந்தச் சிலையை அதுவரைக்கும் பக்கத்தில் நின்று பார்த்ததால் ஒரு பெரிய திரை முழுக்கவும் கதாநாயகியின் ஒற்றைக் கண்ணைக் குளோசப்பில் பார்த்தது போன்ற உணர்வு. அத்தாம் பெரிய கடற்கன்னி சிலையுடைய அழகின் துல்லியம் சரியாகத் தெரியவில்லை. ஒருமுறையாவது தூரத்தில் போய்ப் பார்த்தால் என்னவென்று தோன்றும்! ஆனால் வேனில் வந்தவர்கள் தம்மைக் காணாமல் விட்டுவிட்டுப் போய்விட்டால் என்ன செய்வது? என்ற பயத்தில் தொலைதூரத்துக்குச் சென்றதில்லை. இன்று இதோ அத்தனை பேரும் பக்கத்தில்தானே நிற்கிறார்கள் என்ற தைரியத்தில் வெகுதூரம் நடந்து போய்ப் பார்த்தால் அந்தச் சிலை அருமையானதொரு வடிவத்தில் அழகாய்த் தெரிந்ததும் அவருக்குள் ஒருவித காதல் தன்மை எழுந்து கொண்டது.

சிலையின் வனப்பில் தாடை கழன்று நின்ற ஆண்கள் அந்தக் கூட்டத்தில் பில்பாஜியைக் காணாமல் தேடினார்கள். சுற்றிலும் ஆட்கள் தேடிப்போனார்கள். எங்கும் ஆளைக் காணாமல் தேடிய பிற்பாடு தூரத்தில் கொஞ்சம்பேர் சேர்ந்து ஒரு ஆளைத் தலைக்கு மேலாகத் தூக்கிக் கொண்டு வந்தார்கள். ஓடிப்போய்ப் பார்த்தால் அது பில்பாஜியின் உயிருள்ள பூதவுடல். வரம்பெற்றாள் ‘எய்யா பாஜி! போயிட்டியா?’ என்று கதறவே தூக்கி வந்த ஆட்களில் ஒருவன் கேட்டான்,

"நிங்களோடு வந்த ஆளாணோ?"

கந்தன் பதட்டத்தில், "அதே சேட்டா! ஆளு மரிச்சோ?"

"இதுவரைக்கும் மரிச்சிட்டில்லா! ஒருக்கில் ஞங்களு கொறைய சமயங் கழிச்சி அவிடே சென்றிருந்தா ஆஷானோட ம்ருகதேகம் கூட கண்டு எத்தான் வைய்ய கேட்டோ?"

"இயாளுக்கு ஏது பற்றி சேட்டம்மாரே?" - கந்தன்.

"காலுமாறி கடலிலேக்கி வீணதா! ஆத்மஹத்திக்கி ஷ்ரெமிச்சாதான்னு ஒரு சம்ஸியமுண்டு!"

"இந்த நாயி எதுக்கு தற்கொல செய்யப் போகு?" என்று வரம்பெற்றாள் கேட்டதும் பில்பாஜியைத் தோளிலிருந்து இறக்கிக் கீழேக் கிடத்தினார்கள்.

அந்த சமயத்தில் ஆகாயத்தில் தாழ்வாக ஒரு விமானம் மேலே ஏறிக்கொண்டிருந்தது. அதன் ஜன்னலோர இருக்கையில் அமர்ந்திருந்த வைரவனுக்கு கீழே ஒருபெண் ஆடையின்றிப் படுத்திருந்த சிலைகண்ணில் பட்டது. அதுதான் பில்பாஜி சொன்ன சிலை என்பது புரிந்து போனது. ஆனாலும் கீழே கூட்டமாய் நின்றது தன்னுடைய குடும்பமென்பதும் பில்பாஜிக்கு அரபிக்கடல் கொடுத்த அபத்த முத்தம் குறித்தும் எதுவும் தெரியாது. அவன் அரபிக்கடல் மீது பறந்து கொண்டிருந்தான்.

தரையில் கண்விழித்த பில்பாஜி தாம்குடித்த கடல் தண்ணியைக் கக்கியவாறே சொன்ன முதல் வாக்கியம் இதுதான்,

"எலே ரெவி! நாங் கடலுக்காத்த முங்கும்போ அங்கு ரோஸ் டிராவல்ஸ்னு ஒரு போர்டு கெடந்தத கண்டெங் கேட்டியா? இது அந்த அரபிக் காரக் கெழவியக் கெடந்த பொன்னுலிங்கத்துக்க வண்டிதானப்போ?"

6

# கிறுக்குக் கிருதண்டம்

நடுச்சாமம் புலர்ந்து மஞ்சளான வெளிச்சத்தில் புலர்ந்து கிடந்தது பூமி. காபி டபராக்களின் சலசலப்பிலும், டீ ஆற்றும்போது எழுந்த அருவியின் பேரிரைச்சலிலும் அப்போதுதான் விழிக்கத் துவங்கியது பால் பண்ணை ஜங்ஷன். நடுக்காட்டு இசக்கியம்மன் கோயில் பூசாரி கிரிச்சான் என்ற கிருஷ்ணன் காலையில் வந்து பார்க்கும்போது கோயில் வாசலில் படுத்து உறங்கிக் கொண்டிருந்தார் கிருதண்டம். கிரிச்சான் கடுப்பில்,

“வே பாட்டா! நடைலெர்ந்து எந்திரியிம்! விடிஞ்சும் ஒரு கெறக்கம் ஆளுவளுக்கு? மனியெம் பூச நடத்தாண்டமா?”

“நடத்தண்டாம்னு சொன்னா பூச சாதனங்கள தூர வீசிட்டு ஊட்டுக்குப் போயிருவியாப்போ கிரிச்சாம்?” என கண்ணைத் திறக்காமலேயே கிருதண்டத்திடமிருந்து பதில் வந்தது.

“இந்த வில்லங்கம்புடிச்ச பேச்செல்லாம் பொறவு பேயலாம்! எந்திச்சி வழிமாறி நில்லும்! பூசக்கி நேரமாகு!”

“பூச மைத்துக்கு சாமி நேரம்ம எந்திரிச்சா போழாதா? நா என்னத்துக்கு எந்திரிக்கணும்ங்கியேன்?”

“ச்செவத்த... காலம்பரயே வில்லு வக்கியாதியிம் ஓய்! செவம் செற எழவா இருக்கு!”

என்று கிரிச்சான் சலித்துக் கொள்ள, “ஏ ஏக்கியம்ம! எழவுல... ஆளுவள செத்தநேரங் கெடக்க

வுடியானுவல்லியே சகாய மாதாவே?” என்றவாறே எழுந்து தலைக்கு அடை வைத்திருந்த துண்டை எடுத்து உதறித் தோளில் போட்டவாறே கிழக்கு நோக்கி நகர்ந்தார் கிருதண்டம் கிழவன்.

எல்லோரிடமும் வம்பு பேசுவதால் அவரை எல்லாரும் ‘கிருதண்டம்’ என்றும், சில நேரங்களில் கோட்டிக்காரத்தனமாகப் பேசுவதால் கிறுக்குக் கிருதண்டம் என்று ஆட்கள் அழைத்தாலும் அவரது நிஜப்பெயர் எல்லாம் வல்லான் என்பதும், அவர் பழவிளை அருகிலுள்ள கிராமத்தைச் சார்ந்தவர் என்பதும் அவருக்குப் பின்னர் வாரிசு இல்லை என்பதும் எல்லாருக்கும் தெரியாது. ஏனென்றால் அவருக்குத் திருமணமே ஆகவில்லை. யாராவது அவரது வாழ்க்கைக் குறிப்பைக் கேட்டார்களானால் அவர்களுக்கு இவ்வாறு பதிலளிப்பார்.

“எனக்க ஒரு ஓமுடிஞ்ச கதயத் தெரிஞ்சி வச்சிக்கிட்டு பத்தாப்புல பூகோளப் பாடத்துல பரிச்சக் குண்ணையா எழுதப் போற? போலே ஓஞ்சோலி மயித்தப் பாத்துக்கிட்டு!”

சருகு போன்ற தேகமும். சன்னமான முகமும் கொண்ட அறுபத்தைந்து வயதான கிருதண்டத்தின் தினப்பாட்டில் இரண்டு வேளை தேநீரும், ஒருவேளை சாப்பாடும், மூன்று குவாட்டர்களும் இடம்பிடிக்கும். என்ன வேலையானாலும் செய்து அதற்கான காசைத் தேற்றிவிடுவார். ஆனால் யாரிடமும் பொய் சொல்ல மாட்டார். திருட மாட்டார். யாசித்தாலும் கூட மேற்கூறிய இரண்டு காரியங்களும் அவரது தன்மானத்துக்கு அவமானம் என்று கருதினார். அவருடைய வாய் மட்டும்தான் அவரது பலமும் பலஹீனமுமாக அமைந்திருந்தது.

வெள்ளிக்கிழமையான அன்று காலையிலேயே நாகர்கோவில் நகரம் படபடத்துக் கிடந்தது. பால்பண்ணை பேருந்து நிலையத்தின் முன்பாக பள்ளி, கல்லூரி மாணவர்களும், வேலைக்குச் செல்வோரும் ஏதோ காரியங்களைக் குறித்துப் பேசுவதும், சிலாகிப்பதுமாக பேருந்துக்காகக் காத்துக் கிடந்தார்கள். கல்லூரி வாகனங்கள் வந்து நின்று தங்கள் கல்லூரியின் பிள்ளைகளை ஏற்றிக் கொண்டு கடந்து போயின.

ராஜலிங்கத்தின் டீக்கடையில் வந்து நின்றார் கிருதண்டம். உள்ளிருந்து டீ மாஸ்டர் சப்பான் எட்டிப் பார்த்தான். அவனொரு அஸ்ஸாம்காரன். அதனாலேயே அவனது மூக்கின்

பாவனையாக அந்தப் பெயர் ஒட்டிக் கொண்டது. கிருதண்டம் சப்பானிடம்,

“ச்சீனி கொறச்சி ஒரு தேயில போடுடே சப்பாம்!”

“கைல சக்கரமிருக்கா? ஓசுல கேக்கீறா?”

குரல் வந்த திசையில் கல்லாவின் முன்பாக ராஜலிங்கம் அமர்ந்திருந்தார். கிருதண்டத்துக்குக் கோபம் வந்து விட்டது.

“கைல சக்கரமில்லாமயா ஓங்கடைக்கி தேயல நக்க வருவா? யாம்னா என்ன செஞ்சிரலாம்? மூணு செரங்க தண்ணில ரெண்டு சொட்டு பால ஊத்தி அதுல தேயிலயக் கரச்சித் தாரதுக்குப் பேரு தேயிலன்னா அதுக்குப் போயி பத்து ரூவா வாங்குகியே? நாணமில்லியே ஒனக்கு?”

ராஜலிங்கம் அதற்குப் பின்னர் வாய் திறக்கவில்லை. சப்பான் நன்றாக நுரைதள்ள ஒரு டீயை கிளாசில் அடித்து ஒரு அடிப்பாகத்தில் சுற்று துணி வைத்து அழுந்தத் துடைத்து அந்த மதிலில் வைத்து ஒரு உருட்டு உருட்டிவிடவே டீ கிளாஸ் ஒரு ரவுண்டு அடித்து அருகிலிருந்த மதிலில் அமர்ந்தது. இந்த லாவகத்தை எதிரில் இருந்து பார்த்து ஒரு குட்டி சிரிக்கவும் சப்பானின் அஸ்ஸாமியக் கண்கள் சுருங்கி உதடுகள் துடிக்க காதலின் பால் எழுந்த ஒரு சிரிப்பாணியைக் கிருதண்டம் கவனித்து சப்பானிடம் லேசாகக் கண்ணைச் சிமிட்டியபடியே கேட்டார்,

“என்னடே சப்பான்! அந்தப் புள்ளைய வளச்சிட்ட போலுக்கு! நாக்கு பாய்லர வளைஞ்சி தரையில கெடக்கு? குட்டியும் டீகிளாசு மாதிரியே கெடந்து கெறங்குவு? அந்தா இருக்குல்லா மாட்டறச்சி கட? அவளுக்க தவப்பனுக்க கடதாம் பாத்துக்கா! அவனுக்க கத்தி ஒனக்க நாக்க வுட நீளம் கேட்டியா! எடுத்து கறக்குனாம்னு வைய்யி? நீயும் ஒனக்க ஓனரு இருக்காம்லா ராசநக்குனலிங்கம்...? ரெண்டு வேரும் இந்த ரோட்டுல கரண்டக்காலு வெட்டுப்பட்டு ஊந்துதாம் நடக்கணும் கேட்டியா? வந்தமா? டீய ஆத்துனமான்னு இல்லாம குட்டியளுவள ஆத்தலாம்ன்னு பாக்க இல்லியா கூய்மோன?”

இதைக்கேட்டு பயந்துபோன ராஜலிங்கம் உள்ளிருந்து சப்பானிடம்,

“எனக்க கடைக்கி வாய்க்கிரி போட வச்சிக்கிட்டுத்தாம் போவியாலே சப்பான்? ஊராஞ்சாணைக்குள்ள கம்பிய வச்சா பழுத்துரும் பாத்துக்காப்போ! இது ஒண்ணும் அஸ்ஸாமில்ல! சக்கரங் கொறவா குடுத்தாப் போதும்ங்கியதாலத்தான் ஒன்னைய நட்டம நிப்பாட்டிருக்கு! மிச்சம்புடிச்ச அந்தச் சக்கரத்தக் கொண்டோயி ஆசுவுத்திரில குடுக்க வச்சிறப்புடாது? டீப்பட்டறைய வடக்க மாற வச்சாத்தாஞ்செரி? வேலைக்கி வாரேளா வேதனைக்கி வாரேளாடே? தெண்டியளு?”

கிருதண்டம் நக்கலாக, “தலைவன் எவ்வழியோ குடியவ்வழி?” என்று சொல்ல ராஜலிங்கம் அவரிடம்,

“ஓய் கிருதி! யாரவே சொல்லுதீரு?” என்று கேட்க, “ஒன்னியப் போயி தலைவம்ன்னி சொல்லுகதுக்கு நா என்ன கண்ணவிஞ்சா கெடக்கியேன்?” என்று சொல்லிவிட்டு கிருதண்டம் நிமிர்ந்து பார்க்க தூரத்தில் பிரதம மந்திரியின் படம்போட்ட போஸ்டரை சாலையின் எதிர்த்தாப்பிலிருந்த மதிற்சுவரில் ஒட்டியிருந்தார்கள். ராஜலிங்கம் இம்முறையும் அமைதி காத்தார். அப்போது ஒரு பேருந்து பஸ் ஸ்டாப்பிலிருந்து ஒரு பத்துமீட்டர் தூரம் தள்ளிப் போய் நின்றதும் ஆட்கள் பஸ்ஸை நோக்கி ஓடினார்கள். கிருதண்டத்துக்கு கோபம் தலைக்கேறியது.

“இந்த ட்ரெய்வரு பெயக்களுக்கு பெஸ்ஸ ஸ்டாப்புல நிறுத்தியதுக்கு என்ன மாய்ச்சலோ? மாசமானா கெவர்மெண்டு சக்கரத்த வாங்கி நாக்குல வெரல நனச்சி எண்ணணும்! ஆனா பணி செய்யப்புடாது? பெரிய கவர்னர்ல்லவா மப்பு மயித்துல வட்டு புடிச்சியது?”

என்றவாறே கடைசி மடக்கு டீயைக் குடித்துவிட்டு கிளாசை அருகில் வைத்துவிட்டு சட்டைப்பைக்குள் கைவிட்டு சில்லரைக் காசுகளை எண்ணி அதில் பத்துரூபாயை ராஜலிங்கத்திடம் கொடுத்துவிட்டு,

“இந்தா பத்துரூவா! நல்லா முழுங்கு! பெரிய கலெக்டரு டீக்கட வச்சி நடத்தியாரு? நீ டீ போடுக லெச்சணத்துக்கு பத்து ரூவா பத்தாது! மாஸ்டருக்க கைக்கி ஆனமுடி மோதரம் இடணும்! திரியேளே ஒரு பாய்லரு குண்ணையுங் கொண்டுகிட்டு?”

என்றவாறே கடையிலிருந்து இறங்கி கிழக்கு நோக்கி நடந்து போய்க் கொண்டிருந்தார். வெயில் மண்டையைக் கிழித்தது.

நடக்க நடக்க கிருதண்டத்துக்கு தாகம் எடுக்கவே ஒரு குடிநீர்க் குழாயில் நீரருந்தினார்.

“எம்மோ! என்னா சூடு? பச்சவெள்ளம் கொதிக்கி? இந்த முனிசிப்பாலிட்டிப் பெயலுவா வல்லதும் வென்னியக் காச்சி பைப்புல உடுகானுவளா?” என்றவாறே நிமிர்ந்து தோளில் கிடந்த துண்டை எடுத்து வாயைத் துடைத்துக் கொண்டிருந்தார். மீண்டும் கிழக்கே கலக்டரேட் நோக்கி ஒரு பயணம். நெற்றியிலிருந்து வியர்வைக் கோடுகளாய் வழிய சிக்னலில் வந்து நின்று கொண்டார். மேற்கு பக்கம் சிகப்பு விளக்கு எரியவே அடுத்துவரும் நூற்றியெண்பது வினாடிகள் பின்னோக்கி நகர்ந்து கொண்டிருந்தன. கிருதண்டம் ஒரு காரின் கண்ணாடியைத் தட்டி வயிற்றைத் தடவிக் காட்டினார். கண்ணாடி மேலிருந்து கீழிறங்கியது. அதிலிருந்த டிப்டாப் ஆள் ஒருவர்,

“சில்ற இல்லியே தாத்தா!”

“பரவால்ல தம்பியோ! நோட்டு இருந்தாலுங் கொள்ளாம்!”

அந்த நபர் சிரித்துவிட்டு டேஷ்போர்டில் கையைவிட்டு ஒரு இருபது ரூபாய் நோட்டை எடுத்துக் கொடுக்கவும் அவருக்கு நன்றி சொல்லிவிட்டு அடுத்த காரை நோக்கி நகர்ந்தார் கிருதண்டம். அதில் ஒருபெண்மணி சொன்னாள்,

“யாவ்வோய்! ரோட்டுல கையேந்திக்கிட்டு நடக்குதியளே? ஒம்ம மாதிரி ஆளுவளுக்கு ஒழச்சிக் கொட்டுகதுக்கா நாங்க ஓடிக்கிட்டுத் திரியோம்? ஒங்களுக்கெல்லாம் வேலையளுக்குப் போனாலென்ன கொள்ளையோ?”

“அந்தா கலேட்டரு ஆப்பீசு இருக்குலாம்மா! அங்க வேலைக்கி மனு எழுதிக் குடுத்துருக்கம் பாத்துக்கா? இன்னும் பத்து நாள்ல அந்தக் கலேட்டரு வேற ஊருக்கு டான்ஸ்வர் ஆயி போயிருவாராம் பாத்துக்கா! அதுக்கு அப்பறம் அந்த சீட்டுல என்னைய உக்கார வைக்கதா சொல்லிருக்காவ?” என்று கிருதண்டம் சிக்னலைப் பார்த்தவாறே சொல்ல அந்தப் பெண்மணி கடுப்பாகி,

“சாவப் போற காலத்துல ஒமக்கு நளி... என்னவோய்?”

"பாத்தல்லா சாவப்போற காலத்துல எப்புடிம்மா வேல செய்ய முடியும்? ஒரு பத்து ரூவா தந்தீன்னா காலம்பர சாப்புடுவெம் கேட்டயா! யாருக்கு எப்ப சாக்காலம் வரும்ன்னி யாருக்கும்மா தெரியும்? நீ அந்த சீட் பெல்ட்ட போட்டுக்காயாம்!"

என்று சொல்லவும் அந்தப் பெண்மணி எதையோ புரிந்து கொண்டதாக ஒரு பத்து ரூபாயை எடுத்து நீட்டி விட்டு சீட் பெல்ட்டைப் போட்டுக்கொண்டு கண்ணாடியை மூடிக் கொண்டாள். அடுத்த காருக்குப் போகவும் சிக்னலில் இன்னமும் நாற்பது வினாடிகளே மிச்சமிருந்தன. அந்தக் காரின் ஆசாமி கிளட்சை மிதித்துக் கியரைப் போட்டவண்ணம் காத்திருக்கும் போது கண்ணாடி தட்டப்பட்டது. அவசரத்தில் கண்ணாடியைத் திறந்து,

"என்னவோய் பாட்டா! எதுக்கு கண்ணாடியத் தட்டுகீரு?"

"வயத்தப் பசிக்கி மக்கா! எதுனா சக்கரமிருந்தா தாயாம்!" என்று கேட்க அவன் சிக்னலைப் பார்த்துவிட்டு. "தள்ளி நில்லும் சிக்னலு போடப் போறாம்!"

"சிக்குனலுதா இன்னும் போடலைல்லா! சக்கரமிருந்தா போடலாம்லா? புள்ளையளு நல்லாருக்கும்யா!"

இந்த வார்த்தைகளைக் கேட்டதும் அவன் அவசர அவசரமாகப் பைக்குள் இருந்து கொஞ்சம் சில்லறைகளை அள்ளிப்போட்டான். அத்தனையும் பத்து ரூபாய் நாணயங்கள். ஆறண்ணம் இருந்ததைக் கண்ட கிருதண்டத்துக்கு முகமெல்லாம் மகிழ்ச்சி.

"மொத்தந் தொண்ணூறு! நல்லாரு மக்களே!"

சிக்னல் விழவே வண்டி நகர்ந்தது. கிருதண்டம் எதிர்த் திசைக்கு நகர்ந்தார். அங்கே சிக்னலில் பணி செய்து கொண்டிருந்த போக்குவரத்துக் காவலர் கிருதண்டத்தைக் கவனித்துக் கொண்டே வாகனங்களை ஒழுங்கு படுத்திக் கொண்டிருந்தார். அப்போது வைக்கோல் பாரமேற்றிய லாரி ஒன்று வந்து நின்றது. அதிலிருந்து கிளீனர் கொஞ்சம் காசை எடுத்து போலீஸிடம் நீட்ட அதை ஓரக்கண் போட்டு கவனித்த கிருதண்டம் லேசாகத் தொண்டையைத் திறந்து பாடத்துவங்கினார்,

“போயும் போயும் மனிதனுக்கிந்த புத்தியைக் கொடுத்தானே? இறைவன் புத்தியைக் கொடுத்தானே? அதில் பொய்யும் புரட்டும் திருட்டும் கலந்து பூமியைக் கெடுத்தானே? மனிதன் பூமியை கெடுத்தானே?”

இதைக் கண்ணுற்ற டிராஃபிக் போலீஸ்காரர் பெரிதாக எடுத்துக் கொள்ளவில்லை. அப்போது ஒரு ஜீப்பில் இன்ஸ்பெக்டர் வந்தார். அதைக் கண்டதும் அந்த டிராஃபிக் போலீஸ்காரர் விறைப்பாக சல்யூட் ஒன்றை வைக்க, இன்ஸ்பெக்டர் ஜீப்பை ஸ்லோவாக்கி டிராஃபிக்கிடம், “எஸ்.பி பாசிங் இருக்கு! எங்கயும் போயி நின்னுகிடப் புடாது! புரிஞ்சா! பெரிய வண்டிகள் ஒண்ணையும் உட்டுறாத!”

டிராஃபிக் போலீஸ்காரர் பணிவாக, “அதெல்லாம் உட மாட்டேங்கய்யா!”

இப்போது கிருதண்டத்தின் முகத்தில் சிரிப்பு. மீண்டும் பாடத் துவங்கினார், “நாளொருமேடை... பொழுதொரு நடிப்பு! அவன் பேர் மனிதனல்ல! நாவில் ஒன்று நினைவில் ஒன்று! அதன் பேர் உள்ளமல்ல!”

டிராஃபிக் போலீஸ்காரர் கிருதண்டத்தை ஊன்றிக் கவனித்ததை கிருதண்டம் கவனித்து பாட்டை மாற்றினார். “திருந்தாத உள்ளங்கள் இருந்தென்ன லாபம்? வருந்தாத உருவங்கள் பிறந்தென்ன லாபம்?”

“வேய் பாட்டா! யாரவே சாட வச்சி பரியாசமாடிக்கீரு?” டிராஃபிக் போலீஸ்காரர் கிருதண்டத்திடம் சாடினார்.

“நாம் பாட்டுல்லாய்யா பாடியெம்? பரியாசம்ங்கிய?” கிருதண்டம்.

“பேசாம எந்திச்சிப் போயிரும்! காலம்பறயே மனுசம் வேவாத்த வெயில்ல நிக்காம்! ஒமக்குத் தத்துவப் பாட்டு கேக்குவு?”

“கெட்டடத்த மறைக்கின்னு அத்தாம் பெரிய மரங்கள வெட்டுனானுவல்லா? அன்னைக்கி எஞ்சய்யா போயிருந்திய? மரமில்லன்னா வெயிலுக்காத்ததாம் நாட்டிக்கிட்டு நிக்கணும்?” என்று சொன்னதும் டிராஃபிக் போலீஸ்காரர் திரும்பி அங்கிருந்த பெரிய துணிக்கடையை ஏறிட்டுப் பார்த்துவிட்டு,

“அதுக்கும் எனக்கும் என்னவே சம்மந்தம்? நானா வெட்டுனெம்?”

“எல்லாருக்கும் பங்குண்டு! எத்தன பறவையளு, பரதேசியளு படுத்தொறங்குன மரம்யா அது? கெட்டடத்த பொசுக்குன்னி கெட்டி எழுப்பிறலாய்ன்? ஒரு மரத்த ஒடனே வளத்தெடுத்துற முடிமா?”

“என்னத்தவே வந்து கெடந்துகிட்டு சலம்புதீரு?” என்றவாறே டிராஃபிக் போலீஸ்காரருக்கு சலிப்பு. கிருதண்டம் அவரிடம், “எய்யா! ஒரு பத்து ரூவா தருவிளா?”

“என்னது பத்து ரூவாயா? எனக்கிட்டயே பைசா கேக்கீறா?”

“கேட்டுருக்கப்டாதுதாம்! எனக்கும் காக்கி உடுப்பு இருந்துருந்தா நீட்டுன எடமெல்லாம் சக்கரம் உழுந்துருக்கும்! இல்லியே? இப்ப நா என்னெய்ய?”

டிராஃபிக் போலீஸ்காரர் அப்போதுதான் கிருதண்டத்தை முழுதாக ஏறிட்டுப் பார்த்தார், “ம்ம்ம்ம்... ஆளு கொள்ளாங் கேட்டீறா? என்னாவொரு எகத்தாளம்வே ஒமக்கு?”

கிருதண்டத்தின் முகத்தில் ஒரு மென்சோகப் புன்னகை, “காப்பி குடிக்க பைசா இல்லய்யா! அதாங் கேட்டம் பாத்துக்கிடுங்கோ? நா வேணும்னா தாழ செட்டிக்கொளத்துக்குப் போயி நாலஞ்சி வைக்கல் லாரியள இப்பக்கமா மாத்தி வுடட்டா? செவத்த சக்கரஞ் சேரும்லா?”

டிராஃபிக் போலீஸ்காரர் கடுப்பில் பாக்கெட்டில் கையை விட்டு ஒரு இருபது ரூபாய்த்தாளை எடுத்து கிருதண்டத்தின் கையில் திணித்து, “தயவு செய்து நல்லாருப்பீரு! எடத்தக் காலி பண்ணும் மொதல்ல? மனுசனுக்கத் தொண்ட தண்ணிய வாங்கப்புடாது!”

அப்போது நிறைய கூச்சலும், கைத்தட்டலும், விசில் சப்தமும் கேட்டது. ரெண்டு பேரும் சப்தம் வந்தத் திசையை ஏறிட்டுப் பார்க்க அங்கே ஒரு கல்லூரிப் பேருந்து சிக்னலில் நின்று கொண்டிருந்தது. டிராஃபிக் போலீஸ்காரர் கிருதண்டத்துக்கு தர்மம் செய்த காட்சியைக் கண்ட மாணவ மாணவிகள் கைதட்டிக் கொண்டாடினார்கள். டிராஃபிக் போலீஸ்காரருக்கு சிலிர்த்து விட்டது. கிருதண்டம் பஸ்ஸை நோக்கிக் கையசைத்தவாறே போலீஸ்காரரிடம்,

“குடுத்தாத்தாம்யா மதிப்பு! கைய நீட்டுனா நாயி கூட நம்மள மதிக்காது! அந்த லாரிக்க கிளீனரு பய செவம் என்ன படிப்பு படிச்சிருப்பாம்னு யோசிங்க? படிச்ச நீங்களே அவங்கிட்ட கைய நீட்டுகேளே? அவம் எங்கனோடி இருந்து ஊனிஃபாம மதிப்பாம்? ஆமா அய்யாவுக்கு எத்தன பிள்ளையளு?”

டிராஃபிக் போலீஸ்காரர் பதறிப்போய், “மூத்தது மொவ! ரெண்டாவது ஒரு பையம்! யாங்கேக்குதிய?”

“இல்ல... ஒம்ம புள்ளையளோ அவியளுக்க கூட்டுக்காரவளோ நீரு கைய நீட்டுகதக் கண்டா என்ன நெனப்பாவ சொல்லுங்கய்யா! பிள்ளையள் நாணிப் போயிறாதா?” என்றவாறே கிருதண்டம் கீழ்நோக்கி நடக்க போலீஸ்காரர் முகத்தில் ஈயாடவில்லை. கோபாலபிள்ளை மருத்துவமனை எதிரில் இருந்த டாஸ்மாக் அருகே வந்ததும் கிருதண்டம் எதிரில் வந்த ஒருவரிடம் மணி கேட்டார்,

“எப்போ மணி எத்தற?”

அவர் மொபைலை எடுத்துப் பார்த்துவிட்டு, “பத்து தாத்தா!” என்றதும் “எப்போவ்வ்! இன்னு ரெண்டு மணிக்கூறு இருக்கா? செவத்துப் பெயலுவளுக்கு செத்த நேரத்ததாங் கடையத் தொறந்தா கைல இருக்க செலம்பு பொட்டிருமா?” என்று சலித்துக் கொண்டு பாக்கெட்டில் கையை விட்டு காசை எண்ணிப்பார்க்க அதில் மொத்தமாக நூற்றியிருபது ரூபாய்கள் இருந்தன.

“இன்னும் இருவத்தஞ்சி ரூவா சாதனத்துக்கும், கப்பு தண்ணி கடலைக்கி முப்பது ரூவாயும் வேணுமா? சரி எங்கயாது அமைப்போம்!” என்றவாறே மீண்டும் கீழ்நோக்கி நடந்தார். வழியில் இருந்த டீக்கடையின் முன்பாக நிறைய சிகரெட் துண்டுகளும், குப்பைகளுமாகக் கிடக்கவே கிருதண்டம் டீக்கடைக் காரரிடம் போய்,

“தம்பியே... இவ்ளோ அசுத்தமாக் கெடக்கே! ஆளுவ எப்புடி நின்னு டீ குடிப்பாவ? அந்த வாரியல இஞ்ச எடு! லேசாப் பெருக்கித் தாரெம்!”

“அதெல்லாம் வேண்டாந் தாத்தா! குப்ப வண்டி வரும்லா... அப்ப நானே தூத்துப் பெருக்கிக்கிடுதேம்!” என்று டீக்கடைக்காரர் சொல்லிவிட அதற்குக் கிருதண்டம், “எப்போ! நீ சக்கரமெல்லாந்

தராண்டாம்! ஒரு தேயலையும், பருப்பு வடையுந் தந்தா மதி!" எனச் சொல்லவும் கடைக்காரர் ஒரு விளக்குமாறை எடுத்துக் கொடுத்தார். கடையைச் சுத்தமாகப் பெருக்கி அள்ளி குப்பைத் தொட்டியில் போட்டு விட்டு ஒரு ஓரத்தில் அமர்ந்தார் கிருதண்டம். டீக்கடைக்காரர் ஒப்பந்தப் படி ஒரு டீயும் ஒரு பருப்பு வடையும் எடுத்துக் கொடுக்க பருப்பு வடையை மடியில் கட்டிக் கொண்டு டீயைக் குடித்தார்.

இதைக்கண்ட டீக்கடைக்காரர், "என்ன தாத்தா வடையத் திங்கலியா?

கிருதண்டம், "இல்ல மக்கா! தாத்தாக்கு பல்லு கெடையாதுல்லா? செவம் பருப்பு உள்ளுக்க சிக்கிட்டுன்னி வையி.. மூணு நாளக்கி கெடகெடப்பு இல்ல! மெதுவா சவச்சி திங்கணும்!"

"காலைல சாப்டேளா?"

"இல்ல மோன! இனித்தா எதயாஞ் சாப்டணும்!"

"இட்டிலி இருக்கு திங்கேளா?"

"இல்ல வேண்டாம் மக்கா!"

"இந்தாங்க தாத்தா! வச்சிக்கிடுங்கோ! பொறவு சாப்டுங்கோ! நாஞ் சாப்டத்தா வாங்குனெம்! பின்னே வீட்ல இருந்து குடுத்து வுட்டுட்டா! இங்கனக் கெடந்து வம்பாப் போவும்! நீங்களாச்சும் தின்னுங்க!" என்று டீக்கடைக்காரர் அன்போடு கைகளில் ஒரு பொட்டலத்தை வைத்து அழுத்த கிருதண்டத்துக்கு தன்மானத்தைத் தாண்டியும் அவரது அன்பு கண்முன் வந்ததும் "நீ வற்புறுத்துகியேன்னு வாங்கிக்கிடுகெம் பாத்துக்கா புள்ளோ!" என்று வாங்கிக் கொண்டு டீயை லேசாக உறிஞ்சிய படியே மாஸ்டரிடம்,

"தேயல கொள்ளாங் கேட்டியா மக்களே! எசக்கியம்மங் கோயிலுகிட்ட ஒரு டீக்கட இருக்குல்லா? அதுல ஒரு அஸ்ஸாம்காரப் பெய கெடக்காம் பாத்துக்கா! ஆளு ஒரு கோழிதாம்னாலும் கூட தேயலய நல்லாப் போடுவாங் கேட்டியா! ஓனரு ராஜலிங்கம் ஒரு கூதரைன்னாலும் கெட்டிக்காரப் பெயதாம்!"

என்று டீயைக் குடித்து முடித்து கிளாசை வைத்துவிட்டு அங்கிருந்து கிளம்பி பொதுப்பணித் துறை சாலையில் திரும்பி

நடக்கவும் எதிரில் கலைந்த தலையும் கிழிந்த உடுப்புமாக ஒரு சிறுமி வந்து நின்று கொண்டு கைநீட்டி, “வயிறு பசிக்கி தாத்தா!” என்று சன்னமான குரலில் கேட்கவும் கிருதண்டம், “எம்மோ ஒனக்குத் தள்ளயிம் தவப்பனுமில்லியோ?” என்றார்.

அதற்கு அவள், “யாருமில்ல தாத்தா!”

“ஓ... நம்ம கேசு! இட்டிலி இருக்கு திங்கியாம்மாளு!”

அவள் ‘சரி’ என்று தலையாட்ட இட்டிலி பொட்டலத்தை அவளிடம் கொடுத்து விட்டு “எங்கயாது போயி உக்காந்து சாப்புடு என்ன மக்ளே!” என்று சொல்லிவிட்டு அங்கிருந்து நகர்ந்தார். கிருதண்டத்தின் வாய் மீண்டும் ஒரு பாடலை ஏறெடுத்தது, “ஏன்.... என்ற கேள்வி... இங்கு கேட்காமல் வாழ்க்கையில்லை... நா...ன் என்ற எண்....ணம் கொண்ட மனிதர்கள் வாழ்ந்த....தில்லை!”

அப்போது வழிநெடுக கண்ணீரஞ்சலி சுவரொட்டிகள் ஒட்டியிருந்தார்கள்.

“கவிஞர் கிளிக்கன்னி அச்சுதன் மறைந்தார்”

கிருதண்டம் அந்தக் காலத்திலேயே ஏழாம் வகுப்பு வரைக்கும் படித்திருந்ததால் அந்த வார்த்தைகளைப் படிப்பதில் அவருக்கு சிரமமிருக்கவில்லை. ஓரிரு சமயங்களில் கிளிக்கன்னியை டீக்கடைகளில் சந்தித்திருந்தார். மேலும் அவரது காதல் கவிதைகளைப் பலமுறைகள் பத்திரிக்கைகளில் படித்து வேறு இருந்ததால் ஒருவிதப் பரிதாப உணர்ச்சி மேலோங்கி விட்டது. மேலும் கவிஞர் கிளிக்கன்னியின் வீடும் அந்தப் பிரதேசத்திலேயே இருந்ததால் தகன நிகழ்வில் கலந்து கொள்ளும் நோக்கில் கால்கள் கவிஞரின் வீட்டை நோக்கி அடியெடுத்து வைத்தது. துஷ்டி வீட்டில் ஆண்கள் கூட்டம் பெரிதாகயில்லாதது கண்ட கிருதண்டத்துக்கு ஆச்சர்யம். அதைவிட ஆச்சர்யம் என்னவென்றால் பெண்கள் கூட்டம் அள்ளியது.

கடுமையான சலசலப்பும் வியாகுலமும் அங்கே நிறைந்து இருந்ததைக் கண்டு அங்கே நின்று கொண்டிருந்த ஒருவரிடம் போய் கிருதண்டம் கேட்டார், “எய்யா ஆம்பளையாளுவ எல்லாம் நீர் மால கோரப் போயிருக்காளா?”

அந்த ஆள் கிருதண்டத்தை மேலும் கீழுமாகப் பார்த்துவிட்டு, "இல்ல!"

"ஆம்பளையாள ஒருத்தரயிம் காணக் கிட்டலையே அதாங்கேட்டம்யா!"

"யாவே என்னையக் கண்டா ஆம்பளையாளாத் தெரியிலியா?" என்று சற்று கோபமாகவே கிருதண்டம் கொஞ்சம் அவையடக்கமாக, "இல்லப்போ... நா அப்டிச் சொல்லலை! பொம்பளையளு கூட்டம் வெரவிக் கெடக்குல்லா?"

"ஆமா! ஒரு ஆம்பளையாளுகிட்டயும் சகவாசம் வச்ச மாட்டாம்! பூரா பெண்ணுவளுதாம்! அவள்களுடைய வலிகள்! அதற்கான நிவாரண கவிதைகள்! ஆதரவு வேண்டுமா தோழி? அடுப்பு வேண்டுமா தோழி? ஆதரவற்ற பெண்டிரை மடியில் ஏந்த வேண்டும்! வாயில் கவ்வ வேண்டும்'னு கவித கோப்ராயம் எழுதிட்டு நடந்தாம்! இந்த நாயக் காண எந்த நாயி வரும்?"

"ஓஹோ! ஆளு ஊரு படப்ப சவுட்டி ஏறுக தீக்கோழி போலுக்கே?"

"ஆமா இந்தா உக்காந்துருக்காளுவல்லா அத்தன பேரும் இந்தக் கூய்வுள்ளைக்க ரசிகையளுமாருவதாம்!"

"கொள்ளாம்! ஒரு அறுப்புக்கு ஆளு சேத்து வச்சிருக்கானே?"

"எங்கக்காளுக்க நெலமைய நெனச்சாத்தாம் பாவமாருக்கு! வாழ்க்க முச்சூடும் ஊரு தடிய தூக்கிச் சொமந்தானேயொழிய ஊட்டுல கெடந்த ஒருத்திக்க பாட்ட சாவ வரைக்கிம் பாடவேல்ல!"

"யாரு ஒங்க அக்காளா?"

"ஆமா!"

"அப்ப நீங்க அவுருக்க மச்சினனா?"

"ஆமய்யா!"

"வயிசு எத்தர இரிக்கிம்?"

"அம்பதுகிட்ட இருக்கலாம்!"

"எப்புடிச் செத்தாரு! கிட்டினி ஸ்டோனா?"

“ம்க்கும்! அது இருந்தாத்தானே ஸ்டோனு இருக்கும்! அதெல்லாம் பிஞ்சி பேதியோட போயி காலம் கொறைய ஆகு கூய்வுள்ளைக்கி?”

“அப்பம் எப்டிச் செத்தாம்!”

“அசையில காயப்போட்ட பாவாடைய எடுக்கப் போகும்ப மாடில இருந்து கீழ வுழுந்துட்டாம்!”

அப்போதுதான் கிருதண்டம் கவனித்தார். கிளிக்கன்னியின் வீட்டில் மாடி இல்லை. அதுவொரு ஓட்டு வீடு. உடனடியாக பக்கத்திலிருந்தவரிடம், “அதாம் வூட்டுல மாடியில்லையே? எங்கேர்ந்து வுழுந்தாம்!”

“அந்தாத் தெரியில்லா!” என்று அந்த ஆள் பக்கத்து வீட்டு மாடியைக் கைகாட்டவே கிருதண்டத்துக்குப் புரிந்து போனது. “சரித்தாம்! ஆமா நீங்க யாரய்யா?”

“நானும் கவிஞருதாம்... ஆனா ஜானர் வேறை! சமூக அக்கறைக் கவிதைகள்! பேரு கவிஞர் கலப்பை!”

“என்ன? கலப்பையா? மன்னிச்சிருங்கய்யா! வெவரந்தெரியாம இங்கன வந்துட்டெடம் பாத்துக்கிடுங்க! கையில ஒரு அம்பது ரூவா வச்சிருப்பேளா?”

அந்த ஆள் எதுவும் சொல்லாமல் பாக்கெட்டிலிருந்து ஐம்பது ரூபாயை எடுத்துக் கொடுத்தான். கிருதண்டத்துக்கு மகிழ்ச்சியும் வியப்பும் தாளாமல் மனதுக்குள், ‘இந்தக் கவிஞ்சம்மாருவ ஒரு டைப்பாத்தானே திரியிதானுவோ?’ என்று நினைத்தவாறே மணி பன்னிரெண்டை நெருங்கலாம் என்றதும் கால்கள் டாஸ்மாக்கை நோக்கி நடை வைத்தன. அப்போதுதான் கடைதிறந்திருந்தார்கள். கூட்டம் முண்டியடித்தது. கிருதண்டத்துக்கோ தாகம் தாளவில்லை. கம்பிக்கூண்டுக்குள் கையைவிட முடியவில்லை. பிதுக்கிவிட்டார்கள். எப்படியோ கை உள்ளே போக பின்னாலிருந்து கிருதண்டம் குரல் கொடுத்தார். “நூத்தியஞ்சி ரெம்மு ஒண்ணு!”

கையிலிருந்து காசு எடுக்கப்பட்டு குப்பி சொருகப்பட்டதும் கிருதண்டத்தின் ஏழாவது அறிவு மகிழ்ந்து போனது. கூட்டத்திலிருந்து கைகளை உருவ கன கஷ்டமாகத்தான் ஆகிப்போனது. ஒருவழியாய் குப்பியோடு கைகள் வரவும்

எங்கிருந்து வந்தானோ ஒரு இழவுமுடிவான். கிருதண்டத்தின் மீது மோதி கையிலிருந்த குப்பி ஸ்லோமோஷனில் தரையில் விழுவதைக் கிருதண்டம் கவனித்தார். ஆனால் புவியீர்ப்பு விசை வேகமானதன்றோ?

“சளீர்......!”

“எனக்க மச்சினங்கிட்டயே அம்பது ரூவா வாங்கிட்டு என்னையே பரியாசமாடிக்கிதியா தாய்ளி?”

என்றொரு குரல் கிருதண்டத்தின் காதுகளுக்கு எங்கிருந்தோ கேட்டது. அது கவிஞர் கிளிக்கன்னி அச்சுதனின் குரலாகக்கூட இருக்கலாம். கிருதண்டம் கூக்குரலிட்டார்.

“எனக்க நடுக்காட்டு எசக்கியம்மோ! கைக்க சிக்குனது! கும்பிக்கித் தப்பிட்டே?”

என்றவாறே நடந்து வெளியில் வந்து மறுபடியும் மேல்நோக்கி நடந்தார். மனது வலித்தது. “ச்சைக் ஒரு கோட்டர ஒழுங்கா சாத்த முடியாம ஆயிட்டே? இனி எங்க போயி சக்கரத்த தேத்துகதுக்கு?”

கலக்டரேட் வழியாகக் கீழிறங்கி தெற்கு நோக்கி நடந்தார் கிருதண்டம். அப்போது அங்கே ஆட்கள் நடுரோட்டில் தடுப்பு வைத்து பாதாளச் சாக்கடையை நோண்டிக் கொண்டிருந்தார்கள். “சைடுவாக்குல தண்ணி ஓடிக்கிட்டிருந்த ஓடையெல்லாத்தையும் தூத்து வாரிக்கிட்டு ரோட்டுக்க நடுவுல குண்டு தோண்டி பாதாளச் சாக்கடைய நக்கி வச்சிருக்கானுவளே? இந்த ஊருக்கு பாதாளச் சாக்கட அவசியமா? நல்லா பைசா அடிக்கலாம்லா தெண்டியளுக்கு? ஊராங்காச எடுத்து கக்கத்துக்குள்ள வச்சிக்கிடணும்? இவுனுவளுக்கெல்லா மான ரோசமே கெடையாதா? ஊரச் சுத்தி தண்ணி ஓடுன மாவட்டமாங்கும்? கன்னியாமரி மாதிரி வெள்ள மேம்பாடு இந்த ஒலகத்துலயே கெடையாதுவே? பொதிக அணைக்கமேல உள்ள ஒரு மதக அடச்சா குளித்தொரைக்கி தண்ணி பாயும்! எந்தக் கூயிமொவனுக்கு தெரியும் இக்காரியம்?” என்றவாறே மீண்டும் மேற்கு நோக்கி வாட்டர்டேங் ரோட்டுக்குள் புகுந்தார்.

சாமானிய நேரங்களிலேயே ஆளரவமற்றுக் கிடக்கும் அந்தச் சாலையின் ஓரத்தில் ஒரு கருப்பு நிற டாட்டா சஃபாரிக் கார் நின்று குலுங்கிக் கொண்டிருந்தது. கிருதண்டத்துக்கு அதிர்ச்சி.

“பட்டப்பகல்லயே நடுரோட்டுல திரிய பத்த வச்சியானுவளே ஆண்டவரே?” என்றவாறே காரை நெருங்க இன்னுமொரு அதிர்ச்சி காத்திருந்தது. அங்கே ஒரு பர்ஸ் கிடந்தது. அதை மெதுவாகக் குனிந்து எடுத்துப் பார்த்தவருக்கு ஒன்றும் புரியவில்லை. அதிலிருந்த வெண்மை நிற நூறு ரூபாய்த் தாள்கள் அனைத்தும் வித்தியாசமாக இருந்தது. அதை எடுத்துவிட்டு காரின் கண்ணாடியைத் தட்ட கண்ணாடி கீழ்நோக்கி இறங்கியது. உள்ளேயிருந்தது ஒரு தடித்த இளைஞன். முகமெல்லாம் அழுது வீங்கியிருந்தது.

‘ஒத்தையில உக்காந்துகிட்டு கார என்னத்துக்கு அசைக்கானோ?’ என்ற குழப்பம் கிருதண்டத்துக்கு எழுந்தது.

கண்ணைத் துடைத்துக் கொண்டே அவன் கேட்டான், “யார் சார் நீங்க? கார எதுக்குத் தட்டுகிய?”

“இந்தப் பேழ்சி ஒனக்கயா தம்பி?” என்றவாறே பர்ஸைக் காட்டினார். அவன் திடுக்கிட்டு தன்னுடைய பாக்கெட்டில் துழாவி, அங்கே இல்லையென்றதும் தன்னுடையதுதான் என்பதுபோலத் தலையை ஆட்டினான். அப்போதுதான் கிருதண்டம் உள்ளே பார்த்தார். ஒரு வெளிநாட்டு சாராயக் குப்பியும் சிகரெட் பாக்கெட்டும் இருந்தது.

‘ஓ நாயி குடிச்சிக்கிட்டுதாங் குலுங்கிக் குலுங்கி ஒப்பாரி வச்சிருக்கு!’ என்று கிருதண்டம் புரிந்து கொண்டார். பர்சை அவனிடம் கொடுத்ததும் அவன் பர்ஸைத் திறந்து அதனுள்ளிருந்த அமெரிக்கன் டாலர்த் தாள்களைப் பார்த்துவிட்டு இந்திய ரூபாயைத் தேடி நூறு ரூபாயை எடுத்துக் கிருதண்டத்திடம் நீட்டவே கிருதண்டம் சிரித்தவாறே அவனிடம் சொன்னார்.

“மைடியர் சன்! நெவர் ஜட்ஜ் எ புக் பை இட்ஸ் கவர்!”

அந்தக் குண்டனின் தாடை ஆச்சர்யத்தில் கீழ்நோக்கித் தாழ்ந்தது. “தாத்தா என்ன சொன்னீங்க?”

கிருதண்டம் சொன்னார், “புள்ளே அதுல இருக்க அமெரிக்க டாலருக்க மதிப்பு எனக்குத் தெரியுங் கேட்டியா? இருவத்தஞ்சி நோட்டு இருக்கு! இன்னிக்கி வெலைக்கி ஒண்ணர லெச்சம்! பைசாவுக்கு ஆசப்பட்டுருந்தா அத எடுத்து ஒனக்கிட்ட

நீட்டுகதுக்கு நா என்ன வட்டனா? அடுத்தவெம் பைசா எனக்கெதுக்குடே? அத நீயே வச்சிக்கா!"

அவன் ஆடிப்போனான். உருவத்துக்கும், உடைக்கும், பேச்சுக்கும் சற்றும் சம்பந்தமில்லாத ஒருவர் திடீரென ஒருவனின் முன் வந்து நின்று இப்படிப் பேசினால் அவன் என்ன ஆவான்?

கிருதண்டம் கேட்டார், "எனக்கு எள்ளோல வீத்துவியா பிள்ளே?"

"யா ஷியூர் தாத்தா! வண்டில ஏறுங்க!" என்றான் அவன். முன்கதவைத் திறந்த கிருதண்டம் ஜம்மென ஏறி உட்கார்ந்தார்.

"ஒம்பேரென்ன பிள்ளே?" கிருதண்டம்.

"ரிச்சர்ட் தாத்தா!"

"பேருலயே ரிச்'னு வச்சிக்கிட்டு இப்பிடி புவரா நடுரோட்டுல கார நிறுத்தி ஒப்பாரி வக்கிதியே.. ஒனக்கு வெக்கமாயில்லியா?"

அவனுக்கு மீண்டும் வியப்பு. அவன் சமநிலைக்கு வரவேயில்லை.

"ஓங்கிட்டதானே கேக்கியேன்!" - கிருதண்டம்.

"எனக்கு வாழவே புடிக்கல தாத்தா!" என்றவாறே தேம்பினான்.

"அப்ப மரிச்சிர வேண்டியதானே?" என்று கிருதண்டம் கேட்கவும் அவன் திரும்பி அதிர்ச்சியில் பார்த்துவிட்டு,

"என்ன தாத்தா சொல்லுகீங்க?"

"வாழப் புடிக்கலைன்னா செத்துற வேண்டியதானேன்னு சொன்னைய்ன்? இதுல என்ன பெழ இரிக்கி?"

அவன் பதிலேதும் சொல்லாமல் தலையைக் குனிந்து அமர்ந்தான்.

"தம்பி எஞ்ச பணி செய்யிதிய?" என்று கிருதண்டம் அவனது அமைதியைக் கலைத்தார்.

"அமெரிக்காவுல இஞ்சினியரு?"

"நல்ல காசு கிட்டுக பணிதானே?"

“ஆமா மாசத்துக்கு மூணு லெச்சம்!”

“பொறவென்ன வேக்காடு ஜீவிச்சியதுக்கு?”

“காசு சம்பாதிச்சா போதுமா தாத்தா? வாழ்க்கைல நிம்மதி வேண்டாமா?”

“நிம்மதிக்கென்ன கொறச்சப்பாடு?”

“கலியாணங் கெட்டி அஞ்சி வருசமாச்சி! தாலி கெட்டுனது மட்டுந்தா நா! ஆனா அவ வாழுகது அவளுக்க அம்மைக்க வீட்டுல! நா ஊருக்கு வந்தாலும் அங்கதா இருப்பா! எங்க வீட்டுல எனக்கு ஒரு அம்ம உண்டு! எங்க அம்மையும் தனியாத்தானே இருக்கும்னு கேட்டா, ஒங்கம்மய பாக்கதுக்கா என்னைய கெட்டுனன்னு கேக்கா! அதுக்கு ஒரு நர்ச கெட்டியிருக்கலாம்லா’னு சொல்லுகா! என்கூட அமெரிக்காவுக்கு வான்னு கூப்டாலும் வரல! அவங்க அப்பாவும் அஞ்சி வர்சத்துக்கு முன்னால செத்துப் போயிட்டாரு! அவங்க அம்ம தனியா இருப்பாளாம்! அவளும் அவங்க வீட்டுல ஒத்தக்கி ஒரு பிள்ள! எங்கூட்டுலயும் நா ஒத்தக்கி ஒருத்தன்! எங்கப்பா நா பத்தாப்பு படிக்கும்போதே செத்துட்டாங்க! எங்கம்மா கஷ்டப்பட்டு என்னையப் படிக்க வச்சாங்க!”

“ஏ எப்பா! போதும் நிறுத்து! எல்லா முட்டாப் பயலுவளும் சொல்லுக கததாம்டே இது! எல்லாருக்கும் தாய் தவப்பம்மாரு உண்டு! அவாளில்லாம எப்புடி குட்டியளு ஜெனிச்சும்? படிச்சி முடிச்சதும் வேலை கிட்டும்! அந்தால சும்ம கெடக்காம ஒரு கலியாணத்தக் கெட்டுவானுவ! கோவணம் இடுப்புல இருந்தா உழுந்துரும்னு அவுத்துக்கிட்டு சும்ம கெடக்காம புள்ளையள பெத்துக்கிடணும்! அப்போறம் புள்ளையள வளத்துப் படிக்க வச்சி வேலைக்கி அனுப்பிக்கிட்டு அதுகளுக்குக் கல்யாணம் செஞ்சி வச்சிக்கிட்டு அதுகள வாழ வுடாம கடசீ காலத்துல என்னைய வச்சிக் காப்பாத்துன்னு ரெண்டு பேரையும் வாழ வுடப் புடாது! இதுதானே இவுனுவளுக்க ஒரு ஷீலம்!”

“வேற என்ன தாத்தா பண்ணுகது?”

“நீ இங்க இருந்தா அவ யாம்டே அங்க போயி இருக்கப் போறா? அவங்க அம்மையையும் நீ கூட வச்சிப் பாத்துக்கா! அவளும் தனியாத்தானே இருப்பா? ஒனக்க தள்ள ஒனக்கு முக்கியம்னா அவளுக்குந்தானே அவளுக்க தள்ள முக்கியம்? நெறைய

சக்கரம் கெடைக்கின்னுதானே தூரா தொலைவுல போயி கெடக்க? இந்தியாவுல பொழைக்க வழியா இல்ல! காலத்த பிரோஜனமா வாழணும் மக்களே! போவும்ப ஒரு செரட்டய கூட பொட்டிக்காத்த வச்சி எடுத்துட்டுப் போவ முடியாது... கேட்டியா புள்ளோ!"

"நா இப்ப என்ன செய்யணும்னு சொல்லுகியோ தாத்தா?"

"மக்கா! ஆணும் பொண்ணும் மனுசங்கதாம்டே! கலியாணம்ங்கியது வைக்கோல் பிறி முறுக்குகது மாதிரிதாம் பாத்துக்கா! ஒரு தும்பு மாப்பள கைலயும், மறுதும்பு பொண்டாட்டி கைலயும் இருக்கும்! நிதானமா முறுக்குனா வைக்கோல்ப்பிறி கெட்டியா நீட்டமா ஆவும்! ரெண்டு பேர்த்துல யாரு வெரசா முறுக்குனாலும் பிறி பிஞ்சி போயிரும் கேட்டியா பிள்ளே! தேகம் கெதியா இருக்கம்ப எந்த நாயி வந்தா என்ன போனா என்னான்னுதா இருக்கும்! எலும்பு வளஞ்சி, தோலு சுருங்கி, கண்ணு வெளங்காம காது பஞ்சராவம்ப கூட ஒருத்தி இருந்தாக் கொள்ளாமே'ன்னு தோணும்! அப்ப நம்ம பக்கத்துல யாராச்சும் இருந்தாத்தாம்டே நாம வாழ்ந்த வாழ்க்கைக்கி ஒரு அந்தஸ்து! இல்லைன்னா பேசாம செத்துறலாம்!"

"ஒங்களுக்கு கலியாணம் ஆச்சா தாத்தா?" என்று அவன் கேட்கவும் கிருதண்டத்தின் முகத்தில் ஒரு இருள்.

"ஒரே ஒரு தடவ ஆச்சி மக்கா! அந்தக் கதைய யாங்கேக்க?"

"இல்ல கேட்டேன்!"

"அதெல்லாம் வேண்டாம் மக்கா! நீ போயி அந்தப் பிள்ளைக்கிட்ட உக்காந்து பேசு! தவப்பனில்லாத்த புள்ள... அதுவும் பாவம்லியா! நீயும் அவளுக்கொரு தவப்பந்தானப்போ! நாம அதுககிட்ட அகராதி பேசாம செத்தோல எறங்கி வந்தா கொறஞ்சி ஒண்ணும் போயிர மாட்டம்லியா? நம்ம வேல செய்யித மொதலாளிக்கிட்ட ஏடாம்பு பேச ஒக்குமா? நம்ம பேசுனா அடிச்சிப் பத்தி வுட்டுருவாம்லியா? ஊருக்கு எளியவெம் புள்ளையாரு கோயிலு ஆண்டின்னு வூட்டுல இருக்கிய பொண்ணடியளுவகிட்ட தெக்க வடக்கன்னு பேச வேண்டியது! அதுக்கிட்ட பேசாம இங்க வந்து குடிச்சிக்கிட்டு அழுதா ஒன்னைய எவந்திரும்பிப் பாப்பாம்! போ! போயி

கூப்புட்டு பேசு! பேசுனா தீராத்த காரியம் இந்த ஒலகத்துல இல்ல மக்களே!"

ரிச்சர்டின் முகம் தெளிந்திருந்தது. கிருதண்டம் அவனிடம், "பேசிப் பேசிக் குடிக்க மறந்துட்டேம் பாத்தியா? எள்ளோல வீத்து! சாத்திக்கிட்டு போவட்டும்!"

ரிச்சர்ட் அந்தக் குப்பியை எடுத்து கிருதண்டத்திடம் கொடுத்து, "நீங்க இத வச்சிக்குங்க தாத்தா! இனிமே நாங் குடிக்க வேண்டியதில்லை! நா அவளப் பாத்துப் பேசப் போறேன்!"

கிருதண்டத்துக்கு நம்ப முடியவில்லை, "உண்மையாவாப்போ சொல்லுக!"

"ஆமா தாத்தா! இந்தாங்க இத வச்சிக்காங்க!" என்று சொல்லி நான்கு தாள்கள் அமெரிக்க டாலர்களை எடுத்து கிருதண்டத்தின் பாக்கெட்டில் வைக்கவே கிருதண்டத்துக்கு மீண்டு அதிர்ச்சி.

"என்னடே பண்ணுக மக்கா!"

"தாத்தா நீங்க சொல்லுகத நா மறுக்கலை! அதே மாதிரி நீங்களும் மறுக்கக் கூடாது!" என்று ரிச்சர்ட் கறாராகச் சொல்லவே கிருதண்டத்துக்கு ஒன்றும் சொல்ல இயலவில்லை.

"நீங்க எங்க போறீங்கன்னு சொல்லுங்க நா டிராப் பண்ணுகேன்!" ரிச்சர்ட்.

"அந்தப் பால் பண்ண ஜெங்சன்ல லேசா சவுட்டித் தள்ளிட்டுப் போயிறாம்!" - கிருதண்டம்.

வண்டி கிளம்பியது. வழியில் ரிச்சர்ட் கேட்டான், "தாத்தா நீங்க எப்பிடி இங்க்லீஷ்லாம்?"

கிருதண்டம் சிரித்தவாறே, "நா கங்காடியா ஸ்கூல்ல படிக்கிம்ப ஆலீஸ் பிராயர்னு ஒரு வெள்ளக்கார தொரதாம் எங்களுக்குப் பாடம் படிச்சித் தந்தாம்! செவத்துள்ள பீச்சாலும், மோண்டாலும் இங்கிலீசுதாம் பீச்சுவாம் பாத்துக்கா! அவங்கிட்ட பாடம் படிச்சா கழுத கூட இங்கிக்லீசுலதாம்யா கனைக்கிம்!"

ரிச்சர்டுக்கு சிரிப்பும் மகிழ்ச்சியும் தாங்கவில்லை. பால்பண்ணை ஜங்ஷன் வந்து விட்டது. கிருதண்டத்தை இறக்கி விட்டுவிட்டு

நன்றி சொல்லி விட்டுப் போனான். காலையில் நடந்து போய்விட்டு மாலையில் ஒரு டாட்டா சஃபாரியில் வந்து இறங்கிக் கையில் ஃபாரின் குப்பியோடு நின்ற கிருதண்டத்தை ராஜலிங்கத்தின் டீக்கடை மொத்தமும் கண்களால் ஆக்கிரமித்தது.

கிருதண்டம் சப்தமாக, "என்னடே ராஜநக்குனலிங்கம்! ஒரு மாதி செரஞ்சி பாக்கிய? ஒனக்க கட டீயீன்னு நெனச்சியோ! பாரினு பிராந்தியாக்கும்! வேணுமாலே?" என்று தன்னுடைய கையிலிருந்த குப்பியைத் தூக்கிக் காட்டினார். சப்பான் அனக்கமில்லாமல் டீயை ஆற்றிக் கொண்டிருந்தான்.

கிருதண்டம் மெதுவாக நடந்து போய் நடுக்காட்டு இசக்கியம்மன் கோயில் முன்பாக நின்றார். பூசாரி கிரிச்சான் அப்போதுதான் பூஜையை முடித்துக் கொண்டு நின்றான்,

"லே கிரிச்சாம்! என்னடே பூச முடிஞ்சா?"

"ஆமா! யாவே கும்பாபிசேகம் நடத்தப் போறீரா?"

"ஆமலே... சூடத்த கொளுத்து! தீவாரண காட்டி எனக்கு ஒரு பூச போட்டுத் தாயாம்!"

"நீரு யாம்வே கெடந்து சல்லியப் படுத்துகீரு! சிக்குவளப் போட்டுக்கிட்டு?" என்றவாறே சூடத்தைக் கொளுத்தி அம்மனின் முன்பாகச் சுற்றவே கிருதண்டம் பயபக்தியோடே அம்மனிடம், "எம்மா தாயே! கையிலாதாங் குப்பி இரிக்கி! நாக்குல ஒரு சொட்டு கூட படல கேட்டுக்கா! பெறவு குடிச்சிக்கிட்டு வந்து எனக்க மின்னுக்க வந்து நின்னாம்ன்னி பராதி சொல்லாத கேட்டியா?"

கிரிச்சானுக்கு ஆச்சர்யம், "என்னவே பாட்டா! இன்னுமா நீரு வெள்ளம் போடல்லை?"

"ஆமடே! இந்தா வச்சிக்கா! காணிக்க!" என்றவாறே தன்னுடைய பாக்கெட்டிலிருந்த நானூறு அமெரிக்க டாலரை எடுத்து காணிக்கைத் தட்டில் போட்டுவிட்டு சொன்னார், "பிள்ளைக்க காலேஜி பீசு கெட்டணும்ன்னி நேத்து ராத்திரி அந்த சீட்டு ராஜிக்கிட்ட சக்கரம் கேட்டல்லா! இந்தா நடுக்காட்டம்ம தந்துருக்கா! பிள்ளைக்க பள்ளியோடத்து பீச மொதல்ல கெட்டு!" என்று சொல்லவும் கிரிச்சான் திகைத்தான்.

“இது என்னதுவே பாட்டா?”

“அமெரிக்க நாட்டு ரூவாய என்னதுன்னு கேக்க செத்தக் கூய்வுள்ள! ஒன்னிய நம்பி அம்மைக்கி பூச போட வுட்டுருக்கு பாத்தியா? இத மாத்துகதுக்குண்டான ஆபீசு வேப்பமூட்டுல இரிக்கி! அஞ்ச போயி மாத்திக்கா!” என்றவாறே கோவிலின் ஒரு மூலையில் போய் அமர்ந்தார் கிருதண்டம். கிரிச்சானின் கண்கள் கண்ணீரால் நிறைந்து அந்த டாலர் நோட்டுகளிலிருந்த பெஞ்சமின் ஃப்ராங்க்ளின் மங்கலாகத் தெரிந்தார். தெளிவாகத் தெரிந்தாலுமே அவரை யாரென்று கிரிச்சானுக்குத் தெரியப் போவதில்லை.

கிருதண்டத்தின் காதுகளில் ரிச்சர்டின் வார்த்தைகள் ஒலித்துக் கொண்டேயிருந்தது. “ஒங்களுக்கு கலியாணம் ஆச்சா தாத்தா!” அனிச்சையாகச் சிரித்த கிருதண்டம் தன்னுடைய சட்டையை இடதுபக்க நெஞ்சோரமாக விலக்கிப் பார்த்தார். அதில் இவ்வாறு பச்சை குத்தியிருந்தது.

‘இசக்கியம்மாள்’

கண்கள் கலங்கி ஒருகணம் அதைத் தொட்டுத் தடவி விட்டு அந்தக் குப்பியைத் திறந்து கடகட’வெனக் குடிக்கத் துவங்கினார் கிறுக்குக் கிருதண்டம்.

# 7

# டிஸ்கோல் தாமோதரனின் சுரண்டல்

ஆண்டித்தோப்பிலிருந்து கிளம்பிய தாமோதரன் தன்னுடைய சைக்கிளில் பாட்டு பாடிக்கொண்டே பூலான்குழி வளைவைக் கடந்தபோது எங்கோ மறைந்திருந்த வெள்ளையும் செவலையுமான நாய் ஒன்று ஓடிவந்து தாமோதரனின் மீது பாய்ந்து சரிந்தவனது பிருஷ்டத்தில் கடித்து வைத்து விட்டது. இந்தத் திடீர்த் தாக்குதலை எதிர்பாராத தாமோதரன் நிலைகுலைந்து சைக்கிளோடு பக்கத்தில் ஓடிக் கொண்டிருந்த வாய்க்காலுக்குள் பாய வேண்டிய சூழலாகிப் போனது.

தாழக்குடி அரிச்சந்திரனின் வீட்டில் கட்ட வைத்திருந்த ஃபியூஸ் கேரியர் நீருக்குள் எங்கு விழுந்ததோ தெரியவில்லை. இரண்டு மூன்று முறைகள் முங்கி எழுந்தும் கண்ணில் படவில்லை. ஆற்றின் கடுத்த போக்கில் அது தாழக்குடி தாண்டிப் போயிருக்கலாம் என்று தோன்றியது. ஒரு கையில் பிடித்து வைத்திருந்த சைக்கிளை விட்டுவிடாமல் நீந்திக் கரையேறினான் தாமோதரன். அவனைக் கடித்த நாயைத் தேடினால் அது தூரமாக வயல்பத்தில் ஓடிக் கொண்டிருந்தது.

'செவத்து நாய்க்கி கடிக்க வல்லதும் கிட்டாம எனக்க குண்டிக்க சதையையா கடிக்கணும்? தாய்ளிமொவனுக்க நாயி?' என்றவாறே காக்கிப் பேண்டை இடுப்பிலிருந்து கீழிறக்கிப் பார்த்தான். நாயின் முன்னம்பற்கள் இடது பக்கப் பிருஷ்டத்தில் பதிந்து ரத்தம் கசிந்து கொண்டிருந்தது. காலையில் வீட்டை விட்டுக் கிளம்பும்போது தாமோதரனின் இல்லத்தரசி செண்பகராணி அவளது தந்தை

கோமதியப்பனின் புகைப்படத்தின் முன்பாக நின்று கொண்டே சொன்ன வார்த்தைகள் காதுக்குள் ஒலித்தன,

“மாப்பளைக்கி ஈப்பீய்யில பணின்னு கெட்டிக் குடுத்துட்டு நீரு பாட்டுக்கு ஒசக்க ஏறி அமுந்துருக்கீரு? நானு இந்த ஒணந்த பெயகிட்டக் கெடந்து நாறியேம்! மாசம் பொறந்தா ஊரு ஒலகத்துல உள்ளவாம்மாரு வாங்குக சம்பளத்தக் கொண்டோயி பொண்டாட்டியகிட்ட குடுப்பானுவன்னு கேள்விப் பட்டுருக்கேம்! வாங்குன கையி ஒணருகதுக்க முன்ன ஓடிப்போயி ஒழ்ணசேரி முக்குல குடுத்து இந்தப் பாழடைஞ்ச சொரண்டலு லாட்டிரி மைத்த சொரண்டிக்கிட்டு, வாங்குன சம்பளச் சக்கரத்த அப்புடியே அந்த லாட்டிரி கட சேகரு நாயிக்கிட்ட கொண்டோயி ‘இந்தா ஒனக்க ஒப்பிடியாமாருவளுக்கு சீலயிம் ஜெம்பரும் வாங்கிக்குடுன்னி சொல்லிக் குடுத்துட்டு தண்ணியையிம் போட்டுக்கிட்டு கொல்லியாண்டோ குட்டியப்போன்னி கூச்சலும் ஊளையுமா கண்ணு கலங்கி வரக் கூடிய நாய எங்கயாது கண்டுருக்கேளாய்யா! இந்த செத்தச் செவத்துக் கூட கெடந்து காலங் கழிச்சியதுக்குப் பதுலா எனக்கொரு சாக்காலம் வருவுல்லியே?”

அதற்குப் பிரதியுத்தரமாக தாமோதரனும் போர்க்குரல் ஏந்தினான், “எட்டீ வெள்ளனயே கெடந்து நைய்யி நைய்யீன்னு கூவுனைன்னா அப்புடியே செவுட்டப் பேத்துப் புடுவெம் பாத்துக்கா! மனுசம் வேலைக்கிப் போவம்பதா இவுளுக்கு மாசக்கடசி பாடுகயெல்லா ஓர்மைக்கி வரும்! வாய வைக்காதளா? எழவுல ஒனக்க வாயில வுழுந்தாச்சா? இனி போற காரியம் வெளங்குன மாதிரிதாம்! பரட்ட முண்ட! போட்டீ உள்ள!”

“யாம்னா என்னெஞ்சீரலாம்! தும்பாவுல போயி வானத்துக்கு ராக்கெட்டு ஏவப் போறாரு? அந்தால கெடையுமாவோய்!” பெருசா நீட்டுகீறு நீளத்துல? இந்த மாசமும் சம்பளத்த வாங்கி மரியாதிக்கி வூட்டுக்குக் கொண்டாராலைன்னி வய்யும்... அருவாமணைய எடுத்து அந்தக் காஞ்ச மொளகாய ரெண்டாக் கீறிப் புடுவம் பாத்துக்கிடும்!” பேருதா பெரிய ஈப்பிக்காரம் பொண்டாட்டி! பூரா ஈட்டிக்கார நாயிம் மாசமானா வூட்டச் சுத்தி நிக்கி! போறாமில்லியே தெக்க மாற!”

“ஒருநாளு இல்ல! ஒருநாளு! இந்தாச் சொல்லுகல்லா சொரண்டலு சுண்டலுன்னு... அதுல லெச்சக்கணக்குல அடிச்சி இந்த ஊருக்குள்ளயே பெரிய கையா ஆவலைன்னா இந்தத் தாமோதரன நாயின்னு கேளுட்டி!” என்று வீராப்பாகச் சொல்லி புறப்பட்ட தாமோதரன் இதோ நாயிடம் முத்தம் வாங்கி ரோட்டில் கிடக்கிறான்.

“செவத்து பீசுக்கட்டை எங்கன கெடக்கோ! இனி இந்த அரிச்சந்தரந்த் தாய்ளிகிட்ட வேற போயி தள்ளைக்கி விளி கேக்கணுமே! செரி மொதல்ல வைத்தியங்கிட்ட போயி நாய்க்கடிக்கி பச்சல தேச்சிக்கிட்டு பணிக்கிப் போலாம்!” என்றவாறே தாமோதரன் மெதுவாக அங்கமுத்து வைத்தியர் வீடு நோக்கி வந்து அவர்வீட்டு முன்பாக வந்து நின்று சைக்கிள் பெல்லை அடிக்க வைத்தியரின் மனைவி சகுந்தலை உள்ளிருந்து எட்டிப் பார்த்துவிட்டு இப்படிச் சொன்னாள்,

“வே இங்கேரும்! போஸ்டுமேன் வந்துருக்காம்!”

வைத்தியர் வந்து பார்த்துவிட்டு சொன்னார், “எட்டீ இது லைன்மேன்லா? போஸ்ட்டு மேனுங்கிய?”

“போஸ்டுக்க மேலத்தான ஏறுவாம்! மாறி லைனுமேனாங்கும்’னு சொல்லிக்கிட்டு லைனுல ஏறுனாம்னா கரண்டடிச்சி செத்துப் போயிறமாட்டானா? போதாக்கொறைக்கி ரெண்டு பெயலுவளுக்குமே காக்கி உடுப்புதான குடுத்துருக்கு?” என்றாள் வைத்தியரின் மனைவி.

“யாம்டீ... போலீசுக்கும் காக்கி உடுப்புதானே குடுத்துருக்கு? அவனுவாகிட்ட போயி எந்த மேன்னு கேப்பியா?” என்றார் அங்கமுத்து.

“எல்லாவனுமே வெறுவாய்க்கிக் கெட்டவனுவாதாம்வேய்! போயி என்னான்னு கேளும்! கரண்ட புடுங்கி வுட்டுக்கிட்டு போயிறாம?” – சகுந்தலை.

“நீ சும்ம கெடையாம்ளா? அவன போட்டு கொமைக்க? நாளைக்கி பின்ன கரண்டு லைனுல மட்டையிம் மடலும் வுழுந்து கரண்டு போச்சின்னு கூப்டம்னா வரமாட்டாம் பாத்துக்கா? பொறவு இருட்டுக்காத்தத்தாம் கெடப்ப!” என்று மெதுவாகச் சொன்னார் வைத்தியர்.

“நாளைக்கி வாறது ஒரண்ட கெடக்கட்டும்! இன்னிக்கி எதுக்கு வந்துருக்காம்னு கேளும்!” என்றவாறே வீட்டைப் பெருக்கத் துவங்கினாள்.

வைத்தியர், “என்னப்போ தம்பி? மேலெல்லா ஈரம்பாஞ்சி வந்து நிக்க? ஆண்டித்தோப்புல மழ போலுக்கே?”

“அது ஒண்ணுமில்ல அங்கமுத்தண்ணோ! வழியில வரம்ப ஒரு எழவுடுத்த பட்டி சந்தியக் கடிச்சிப்போட்டு பாத்துக்கிடுங்க! கடிபட்ட ஆத்தரத்துல சானலுக்குள்ள வுழுந்துட்டேம்!” - தாமோதரன்.

“அதுக்கிட்ட எதுக்குடே கொண்டோயி இந்தாக் கடின்னு குண்டியக் கொண்டு குடுத்த?” என்றவாறே சகுந்தலா துடைப்பத்தின் அடிப்பகுதியை உள்ளங்கையில் தட்டியவாறே வெளியில் வந்தாள்.

“நானா கொண்டு போயிக்குடுத்தேன்? செவம் அந்தப் பள்ளத்துக்குள்ள கெடந்துருக்கும் போல... ஆளரவங் கேட்டவொடந்தானே ஓடியாந்து கடிச்சிட்டு?” என்றான் தாமோதரன்.

“நீ செவனேன்னு இராம்ளா! அவனே குண்டூல பட்டிக்கடி வாங்கியாந்து நிக்காம்! நீ கெடந்து சலசலங்கிய?” என்று சகுந்தலாவை கடிந்தவாறே தாமோதரனிடம் கேட்டார், “எங்கடே காட்டு பாப்பம்!” என்று சொல்ல தாமோதரன் வெட்கத்தோடே பேண்டைக் கீழிறக்கி நாய்க்கடித்த இடத்தைக் காட்டினான்.

சகுந்தலை சொன்னாள், “இப்புடியிருந்தா கடிக்காம உடவா செய்யிம்?”

வைத்தியர் அவளிடம், “நீ செத்த உள்ள போம்மாளு!” என்று சொல்லிவிட்டு தாமோதரனிடம், “எடே! செவத்துக்க பல்லு கடுமையா பூறியிருக்கும் போலுக்கு? தருமத்துக்குக் கடிச்சி வச்சிருக்கேடே? எழவுல பியாப்பட்டியான்னு என்னவும் கண்டியா? வாயில சளுவையோடயா நின்னு? என்று சந்தேகத்தோடே வைத்தியர் கேட்க, “யாங்கேக்கிய?” என்ற தாமோதரனிடம் வைத்தியர் சொன்னார், “வெறி புடிச்ச பட்டின்னா வைத்தியம் வேற கேட்டயா?”

“பட்டிக்க வாயில சளுவ வடிஞ்ச மாதிரியெல்லாந் தெரியில! சாதாரணமாத்தா ஓடி வந்து பாத்துக்காங்க!” என்றான் குழப்பத்தோடே தாமோதரன்.

“அதில்லடே! யாங் கேக்கம்னா இப்புடித்தாம் லாயத்துலெர்ந்து பட்டிக்கடி கொண்டுக்கிட்டு ஒருத்தெம் வந்தாம்! கடிபட்டின்னு சொன்னானெயொழிய வெறிபுடிச்ச பட்டின்னு சொல்லல்லை! நானுஞ் சாமானியமா சிகில்ச்ச பாத்து அனுப்பி வச்சிக்கிட்டு நாலு பத்தியமுஞ் சொல்லி அனுப்ச்சம் பாத்துக்கா! செவம் என்னெஞ்சோ தெரியலை! நாப்பது கழிச்சி நாலுகால்ல நடந்து, வாயெல்லா எச்சிய வடிச்சி துப்பிக்கிட்டு ஆளுவள கடிச்சியதுக்கு ஆலாப் பறந்தாம்னு கோழியக் கடிக்கக் குடுத்து, நாயி மாதிரியே கொலைச்சி கொலச்சிச் செத்துப் போயிட்டாம்டே! அதாங் கேட்டெம் பாத்துக்கா!”

இதைக்கேட்டதும் தாமோதரனின் மனதுக்குள் தன்னைக் கடித்த நாயின் வாயில் எச்சில் வடிந்தது போன்றதொரு பாவனை அப்பிக் கொண்டது.

“வைத்தியரண்ணோ! சாதா பட்டிக் கடிச்ச ஆளுகளுக்கு வெறிநாய்க்கடிக்குள்ள மருந்து குடுக்கலாமா?”

வைத்தியர் திடுக்கிட்டு, “அதெப்புடிப்போ காய்ச்சக்காரனுக்கு குடுக்கிய மருந்த காமாலக்காரனுக்குக் குடுக்க முடியும்? செத்துப் போவடே!” என்றார்.

‘செவத்து நாய ஒழுங்காப் பாக்காம வுட்டுட்டமே!’ என்று தாமோதரன் கவலையடைந்தான்.

“செரி செரி இதுல உக்காரு!” என்று சொல்லியவாறே திண்ணையில் அமர்ந்தார் அங்கமுத்து.

“ஏளா சவுந்தல! செத்தோல மஞ்சையிம், வேப்பந்தெளுந்தும் எள்ளோல கல்லுப்பும் எடுத்துட்டு வா!” என்று சொல்லவே சகுந்தலை மேற்கூறிய சாதனங்களை எடுத்து வந்து கொடுத்து விட்டு வைத்தியரிடம் சொன்னாள்,

“வெளில லைன்மேன் வந்துருக்காம்! ஏதோ எழுத்து வந்துருக்கு! போயி ஒப்பு வச்சி வாங்கும்!”

“ஒனக்குக் கொளுப்புளா சீமையக் கெடந்தவ! லைன்மேன போஸ்ட்டு மேனுங்க? போஸ்ட்டு மேன லைனுமேனுங்க!

என்னத்த பள்ளியொடத்துல போயி படிச்சியோ அஞ்சாங் கிளாயி வரைக்கிம்?" என்றார் வைத்தியர்.

"அவுருதானே லைனுல போயி வூடு வூடா காயிதங் குடுக்காரு! இந்தக் கெவுருமண்டு இந்தப் பெயக்களுக்கு கோம்பத்தனமா பேரு வச்சிருக்குன்னா அதுக்குன்னு நாமளுமா அந்த ஓவியத்தச் சொல்லி விளிக்கணும்? நீரு போயி கத்தைய வாங்கிட்டு வாரும்! களிம்பு நா இடிச்சியேன்!" என்றவாறே சகுந்தலா மஞ்சளையும், வேப்பக் கொளுந்தையும் ஒரு கொட்டுக்கல்லில் வைத்துக் கொட்ட ஆரம்பித்தாள். கால்சட்டையைக் கீழிறக்கி ஒருக்களித்து உட்கார்ந்திருந்த தாமோதரன் கவலையோடே அவளைப் பார்த்துக் கொண்டிருக்க சகுந்தலா அவனிடம் மெதுவாகக் கேட்டாள்,

"ஒனக்குக் கலியாணம் ஆயிட்டாப்போ?"

தாமோதரன், "ஆமா! ஒரு தடவ ஆயிருக்கு!"

"வெளங்கிரும்!"

"யாம்?"

"கலியாணம் ஆவாத்தவனே இந்தப் பத்தியத்த நடமொறப் படுத்திக்கிட மாட்டாம்!"

"கடும்பத்தியமா?"

"பின்ன பட்டிக்கடிக்கி மயில் றெக்கையக் கொண்டா தடவுவா? கொடும்பத்தியமாக்கும்?"

"என்னெவெல்லா பத்தியங் காக்கணும்!"

"சொல்லுகங் கேட்டுக்கா! நாப்பது நாளு பொஞ்சாதிக்க மொகத்துப் பக்கந் திரும்பிராத?"

"நாலு வருசம்னாலும் திரும்ப மாட்டம் பாத்துக்கிடுங்க! மோறையின்னா என்னெஞ்சிரலாம்? திருவாங்கூரு சமஸ்தானத்து ராணியில்லவா? பாத்தவொடனே பளீர்னு வெட்டிரும்... பளிங்கு சிற்பமாக்கும்? செவத்து துக்கைக்க மூஞ்சக் கண்டா நாயி கூட ஏக்காது! மேல சொல்லுங்க!"

"சே... பொண்டாட்டி மேல என்னவொரு வாஞ்ச! அதாம் பட்டிக்கிட்ட கடி கொண்டுருக்க? அதுவுங் குண்டீல?

பத்தியப்பட்ட நாப்பது நாளும் சாராயம், மாம்பட்ட, செவுருமுட்டி, அரிஸ்டம்னு எந்தவொரு லெகிரி சாதனங்களும் ஈனுல கூட பட்டுறப் புடாது!"

இப்போது தாமோதரனின் முகத்தில் ஒரு கலக்கம். சகுந்தலைப் பத்தியக் குறிப்புகளை அடுக்கத் துவங்கி மீன், இறைச்சி, முட்டை, என தாமோதரனிடம் மூச்சு விடுதலைத் தவிர்த்து அத்தனைக் காரியங்களையும் தடை செய்ய வைத்தியர் வரும்போது தாமோதரனின் இதயத் துடிப்பு தாறுமாறாகிப் போனது. வியர்த்துப் போயிருந்த தாமோதரனைக் கண்டு குழம்பிய வைத்தியர் அவனது நாடியைப் பிடித்துப் பார்க்க வைத்தியர் அதிர்ந்தார்.

"என்னடே ரெத்தக் கொதிப்பு போலயிருக்கு! இப்போதைக்கி மருந்தெல்லாம் வேண்டா! பச்சல வச்சி அனுப்புகேம்! நீ போயிட்டு நாளைக்கி காலம்பர வெறும் வயித்தோட வா!" என்று சொல்லி விட்டு, "எட்டீ சகு! அந்த காரியத்த இங்கக் கொண்டா!" என்று அவள் அரைத்து வைத்திருந்த மருந்தின் மீது ஏதோவொரு எண்ணையை ஊற்றிப் பிசைந்து அதை நாயின் பற்கள் பட்ட காயத்தின் மீது வைத்துக் கட்டி அனுப்பி வைத்தார்.

தாமோதரனும் லேசாக நொண்டியபடியே அரிச்சந்திரனின் வீட்டுக்கு முன்னே வர வீட்டின் வெளியில் வந்த அரிச்சந்திரனின் மனைவி நாகம்மாள் கடுப்பானாள்.

"பைசா கெட்டலைன்னா பீசு சாமானத்த புடுங்கத் தெரியில்லா? கெட்டுன பிற்பாடு வந்து உருவுனத சொருவனும்னு தெரியாதோ?"

அவளது சப்தம் கேட்டு வெளியில் வந்த அரிச்சந்திரன், "என்னத்தட்டி கெடந்து உருவணுஞ்ச் சொருவணும்னு கெடந்து தேய்க்க?"

"நீரு அகத்த போவுவோய்! ரெண்டு நாளா வூட்டுக்க புள்ளயளு இருட்டுக்காத்தாயிங் கொசுக்கடிக்கையுங் கெடந்து வேவுகு? வந்துட்டாரு நீளத்துல நீட்டுகதுக்கு? சாயந்தரம் வூட்டுல ஒரு காரியம்னு ஓராய்ரம் மட்டம் ஓமக்கு இடிச்சிக்கிட்டு கெடக்கணும்! கரண்டு பில்லு கெட்டலைன்னுதானே இந்த ஒணந்த பெய பீசுக்கட்டைய உருவிக்கிட்டு போனாம்? அதாங்

கெட்டியாச்சில்லா? கொண்டாந்து மாட்ட வேண்டியதானே? வந்து நிக்கியத கண்டீருல்லா? என்னமோ ஈப்பீ ஆபீஸ்சு அவுருக்க பூர்வீக வஸ்து கணக்கா? ஆளுந் தலையிம் காணுகதுக்கு கொள்ளாம்!"

தாமோதரனுக்கு வியர்த்து விட்டது. ஃப்யூஸ் கேரியர் தவறினதை எப்படிச் சொல்ல? டிப்போவுக்கு எழுதிக் கேட்டால்தான் ஆச்சி! என்ன செய்யவெனக் கையைப் பிசைய அரிச்சந்திரன் தாமோதரனை நெருங்கினான்,

"லே டிஸ்கோலு! கூடப் படிச்சவெம்னு பாத்தா, ரொம்பத்தாங் கெடந்து பவுளியப் போட்டுச் சிந்துக? கவுர்மெண்டுல வேல கெடச்சா எடுத்து ஊதுகதுக்கு நீ ஒண்ணும் அவ்வளவு பெரிய பீப்பி கெடயாது பாத்துக்கா! தொட்டிக் கூய்மோன! எவ்வளவு ஆங்காரமிருந்தா வூட்டுல ஆளில்லாத்த சமயம் வந்து கரண்டுக் கட்டையப் புடுங்கிட்டுப் போயிருக்க? இதுக்கு பேருதாங் கன்னக்கோலு வைக்கியது தெரியுமா? மூத்த புள்ள சடங்காயிருக்கா! சாயந்தரம் தலைக்கி தண்ணி ஊத்தணும்! ஆளுவ வருவாவ! மூணு நாளுங் கெடந்து எஸ்.டி.டீ பூத்துக்கு அலையோ அலைன்னி அலஞ்சி போனோட போனு விளிச்சா, நீ சாவுக்குக் கூப்டா அடியந்தரத்துக்கு வந்து மலத்திக்கிட்டு நிக்க? வாயத் தொறயாம்ல டிஸ்கோலு கூய்மோன!"

தாமோதரனின் பட்டப் பெயர்தான் டிஸ்கோல். பள்ளிக் காலங்களில் வலது கையின் ஆள்காட்டி விரலை முன்பக்கம் நீட்டி, கட்டை விரலை மேல் நோக்கி உயர்த்தி மீதம் மூன்று விரல்களை உள்ளங்கை நோக்கி மடக்கி துப்பாக்கி போலப் பாவித்து யாரையாவது கை நீட்டி 'டிஸ்கோல்' என்று சொல்லி சுட்டுக் கொண்டே ஓடுவது தாமோதரனின் வழக்கம். இப்போது தனக்கு முன்பாக உயிருள்ள துப்பாக்கியான அரிச்சந்திரனும், தன்னிடம் கைவசம் இல்லாத அரிச்சந்திரன் வீட்டு ஃபியூஸ் கேரியர் எனப்படும் தோட்டாவும் தன்னைச் சுடக் காத்திருக்கிறார்கள் என்பது தாமோதரனுக்குப் புரிந்து விட்டது.

பள்ளியில் படிக்கும்போதே அரிச்சந்திரன் தாமோதரனைப் பிழிந்து எடுப்பான். ஆனாலும் இப்போது தன்னைக் கடித்த நாய் மீதுதான் தவறு என்பது தாமோதரனுக்குப் புரியாமலில்லை. ஆனாலும் ஃபியூஸ் கேரியரை அந்த நாய்

தொலைக்கவில்லையே எனும்போது எழுந்த துக்கம்தான் மலையளவு பெரிதாகத் தோன்றியது.

“லேய் ஓங்கிட்டத்தானே கெடந்து கரடியாக் கத்துகு? வாயில என்ன மதகா மாட்டிருக்க?” தாமோதரனின் மவுனத்தை அரிச்சந்திரன் கலைத்தான்.

“அதுவொரு நாயி... வந்து...!” தாமோதரன் தடுமாறினான்.

“யாரடே நாயிங்க?” அரிச்சந்திரன் கடுப்பானான்.

“இல்லடே மக்கா அரி! வரம்போ பூலாங்குழி வெலக்குல வச்சி ஒரு நாயி கடிச்சி வச்சிட்டு கேட்டியா?” என்றவாறே தன்னுடைய கால்சட்டையை கீழிறக்கிக் காயத்தைக் காட்டினான்.

“ஏல ச்சீ ச்சீ! பொம்பளையளு நிக்கது கண்ணுக்குத் தெரியலையா? இதக் கண்டா எனக்கே கண்ணுல பியுசு அடிச்சிட்டு போயிரும் போலுக்கே! எட்டீ நீ உள்ளுக்க போ!” என்றவாறே மனைவியைக் கடிந்து கொண்டான் அரிச்சந்திரன்.

மீண்டும் பேண்டை சரி செய்துவிட்டு அரிச்சந்திரனிடம் தாமோதரன், “பூலாங்குழி தாண்டி வரம்ப ஒரு நாயி வந்து கடிச்சி வச்சிட்டுடே மக்கா!”

“அதுக்கு நா என்னலே செய்யணும்?” என்றான் அரிச்சந்திரன்.

“கடிபட்ட வேவலாதியில தடுமாறி ஆத்துக்க மலந்துட்டேம்! அதுல பீசு கேரியரு தண்ணீயோட போய்ட்டு கேட்டயா அரி!” என்றான் படபடப்போடு...

“பாத்தியா தாய்ளிக்க ஒரு வேண்டாத்தனத்த? பணங் கெட்டி வாங்குன அரசாங்க மொதலாங்கும்! அத மலத்திக்கிட்டு போயி ஆத்துக்க வுட்டுகிட்டு கத மயிறா அளக்க நீ?” என்றவாறே கடுப்பில் தாமோதரனை நெருங்கவே தாமோதரன் சொன்னான்,

“இங்கேரு... நாளைக்கி ஒரு புது பீசுக்கட்டை கொண்டாந்து தாரேம்டே! அத வுட்டுக்கிட்டு மேல கீல கைய வச்சன்னா கேசு வேற கேட்டியாப்போ அரிச்சந்தரா! நா ஒரு கெவூர்மெண்டு உத்தியோகஸ்தனாங்கும்!”

“ஒரு மாதிரி கெடப்பா நீ? பெரிய கெவூர்மெண்டு உத்தியோகஸ்தனாம்? கலக்டராப்பீசுல கிளர்க்குல்லா?

ஒணந்த கூய்மோன! ஒன்னையெல்லாம் செவிக்குருத்த பிச்சாத்தானுண்டு?" என்றவாறே அடிக்கப் பாய அந்த வழியே காரில் வந்துகொண்டிருந்த ஒருவர் வண்டியை நிறுத்தி பின்சீட்டின் கண்ணாடியை கீழிறக்கிக் கேட்டார்,

"என்னடே இங்கன ஒரு பெகளம்? லைன் மேன அடிக்கப் பாயானே? ஒரு யூனிஃபார்ம் போட்ட அரசு ஊழியர கைய நீட்டுனா கம்பி எண்ணணுந் தெரியுமாடே ஒனக்கு கோந்தயா?"

"யாம்னா நீருன்னா பெரிய ஜட்ஜில்லவா? நியாயக் கு...ண பேசுகதுக்கு?" என்றவாறே தமக்கு முன்பாக அம்பாசிடர் காரில் இருப்பது யாரென்று தெரியாத அரிச்சந்திரன் தன்னையறியாமலே சிங்கியில் ஏறி அமர்ந்தான். அவர்தான் பூதப்பாண்டி முன்சீப் கோர்ட்டின் ஜட்ஜ் தாணுமூர்த்தி.

தாணுமூர்த்தி தன்னுடைய டிரைவரைப் பார்க்க டிரைவர் நடராஜனுக்கு சிரிப்பு முட்டி நின்றது. முன்சீட்டில் இருந்த தவாலிக்கோ தவிப்பாகிப் போனது. செங்கல் சைஸில் தன்னுடைய கையிலிருந்த செல்போனைக் கையிலெடுத்து யாருக்கோ அழைத்தார்.

தாமோதரன் திகைத்தான், 'அடக் கொன்னப் பெயெலே! பள்ளிக்கூடத்துல வந்து ஒழுங்காப் படிச்சிருந்தா தெரிஞ்சிருக்கும்! காருக்க மின்னுக்க கொட்ட எழுத்துல எழுதிருக்குல்லா ஜட்ஜின்னு? தெண்டி!"

அரிச்சந்திரன் விடவில்லை, "எனக்க வூட்டு பீசுக்கட்டைய எங்கல டிஸ்கோல் தாயளி?"

தாமோதரன் எதுவும் பேசவில்லை. அடுத்த பத்தாவது நொடியில் போலீஸ் ஜீப் வந்து நிற்கவே அரிச்சந்திரனின் மனைவி நாகம்மாள் சப்தமாகச் சொன்னாள்,

"எப்பா! ஒரு பீசுக் கட்டதானே? தாமோதரண்ணே வந்து நாளைக்கிப் போட்டுத் தருவாவ? நேத்து மாதிரியே பக்கத்துல வள்ளியம்மக்கா வூட்டுலேர்ந்து ஒயறு போட்டு கரண்ட எடுத்து இன்னிக்கி ராத்திரிக்கி சமாளிச்சிக்கிடலாம்! செவத்த நமக்கு எதுக்கு சல்லியம்?"

தாமோதரனின் முகத்தில் ஆயிரம் வாட்ஸ் கரண்ட் வந்தது, "ஒஹோ! கள்ளக் கரண்டெடுத்துக்கிட்டுத்தாம் நீட்டுகியா நீளத்துக்கு?" என்று சப்தம் போட்டான் தாமோதரன்.

ஜட்ஜ் வண்டியை விட்டு இறங்கவே இன்ஸ்பெக்டர் ஓடிவந்து சல்யூட் அடித்தபடியே, "அய்யா வணக்கம்யா! என்னய்யா காரியம்?"

"இன்னா நிக்குல்லா ஒரு ஓணக்கள! அது இந்த லைன்மேன அடிக்கியதுக்கு கைய ஓங்கிட்டு போச்சி! நிறுத்தி என்னன்னு கேட்டதுக்கு நீரென்ன பெரிய ஜட்ஜிக் குண்ணையான்னு கேக்காம்! அவனுக்கு ஒண்ணு என்னான்னி சொல்லிக் குடுங்கோ!"

என்றதும் அரிச்சந்திரனைப் போட்டுப் பொதிந்தார்கள். நாகம்மாள் கத்தினாள். தாமோதரன் ஜட்ஜைக் கூப்பிட்டு பக்கத்து வீட்டிலிருந்து அரிச்சந்திரன் வீட்டுக்கு திருட்டுத் தனமாகக் கரண்ட் எடுக்க பயன்படுத்தியிருந்த வயரைக் கைகாட்டினான்.

ஜட்ஜ் தாமோதரனிடம் கேட்டார், "ஒனக்க பேரு என்னடே?"

"தாமோதரன் சார்!"

"காலம்பற சாப்டயா?"

"இல்ல சார்!"

ஜட்ஜ் அவனை ஏற இறங்கப் பார்த்துவிட்டு, பாக்கெட்டிலிருந்து ஐம்பது ரூபாய்த் தாளை எடுத்து நீட்டி, "இந்தா போயி காப்பிக்குடி!" என்றதும் தாமோதரன் அதை மிகுந்த மரியாதையோடு பெற்றுக் கொண்டான்.

பக்கத்தில் நின்று கொண்டிருந்த அரிச்சந்திரனின் மனைவி நாகம்மாளிடம் ஒரு நூறு ரூபாய்த் தாளை எடுத்து நீட்டி, "இதப் புடியம்மா! ஒனக்க மாப்ளக்கி சுருளும் சுக்காப்பியிம் குடுத்து ஒரு நாலுநாளு கழிச்சி அனுப்பி வைப்பாவோ! அவெந் திரும்பி வார வரைக்கிம் இத செலவுக்கு வச்சிக்கா! பக்கத்தூட்டுல இருந்து கரண்டு எடுக்கது தப்புன்னு தெரியாதா? போதாக்கொறைக்கி லைன் மேனப் பிடிச்சி வெரசுகதுக்கு நிக்கான் ஒனக்க வூட்டுக்காரன்? கொஞ்ச நாளு உப்பிடாத கஞ்சி குடிச்சிக்கிட்டு வரட்டும்! அப்புடியாது மண்டைக்கி

கோளாறு வருகா'ன்னு பாப்போம்?" என்றவாறே வண்டியைக் கட்டினார்.

மின்வாரிய பொதுச் சொத்தை அரசாங்கத்தின் கண்ணை மறைத்து திருட்டுத் தனமாக உபயோகித்தது, அரசாங்க ஊழியரை பணி செய்ய விடாமல் கொலை செய்யும் நோக்கில் அடிக்கப் பாய்ந்தது, ஒரு நீதிபதியைத் தரக்குறைவாகப் பேசியது, போலீஸ் வண்டியை காலால் எத்தியது, பிடித்து வைத்திருந்த போலீசிடமிருந்து பிடியைத் தளர்த்திக் கொண்டு, உண்மையைச் சொன்ன மனைவி நாகம்மாளின் செவுளைப் பெயர்த்தது என்று ஒரு ரூஷணம் கேசை அரிச்சந்திரனின் தலையில் கட்டினார்கள்.

மின்சார வாரியத்தின் சார்பில் அரிச்சந்திரனின் வீட்டு மின்வசதி துண்டிக்கப்பட்டு அபராதம் விதிக்கப் பட்டது. இந்தக் குற்றத்திற்கு முகாந்திரமாக இருந்த குற்றத்திற்காக அரிச்சந்திரனின் அண்டை வீட்டுக்காரி வள்ளியம்மையும் நடவடிக்கை வாய்க்கப் பெற்றாள்.

அடுத்ததாக எங்கே போக வேண்டும் என டைரியை எடுத்துப் பார்த்தான் தாமோதரன்.

'வீராணமங்கலம் டிரான்ஸ்ஃபார்மர் வெடி தீர்ந்து பழுது'

பிருஷ்டத்தில் கட்டியிருந்த மருந்து வேலை செய்ததில் வலிக்கவே காலைக் கிந்தியவாறே சைக்கிளில் குரங்குப் பெடல் போட்டு ஏறி தாழக்குடி குளக்கரையில் வந்து கொண்டிருந்தவன் எதிரில் வந்த பஸ்சிலிருந்த போர்டைப் பார்த்ததும் சிரிப்பு வந்து விட்டது. பஸ் ஸ்டாப்பில் நின்ற பஸ்ஸின் டிரைவரிடம் தாமோதரன்,

"என்ன டிரைவரண்ணோ! தாழாக்குடி பெஸ்ஸுக்கு காமக்குடி'ன்னு போர்டு போட்டிரிக்குதீயளே? என்னவாம் காரியம்?"

மின்வாரியத்தின் மீது என்ன கோபமோ டிரைவருக்குக் கடுப்பாகிப் போனது. "நாலடி ஒயரத்துல தாழ நின்னுக்கிட்டு பத்தடி ஒயர பஸ்ஸுல இருக்க போர்டக் கண்டா தா'வுக்க காலும் ழ'வுக்க குண்டியும் எப்புடி தெரியும்? போங்களாம்வே அந்தால... ஒரு காக்கி யூனிபாரத்தையும் மாட்டிக்கிட்டு வந்துருவானுவோ?"

“நீங்களும் காக்கிதானே உடுத்திருக்கியோ?” தாமோதரன் விடவில்லை.

“அதுக்குன்னு நா போஸ்ட்டு கம்பத்துலயா ஏறிக்கிட்டு திரியேம்?” டிரைவரும் விடவில்லை.

“நா இந்த பெஸ்ஸ ஓட்டுவெம்! நீரு போஸ்ட்டு கம்பத்துல ஏறுகீரா பாப்பமே?” தாமோதரன் மிளிர்ந்தான்.

“நா என்னத்துக்குடே கரண்டு கம்பத்துல ஏறப் போறேம்? ஆனா நீ என்னைக்காது ஒருநாளு இந்த பெஸ்சுல ஏறித்தாம்டே ஆவணும்?” - டிரைவர் அவர் பங்குக்கு மினுங்கினார்.

“பேட்டிரில ஓடுகதுனால வரக்குடிய மெதப்பு இல்லியா? ஒங்க பெஸ்சுக்கு எங்க டிப்பார்ட்மெண்டுலேர்ந்து கரண்டு குடுக்காண்டிய நாளுன்னு ஒண்ணு வரும்லா? அப்பம் பாத்துக்கிடுகேம்?” தாமோதரன் சூளுரைத்தான்.

“அப்புடி ஒரு காலம் வந்தா நா ரிட்டையர்டு ஆயிருவெம் பாத்துக்காப்போ?” என்று டிரைவர் சொல்லவும் கண்டக்டர் குறுக்கிட்டு, “இப்ப என்ன போர்டுல தாழக்குடின்னு எழுதிருக்கது தெரியணும்... அப்புடித்தானே? நேரா அந்தக் கொளத்தாங்கரைக்க மேல ஏறி நின்னு பாரும்! நல்லாத் தெரியும்?” என்று கூறி பஸ்சையும், பயணிகளையும் காப்பாற்றிக் கொண்டு போனார்.

பஸ் போனதும்தான் அங்கே நின்று கொண்டிருந்த ஒரு பயலைத் தாமோதரன் கண்டான். தாமோதரனைக் கடித்த அந்த நாய் அங்கே நின்று கொண்டிருந்தது. மெதுவாகக் கீழிறங்கி ஒரு அரைத்துண்டு செங்கலை எடுத்துச் சரியாகக் குறிபார்த்து எறிந்ததில் நாயின் ஒரு செப்பு கீழிறங்கும் அளவுக்கு அடி. நாய் கதறியவாறே ஓடிப்போனது.

“எப்போ! ஒரு வாயத்த பிராணிய வதைக்கியே? கொஞ்சங் கூட மனசாட்சியில்லியே ஒனக்கு! நல்ல பேண்டுஞ் சட்டயிம் மாட்டிக்கிட்டு சைக்கிள்ள வந்தா பத்தாது பாத்துக்கா! மண்டையில கொஞ்சம் வெவரம் வேணுங் கேட்டியா?” என்றார் வயலுக்குள்ளிருந்து வரப்பு வழியாகக் கையிலிருந்த மண்வெட்டியைத் தோளில் சாய்த்தபடியே வந்த தாத்தா.

“எது இதுக்கா வாயில்ல? இங்க பாரும்?” என்றவாறே தன்னுடைய பேண்டைக் கீழிறக்கி பிருஷ்டத்தைக் காட்டினான்.

“நாயிக்கிட்ட கொண்டோயி எதுக்குடே குண்டியக் காட்டுன? செவம் காணுகதுக்குக் கொள்ளாமாயிருந்தாலும் கூட அந்த நாயி கடிச்சிருக்காது! இதக் கண்டா கடிக்காம என்னெய்யும்? நாயி கால பைரவனாங்கும்! மாடஞ்சாமி! அதக் கல்லக் கொண்டு இனியொருக்கா அடிக்காத?” என்ற தாத்தா கடந்து போனார். நாய் தூரத்தில் ஓடிக் கொண்டிருந்தது.

சைக்கிளை மிதித்து வடசேரியை அடைந்தபோது மணி பன்னிரெண்டு. அன்றைக்கு சம்பள நாள். வாங்கப் போகிற சம்பளத்தை யாருக்கெல்லாம் பங்கிட்டுக் கொடுக்க வேண்டும் என்றெண்ணியபோது மீதம் மிஞ்சப் போகிற தொகையை நினைத்து தாமோதரனுக்குத் துக்கமே எஞ்சியது. ஜில்லு லக்கி செண்டருக்கு மாத்திரமே ஆயிரத்து அறுநூறு ரூபாய் கடன் பாக்கி இருந்தது. ‘சரி... பார்த்துக்கொள்ளலாம்!’ என்று பெருமூச்சை விட்டெறிந்து விட்டு கையெழுத்து போட்டுவிட்டு சம்பளத்தை வாங்கி எண்ணத் துவங்கினான். நாலாயிரத்து ஐநூறு இருந்தது. இன்றைக்கு இதற்கு மேல் வேறு வேலைகளில்லை. அரிச்சந்திரன் வீட்டில் மாட்டுவதற்காக ஒரு ஃப்யூஸ் கட்டையை மணிகண்டன் எலெக்ட்ரிகல்சில் வாங்கி விட்டு வண்டி நேராக ஒழுகினசேரி ஏ.ஆர்.ஒயின்ஸை எட்டியது.

சைக்கிளை ஸ்டாண்ட் போட்டு விட்டு உள்ளே நுழைந்தால் அங்கே கடையில் மகேஸ்வரன் கணக்குப் பார்த்தவாறே உட்கார்ந்திருந்தான். தாமோதரன் அவனிடம் போய், “என்னடே மகேசு! ஒங்கண்ணன் இல்லியா? நீ மாத்தரம் தனியா உக்காந்துர்க்க?”

“ஏ தாமோதரண்ணே நீயா? இன்னைக்கி சம்பள நாள்ளா? செரித்தாம்! வாங்குன சக்கரத்தக் கொண்டுக்கிட்டு நேரா லாட்டிரிக் கடைக்கிப் போற காலு இங்கன வந்துருக்கேன்னு கேட்டெம்ணே?”

“எப்பா போதும்டே லாட்டிரி சங்காத்தம்? ஊரு முச்சூடுங் கொண்டக் கடமும் கோட்டக் கடமுமாக் கெடக்கு! கடங்காரனுவளுக்கு உத்தரஞ் சொல்லவொக்கையில! வூட்டுக்காத கெடக்கவளுக்க ஊளையையிங் கேட்டு மாளல!

அதாம் ஒரு கோட்டர சாத்துனமா? ஊட்டப் பாக்கப் போனமான்னு வந்தம்பாத்துக்கா? ஒரு கோல்கொண்டா கோட்டுரு தா மக்களே!"

"என்னண்ணே வழக்கமா நெப்போலியங் கேப்பா? இன்னிக்கென்ன புதுசா கோல்கொண்டா!"

"அந்த நெப்போலியந் தாய்ளி வேண்டாம் மக்கா! குடிச்சா சுர்ருன்னு ஏறுகு! தாழாக்குடிய தாண்டு முன்ன விர்ருன்னு ஏறங்கிருகு! முப்பது ரூவான்னாலும் ஒரு மட்டு மரியாதி வேண்டாமா?"

மகேஸ்வரன் ஒரு குவாட்டரை எடுத்துக் கொடுத்துவிட்டு ஒரு பனியனை எடுத்துக் கொடுத்தான்.

தாமோதரன் அவனிடம், "என்னடே இது?"

"ஒனக்குத்தாம்ணே... வச்சிக்கா! கலியாணி பீர்க் கம்பெனிக்காரந் தந்தாம்! ஊருக்குள்ள நடமாடுகதுக்குப் போட்டுக்கிடலாம்! மேலுக்கு அணியதுக்கு சொகமாயிரிக்கிம்!"

"நல்லாருக்கு கேட்டயா! ஆமா சைசு என்னது?"

"முப்பத்தெட்டு!"

"பனியன் தந்தானேன்னு அவனுக்க பீரத் தொடர்ச்சியாக் குடிச்சம்னு வய்யி! சைசு நாப்பத்ரெண்டாயிரும் பாத்துக்கா! கிகிகி! அப்போறம் வேற ஒரு காரியம் ஒனக்கிட்ட கேக்கணும்னு நெனச்சம் பாத்துக்கா! இந்த பாட்டுலு தொறப்பம்லா மற்ற சாதனம்?"

"எது ஓப்பனரா?"

"ஆங்! அதேதாம்! அதுவொண்ணு வந்தா எனக்கோண்ணு தருவியாப்போ?"

"அவ்ளோதானே! இங்கயே பை தவ்ஸன் கம்பெனிக்காரந் தந்தது ரெண்டண்ணம் கெடந்து பாத்துக்கா! நீ உள்ளுக்க போயி கோட்டரச் சாத்திட்டு வா! நா தேடி வைக்கேன்!" என்றவாறே கல்லாவுக்கு அடியில் குனிந்து மகேஸ்வரன் தேட தாமோதரன் பாருக்குள்ளே நுழைந்தான்.

உள்ளே சொற்பமான ஆட்கள்தான் அமர்ந்திருந்தார்கள். தாமோதரனைக் கண்டதும் சப்ளையர் சுப்பையா சாடி வந்து தாமோதரனின் கையிலிருந்த பையை வாங்கியவாறே பவ்வியமாக வணங்கி அவனை ஒரு மேஜையில் கொண்டு உட்காரவைத்துவிட்டு மெனு சொல்லத் துவங்கினான்.

“நெத்தோலி பொறிச்சது இருக்கு! கோழி பொறிப்பு இருக்கு! கோழிக்கறி இருக்கு! ஆம முட்ட இருக்கு! கோழி முட்ட... வாத்து முட்ட இருக்கு! கட்டக்காலி ஜம்முன்னு இருக்கு! கெழங்கும் மீனும் மயக்குனது இருக்கு! என்ன வேணும்ணே நமக்கு?”

தாமோதரன் அவனைக் கூர்ந்து பார்த்துவிட்டு, “எடே நீ அந்தக் கொலசேகரம்பூர்க்காரந்தானே? பஞ்சாயத்து டீவி ரூம்புல இருந்து கள்ளக் கரண்டெடுத்தவெம்?”

“ஹிஹி! ஆமாண்ணே! இப்ப அதெல்லாம் எடுக்கியதில்ல கேட்டேளா?” என்றவாறே மண்டையைச் சொறிந்தான்.

“எலே வெளையாடுகதுக்கு அதுவொண்ணுங் கடக்கரையில்ல! கரண்டாங்கும்! வாற ஃபோர்சுக்கு அடிச்சின்னி வைய்யி கிரிஞ்சி கரஞ்சாமட்டையாயிருவா பாத்துக்கா! இனிமேலால் மரியாதிக்கி நடந்துக்கா! போ... போயி ஒரு சோடாவும், சுண்டலுங் கொண்டா! ஒரு கரண்டுக் களவு கூய்வுள்ளைக்கி!”

சுப்பையாவும் பாய்ந்து போய் எடுத்துக் கொண்டு வந்து காரியங்களை டேபிளில் பரப்ப தாமோதரன் லேசாக குப்பியை ஒரு தட்டு தட்டி அதன் மூடியைத் திறந்து விட்டு அதைக் கப்பில் ஊற்றிக் குடிக்கத் துவங்கினான்.

“என்னடே இவ்ளோ கசப்பா இரிக்கி! ச்சை!” என்றவாறே கடைவாயில் வழிந்ததைப் பின்னங்கையால் வழித்துத் தரையில் வீசியவாறே நான்கு சுண்டல் முத்துக்களை எடுத்து வாயில் வீசினான். சப்ளையரை அழைத்து, “லேய் கரண்டு மோஷ்டிச்சவனே! ஒனக்க பேரு என்னப்போ?”

“சுப்பைய்யாண்ணே!”

“என்னத்த சுப்பைய்யா அண்ணனா?”

“சுப்பைய்யா நா! அண்ணன் நீங்க?”

"ஓ அந்தளவு க்ளோசாயிட்டியா நீ? போயி ஒரு அவிச்ச முட்ட கொண்டா!" எனவும் சுப்பைய்யா போய் ஒரு அவித்த முட்டையை தோடு நீக்கி, அதை ஒரு நூலால் நான்காக வெட்டி, ஒரு தட்டில் வைத்து அதில் சிறிதளவு நல்லமிளகுப் பொடியைத் தூவிக்கொண்டு வந்து டேபிளில் வைக்கவும் துள்ளுப்புட்டான் கண்ணன் எதிரில் வந்தமர்ந்தான். தனக்கு முன்பாக யாரோ வந்து உட்கார்ந்ததைக் கண்டு ஏறிட்டுப் பார்த்தான் தாமோதரன்.

"ஏலே துள்ளு நீயா? என்னப்போ வேலைக்கிப் போவல்லியா?" - தாமோதரன்.

"ஓழத்தொரு மணி வரையா வேல பாப்பா? அஞ்சரைக்கெல்லாங் கரையேறியாச்சி? இன்னைக்கிம் அந்த கண்ட்ராக்கு கண்டார.. ளி சம்பளந் தந்தாமில்லா? கொத்தம்மாருவன்னா இவுனுவளுக்கு கடவாயில பூத்த புழுதானே?" - துள்ளுப்புட்டான்.

"எலேய் கோவப்படாத கேட்டயா?"

"ஒனக்க சைக்கிள வெளில நிக்கக் கண்டுதா உள்ளுக்க வந்தெம் பாத்துக்கா!"

"செரி... இனி சைக்கிள கொஞ்சம் மறைவுலதாம் வுடணும்! இப்ப என்னடே கோட்டரடிக்கியா?" என்று கேட்டுவிட்டு சுப்பையாவை அழைத்து ஒரு குவார்ட்டர் வாங்கி வரச் சொன்னான். குவார்ட்டர் வந்ததும் இருவரும் சேர்ந்து குடித்தார்கள். அப்போதுதான் துள்ளுப்புட்டான் அதைக் கவனித்தான்.

"இதென்னண்ணே பீசு கேரியரோட திரிய?" - துள்ளுப்புட்டான்.

"காலம்பர ஒரு காரியம் அறிஞ்சியா?" - தாமோதரன்.

"என்ன?"

"நம்ம அரி இருக்காம்லியா அரிச்சந்தரன்... தாழக்குடில?"

"ஆமா பெயிண்டறு? தொட்டிப்பெய! நல்ல வார்த்தைகள்னு எதுவுமே கூய்வுள்ளைக்க வாய்க்க வராதே? முழுக்க பூனா சூனா மானா வெப்பானே? அவனுக்கென்ன தண்ணீக்க தாந்துட்டானா?"

“அதில்ல... தாய்ளியுள்ள வூட்டுல கரண்டு பில்லு கெட்டலைன்னு பீச புடுங்கிருக்கானுவோ? மறுவுடியிந்தானே பில்லு கெட்டுனவொடனே பீச மாட்டச்சொல்லி எனக்கிட்ட தந்துருந்து... நானு அத மாட்டிரலாம்ன்னி அவனுக்க வூட்ட நோக்கி போய்க்கிட்டிருந்தம் பாத்துக்கா... அப்பந்தா நம்ம வீராணமங்கலம் வடக்கூரு மலங்காளி பெய வழில என்னையச் செறுத்தாம் கேட்டுக்கா! நா அவன அப்புடியே செரஞ்சி பாத்து புருவத்த ஒய்த்தி என்னான்னு கேட்டேங் கேட்டியா?”

“எம்மா... அவனே ஓர் தல்லுகொல்லில்லா! கொல பாதகத்துக்கும் அஞ்ச மாட்டானே?” - என்று அதிர்ச்சியடைந்தான் துள்ளுப்புட்டான்.

“கதைய கேளுடே மொதல்ல! அவனும் என்னைய ஒரு டைப்பா பாத்துக்கிட்டே எனக்க கிட்டக்க நெருங்குனாம்! அப்பந்தா நா ஒரு கொரலு குடுத்தேம்! அங்கயே நில்லு! அப்டின்னு...!”

“அப்பொறம்?”

“நாஞ்சொன்னத மத்தவேங் காதுலயே வாங்கல்ல! கிட்ட வந்தவனுக்க கையில ஒரு கொறடு! நா செத்தக் கூட யோசிக்காம கையில இருந்த பீசுக் கட்டைய எடுத்து தாய்ளிக்க மூக்கா மண்டையில ஒத்த வீசு! கண்ணாமண்டையில பட்டு பீசு கேரியறு ஆத்துக்க தெறிச்சிட்டு? பய அலறியடிச்சி ஓடிட்டாம் பாத்துக்கா! எப்பிடியிம் மண்டையில அஞ்சாறு தையலு காணும்?”

“அதுசெரி... அப்ப நீ மலங்காளியவே ஓட வூட்டுருக்க இல்லியா?”

“பின்ன.. அதுமட்டுமில்ல! பீசுக்கட்டைய கெட்டலைன்னு அரிச்சந்தரன் என்னைய முட்டியதுக்கு நின்னாம் பாத்துக்கா! ரெண்டு மூணு மட்டஞ் சொல்லிப் பாத்தேம்! கேக்கலை! கால மடக்கி ஒண்ணு வச்சிரலாம்னு பாத்தேன்! எதுக்கு கெவுர்மெண்டு உத்தியோகத்துல இருந்துக்கிட்டு கோர்ட்டு கேசு பாடணும்னு வுட்டுக்கிட்டு... ஒடந்தானே பூதப்பாண்டி ஜட்ஜி நம்ம ஃப்ரெண்டுதாம் பாத்துக்கா! மேப்புடியான விளிச்சி காரியத்த சொன்னேங் கேட்டுக்க... ஆளு ஒடனே வண்டிய எடுத்துக்கிட்டு ஈட்டானுக்கு வந்துட்டாரு பாத்துக்கா!”

"அடேங்கப்பா! நீ ஆளு நல்ல பளுவந்தா இல்லியா? பின்ன அரசாங்க உத்தியோகம் சும்மயா கெடைக்கும்! பொறவு என்னாச்சி?"

"ஜட்ஜிக்கிட்டயே செவங் கேக்கு நீயென்ன பெரிய ஜட்ஜான்னி? ஒடனே போலீஸ விளிச்சி வரத்தி அடிச்சிப் பொதிஞ்சித் தூக்கி உள்ளாற வச்சிட்டாருல்லா?"

"என்னண்ணே சொல்லுக? அரிச்சந்தரன் ஜெயில்ல கெடக்கியானா? - துள்ளுப்புட்டானுக்கு அதிர்ச்சி.

"பைனஞ்சி நாளு கழிஞ்சிதாம் பயல் வெளில வருவாம் பாத்துக்கா! நம்மகிட்ட சீறுனா உருவ வுடுவனா?" - தாமோதரனின் முகத்தில் ஓர் மகிழ்வு. அப்போது பின்பக்கமிருந்து ஒரு கை தாமோதரனின் தோளில் விழவே திரும்பிப் பார்த்தவனுக்கு அதிர்ச்சி. அரிச்சந்திரன் நின்று கொண்டிருந்தான்.

"லே மக்கா அரி... நீயா ஜெயில்லெர்ந்து எப்டி வந்த?" - தாமோதரன்.

"வாசல் வழியாத்தான் வந்தேன்?" - அரிச்சந்திரன்.

"இல்ல... காலம்பறதானே உள்ளுக்க போன? அதுக்குள்ளயா ஜாமீனு கிட்டிச்சி? - என்று ஆச்சர்யம் கலந்த பயத்தோடு கேட்டான் தாமோதரன்.

"இப்பத்தா வந்தேன்! இனிமே ஒன்னிய அடிச்ச மாட்டம்ன்னி எழுதி கையெழுத்து போட்டுக்கிட்டு வந்துருக்கேன்! என்னைய கத்திய தூக்க வச்சிறாத?" என்றான் அரிச்சந்திரன் அமைதியாக...

"வாயாம்... எள்ளோல குடிப்பம்! காலம்பற நடந்தத மனசுல வச்சிக்கிடாத மக்கா!" என்று கரைந்தான் தாமோதரன்.

"அதெல்லாம் செறிதான்... நீ மலங்காளிய அடிச்சம்னு சொன்னத கூட பொறுத்துக்கிடலாம்! ஆனா ஜட்ஜி ஒனக்க ஃப்ரெண்டுன்னு சொன்ன பாத்தியா? எனக்கு அடிச்சதெல்லாந் தெளிஞ்சிட்டு!" என்று சொல்லிவிட்டு விறுவிறு'வென பாரிலிருந்து கண்ணீரோடு வெளியேறினான் அரிச்சந்திரன்.

தாமோதரனும், துள்ளுப்புட்டானும் அரிச்சந்திரன் போவதை அமைதியாகப் பார்த்துக் கொண்டிருந்தார்கள். தாமோதரன் சுப்பையனைக் கூப்பிட்டு பார் பில்லைக் கொடுத்துவிட்டு

வெளியில் வர கடையிலிருந்த மகேஸ்வரன் தாமோதரனைக் கூப்பிட்டு ஒரு குப்பி திறப்பானைக் கையில் கொடுத்தான். தாமோதரனின் கால்கள் சைக்கிளை எடுத்துக் கொண்டு நேராக 'ஜில்லு லக்கி சென்டர்' வாசலில் போய் நின்றது. உள்ளே விற்பனையாளன் ரெமேசன் நின்று கொண்டிருந்தான்.

"வாங்க லைன்மேன் சார்! புதுசா சிக்கிம், பூட்டான், அஸ்ஸாம் காரியங்கள் வந்துருக்கு? எப்புடி?" - ரெமேசன்.

"எடுப்போ! பாப்பம்!" என்ற தாமோதரனின் கண்கள் போதையில் சிவந்திருந்தன.

"பழைய பாலன்சுகள் கொஞ்சம் கெடக்கு! ஓனர் ஏசுவாரு!" என்றான் ரெமேசன் தலையைச் சொறிந்தான்.

"ஒனக்க ஒனறு கெடந்தாய்ன்! தாய்ளி இந்தத் தாமோதரன் இல்லைன்னா இந்தா முன்ன போட்டுருக்க ஷெட்டு போட்டுருப்பானா? எல்லாங் கெவுருமேண்டு சக்கரமாங்கும்! எதுக்கேதாஞ் சொன்னாம்ன்னி வைய்யி? கரண்டு மீட்டர்ல காந்தத்த வச்சாம்ன்னி சொல்லி பீச புடுங்கிருவம் பாத்துக்கா! மரியாதிக்கி எடுத்து வையிடே டிக்கெட்ட! சொரண்டட்டு!" என்றான் தாமோதரன்.

முதல் டிக்கெட்டைச் சுரண்டவும் பணம் ரெண்டாயிரம் விழுந்தது.

இரண்டாவது டிக்கெட்டுக்கு மூணாயிரம்.

மூன்றாம் டிக்கெட்டுக்கு எட்டாயிரம்.

அடுத்த டிக்கெட்டுக்கு ஆயிரம் என்று மொத்தம் நாற்பது டிக்கெட்டுக்கு பணம் ஐம்பத்தி இரண்டாயிரம் விழுந்திருந்தது. கடையைச் சுற்றிலும் ஒரே கூட்டம். இந்த விஷயம் ஊருக்குள் பரவியதும் தாமோதரனின் மனைவி செண்பகராணியின் கால்கள் உத்தரத்திலிருந்தன. கிட்டத்தட்டப் பறந்தாள்.

மொத்தத் தொகையையும் கடையிலிருந்து வாங்கிக் கொண்டு பழைய பாக்கிகளைக் கொடுத்து விட்டு நேராக டி.வி.எஸ் கம்பெனிக்குப் போய் இருபத்தேழாயிரம் மொத்தமாகக் கொடுத்து ஒரு டிவிஎஸ் ஃபிஃப்டி ஒன்றிற்கு ஆர்டர் கொடுத்து விட்டு துணிக்கடைக்குச் சென்று செண்பகராணிக்கு சிகப்பு

நிறத்தில் புடவை ஒன்றை எடுத்து பைக்குள் போட்டுவிட்டு வீடு நோக்கிப் போனான். வழி நெடுக ஆட்கள் கேட்டார்கள்.

"என்னப்போ தாமோதரா! அதிர்ஸ்டம் சீலையப் பொளந்துகிட்டு நிக்கின்னு ஆளுவ சொல்லுது? என்ன காரியம்?"

"தாமோதரம் மச்சா பொளிச்சிட்டீராமே?"

"லே தாமோதரா! லாட்டரி பைசாவுல சொந்தமா ஈபீ ஆபீசு கெட்டப் போறியாமே? லைனு மேனு வேலைக்கி என்னையச் சேத்துக்கிடாம்?"

இப்படி ஆளாளுக்குக் கேட்கவே தாமோதரனுக்குக் குழப்பம். 'எப்புடி இவ்ளோ போர்சா நிவ்சு ஊருக்குள்ள பரவிச்சி?'

சைக்கிளை மெதுவாக உருட்டியவாறே மெதுவாக வீட்டின் பின்பக்கம் போய் மிச்சப் பணத்தையும், செண்பகராணிக்கு வாங்கின சேலையையும் ஒரு பானைக்குள் ஒளித்து வைத்துவிட்டு மீண்டும் முன்பக்கம் வழியாக வாசலில் வந்து நிற்கவும் செண்பகராணிக்கு முகம் முழுக்க வெட்கம்.

"வாங்கோ வந்து உக்காருங்கோ!" - செண்பகராணி.

"நா என்ன படுத்து உருளவாப் போறேம்? போளா போயி தண்ணிய எடுத்துக்கிட்டு வா! காலம்பற கெடந்து சலம்புனது இதே ஊத்த வாயிதானே? இப்ப என்ன அந்தசு வேண்டிக் கெடக்கு செவத்துக்கு?" என்று லேசாக அலம்பினான் தாமோதரன்.

"ஏதோ லாட்டிரி கீட்டீரின்னு சொன்னாவா ஊருக்குள்ள?"

"யாம்.. பேட்டிரின்னு யாருஞ் சொல்லலியா?"

தண்ணீரைக் கொண்டு வந்து கையில் கொடுத்துவிட்டு மீண்டும் செண்பகராணி, "இல்ல! லாட்டரில பைசா கெடச்சிதும்ன்னு சொல்லிருந்து...அ அதாங் கேட்டேம் பாத்துக்கிடுங்கோ?"

"அதெல்லாத்தையிங் கொண்டோயி முந்தி வாண்டுன கொண்டக் கடனையும் கோட்டக் கடனையும் அடச்சிக்கிட்டு மனியெந் தப்பரவிக்கிட்டு வூடு வந்து சேந்துருக்காம்! இதுல லாட்டரி பூட்டிரின்னி ஒரு கோப்ராயம்? போம்மாளு அந்தால?" என்று எரிந்து விழுவது போல நடித்தான்.

செண்பகராணி தந்தை கோமதியப்பனின் புகைப்படத்தின் முன்பாகப் போய் நின்று கொண்டே வழக்கமான பாடலொன்றைப் பாட ஆரம்பித்தாள்.

“மாப்பளைக்கி ஈப்பீய்யில பணின்னு கெட்டிக் குடுத்துட்டு நீரு பாட்டுக்கு ஒசக்க ஏறி அமுந்துருக்கீரு? நானு இந்த ஒணந்த பெயகிட்டக் கெடந்து நாறியேம்! மாசம் பொறந்தா ஊரு ஒலகத்துல உள்ளவாம்மாரு வாங்குக சம்பளத்தக் கொண்டோயி பொண்டாட்டியகிட்ட குடுப்பானுவன்னு கேள்விப் பட்டுருக்கேம்! வாங்குன கையி ஒணருகதுக்க முன்ன ஓடிப்போயி ஒழ்ணசேரி முக்குல குடுத்து இந்தப் பாழடைஞ்ச சொரண்டலு லாட்டிரி மைத்த சொரண்டிக்கிட்டு, வாங்குன சம்பளச் சக்கரத்த அப்புடியே அந்த லாட்டிரி கட சேகரு நாயிக்கிட்ட கொண்டோயி ‘இந்தா ஒனக்க ஒப்பிடியாமாருவளுக்கு சீலயிம் ஜெம்பரும் வாங்கிக்குடுன்னி சொல்லிக் குடுத்துட்டு தண்ணியையிம் போட்டுக்கிட்டு கொல்லியாண்டோ குட்டியப்போன்னி கூச்சலும் ஊளையுமா கண்ணு கலங்கி வரக் கூடிய நாய எங்கயாது கண்டுருக்கேளாய்யா! இன்னைக்கி சக்கரத்த ஜெயிச்சிங் கூட வூட்டுக்குக் கொண்டாரத் துப்பில்லியே நாயிக்கி? இந்த செத்தச் செவத்துக் கூட கெடந்து காலங் கழிச்சியதுக்குப் பதுலா எனக்கொரு சாக்காலம் வருவுல்லியே?”

தாமோதரன் சிரித்தவாறே மெதுவாகப் புழக்கடைக்குப் போய் பணத்தையும், சேலையையும் எடுத்துக் கொண்டு செண்பகராணிக்கு ஒரு அதிர்ச்சியைக் கொடுத்துவிட எண்ணித் திரும்பவும் வீட்டினுள்ளிருந்து தாமோதரனுக்கு ஒரு அதிர்ச்சியைக் கொடுத்தாள் செண்பகராணி. வீட்டினுள் ‘டபீர்’ என்றொரு சப்தமும், செண்பகராணியின் “எண்டப்போ” என்றொரு ஊளையும் கேட்டது.

வீட்டினுள் ஓடிச்சென்று பார்த்த தாமோதரனுக்கு அதிர்ச்சி. வாயின் மேல்பக்க முன்பக்க பற்கள் உடைந்து ரத்த வெள்ளத்தில் கிடந்தாள் செண்பக ராணி. தாமோதரன் புழக்கடைக்குச் சென்ற நேரத்தில் ஓடிப்போய் அவனது பேண்ட் பாக்கெட்டைச் சோதிக்கப் போனவள் கீழே கிடந்த சாக்கு வழுக்கி பிடிமானத்திற்காக அசையில் கிடந்த தாமோதரனின் பேண்டைப் பிடித்து இழுக்க அதிலிருந்த

அரிச்சந்திரனின் ஃப்யூஸ் கேரியர் தவறி உயரத்தில் பறந்து சரியாக செண்பகராணியின் வாயில் விழுந்தது.

“வாயி கூடுதலாப் பேசும்போதே எனக்குத் தெரியும்ட்டீ! ஒரு மனுஷிக்கி மாப்ள் தரப்பட்ட ஒரு திடீர் பரிசக்கூட அனுவிக்கக் கூடிய அளவுக்குப் பொறுமையில்லைன்னா எப்புடி?” என்றவாறே கீழே கிடந்த பாடியை எழுப்பி உட்கார வைத்தான் தாமோதரன்.

தாமோதரனுக்கு லாட்டரியில் காசு கிடைத்ததை ஆண்டித்தோப்பு ஊருக்குள் பறையடித்ததைப் போலவே வீராணமங்கலம் ஊருக்குள் போய் “எண்ணே! நம்ம ஈபீ தாமோதரம் இருக்காம்லா? அவெம் இன்னைக்கிக் காலம்பற நீ அவங்கிட்ட வழிப்பறி செய்யப் போவும்போ அவெம் ஒனக்க மூக்கா மண்டைய அடிச்சி ஒடச்சிப் போட்டானாமே? ஊரு முச்சூடுஞ் சொல்லிக்கிட்டு நடக்காம்!” என்று மலங்காளியிடம் துள்ளுப் புட்டான் சொல்ல மலங்காளி கண்கள் சிவக்கக் கத்தியைத் தீட்டிக் கொண்டிருந்தான்.

# 8

# பச்சத்தண்ணி ஜான் படகாய் மாறின கதை

துபாயின் தம்பிகள் சாக்கி மற்றும் சித்தி மகன் சில்லான் ஆகிய இரண்டு பேரும், மைத்துனன்மார்கள் இரண்டு பேருமாக சேர்ந்து நான்கு பேராக இரண்டு பைக்குகளில் பயணித்து தெள்ளாந்தி மலைச் சானலில் (வாய்க்கால்) குளிக்கப் போயிருக்கிறார்கள். ஒரு மைத்துனனின் பெயர் அணலி சந்துரு. அணலி என்றால் ஒருவகை சட்டித்தலை கொண்ட விரியன் பாம்பு என்பதால் அவனுக்குப் பெயர்க்காரணம் தேவையில்லை. இன்னொரு மைத்துனனான பச்சத்தண்ணி ஜானுடைய பெயர்க்காரணத்தைக் கண்டிப்பாக எழுதியாக வேண்டும். ஜான் ஒரு மிகப்பெரிய கதைசொல்லி. அவனுக்குத் தெரியாத கதைகளே இவ்வுலகிலில்லை என்பதைப் போலத்தான் நடந்து கொள்வான்.

நீல் ஆம்ஸ்ட்ராங்க் நிலவில் கால்வைத்த போது அங்கே மழைபெய்து சாலைகளில் குண்டும் குழியுமாக நீர் தேங்கிக் கிடந்ததாகையால் அவர் அந்த விமானத்திலேயே மூன்று மணிநேரம் காத்திருந்தார். ஏனெனில் அவருடைய பூட்ஸ் சகதியில் சவுட்டு படுவதை அவர் ஒருக்கிலும் விரும்பவில்லை!

ஹிட்லர் ஒருமுறை இந்தியா வந்திருந்தபோது தாஜ்மகாலில் ஓய்வெடுக்க விரும்பியதாகவும், அதற்கு இங்குள்ள அந்தணர்கள் சம்மதியாத காரணத்தாலேயே அவர் உடனடியாக ஜெர்மனிக்குத் திரும்பி யூதர்களைக் கொத்தாகத் தூக்கி சம்ஹாரம் செய்தார்! மற்றபடி அவருக்கும் யூதர்களுக்கும் இடையில் பெரிய அளவில் மனஸ்தாபங்கள் இருந்ததாகத் தெரியவில்லை!

மகாத்மா காந்தி சுடப்பட்ட போது அங்கே இந்திரா காந்தி இருந்திருந்தால் கோட்சே துப்பாக்கியைக் கையிலெடுத்திருக்க வாய்ப்பில்லை! ஏனென்றால் இந்திராகாந்தியின் கையில் எப்போதுமே ஒரு கையெறி குண்டு இருக்கும்! ஒரு வெடிகுண்டின் முன்பாக துப்பாக்கி எம்மாத்திரம்?

கன்கார்டு என்றொரு விமானம் மூன்று மணிநேரத்தில் உலக உருண்டையைச் சுற்றி வந்துவிடும்! அந்த விமானத்தின் முதல் ஓட்டுனராகப் பணிபுரிந்தவர் யாரெனில் டெர்மினேட்டர் பட ஹீரோ அர்னால்ட் ஸ்வாச்நெக்கர்!

இவைகளெல்லாம் பச்சத்தண்ணி ஜான் ஊருக்குள் சொன்ன கதைகள். தன் வயதையொத்த ஆசாமிகளிடம் சொன்னால் செவிக்குருத்து பேந்துவிடுமென்பதால் மேற்கூறிய கதைகளையெல்லாம் அசராமல் கேட்டது சீதப்பால் ஏரியாவில் உள்ள பொடியன்கள்தாம். அந்தக் கதைகளையெல்லாம் பொடியன்கள் நம்பவும் செய்தார்கள் என்பதுதான் ஜானுக்குக் கிடைத்த சாகித்திய அகாடமி.

ஒருமுறை ஜானுடைய சித்தப்பா ஒருவர் எல்லைப் பாதுகாப்புப் படையிலிருந்து விடுமுறைக்கு வந்திருந்தவர் ஜானைக் கூப்பிட்டு ஒரு கப்பில் ஐந்து மில்லி அளவில் ஒயிட் ரம்மை நிரப்பி அதில் நூத்தியைம்பது மில்லி தண்ணியை ஊற்றிக் குடிக்கக் கொடுத்திருக்கிறார். அதைக் குடித்துவிட்டு அம்மன்கோவில், பஞ்சாயத்து டிவி அறை, கிணற்றுமூடு, சர்ச்வாசல், பெண்கள் படித்துறை என்று ஐந்து இடங்களில் விழுந்து மயங்கியதாகவும், தான் பெரிய அளவில் குடித்திருப்பதாகத் தன் வயதையொத்த நண்பர்களிடம் கதை விட்டதாகவும், மேலும் ஒருமுறை வாந்தியும் எடுத்ததால் ஜானுக்குப் பச்சத் தண்ணி ஜான் என்ற பெயர் வந்திருந்தது.

கதைக்கு வருவோம்! சானலில் குளிக்கப் போய் சானல்கரையில் அமர்ந்து பியரைக் குடித்து விட்டு தன்னோடு வந்தவர்களது சொல்லைக் கேட்காமல் சானலுக்குள் குதித்தான் ஜான். தனக்குள் வீழ்ந்தது ஒரு மிகப்பெரிய கதை சொல்லி என்பது குறித்து அந்த சானலில் ஓடும் நீருக்குத் தெரியுமா?? அது ஜானைத் 'தேமே' என்று இழுத்துக் கொண்டு போனது. அதிர்ச்சியடைந்த அணலியும் மற்றவர்களும் சானல்கரையிலேயே பைக்கில் துரத்த ஜான் நீரின் போக்கிலேயே கூச்சலிட்டுக் கொண்டே நீந்திக்

கொண்டிருந்திருக்கிறான். ஒரு கட்டத்தில் சானலையொட்டிச் சென்ற சாலை கீழ்நோக்கி இறங்கி வேறெங்கேயோ செல்ல ஜானுக்கும் மற்றவர்களுக்கும் உள்ள தொடர்பு துண்டிக்கப் பட்டிருக்கிறது.

துபாய் தன்னுடைய ஸ்டுடியோவில் கவிஞர் பொனிபாசின் காதல் டூயட் பாடலொன்றின் ரிக்கார்டிங்கில் இருந்த போதுதான் கால் வந்தது. பாடக் கூட்டி வந்த பெண்மணி காகத்தின் குரலில் கரைந்து ரீ டேக் வாங்க துபாய்க்குக் கடுப்பு. அப்போதுதான் அணலியின் அழைப்பு,

“வே துபாய் மச்சா! பச்சத்தண்ணிய ஆத்தோட அடிச்சிட்டுப் போகுவே! என்ன செய்யதுக்குன்னு ஒரு வழியுமில்ல! செத்துருவாம்னு நெனெக்கேம்! நீரு எங்க கடக்கீரு?”

துபாய் குழப்பத்தில் மொபைலின் திரையைப் பார்த்துவிட்டு மீண்டும் காதில் வைத்து, “லேய் அணலி கோம்பத் தாய்ளி! என்னத்தடே கெடந்து ஒளருக? பச்சத்தண்ணிக்கி என்ன கேடு?” என்றான்.

“ரெண்டு பீரக் குடிச்சிப்புட்டு சொல்லச் சொல்லக் கேக்காம சானலுக்க சாடி மலந்துட்டாம்! தண்ணி வேற கடும் இழுப்பு! இப்ப அவெம் அம்மைக்கிம் கொய்யனுக்கும் யாரு உத்தரஞ் சொல்லுகது?” என்று சொல்லி கூடவே ஒப்பாரியும் வைத்தான்.

“லேய் உள்ளத சொல்லு எங்கடே கெடக்கியோ?” என்றான் துபாய்.

“நா என்னத்த பொய்யா சொல்லுகேம்! இந்தா கண்ணு மின்னுக்க வெள்ளத்துல மெதந்துட்டு போகுணே நாயி! செணம் ஓடியா? இல்லைன்னா செவம் செத்துரும்!” என்றதும் துபாய் கோபத்தில் “எங்கலே நிக்கியோ?” எனவும் கடம்படிவ்ளாகம் மேல்கரை சானல்ல!” என்று அணலி சொல்லவும் ஃபோன் கட்டாகி விட்டது.

“லேய் துபாயி! அங்க என்னலே ஒரு ஃபோனு நோட்டம்? இந்தா இந்த வரி எப்டி இருக்குனு சொல்லு! இப்பத்தா எழுதுனெம்! வெள்ளத்தில் இழுக்கும் உன் தாவணியைப் போன்ற என் மனது தோவாளை மதகில் பூப்பூத்தது! எப்டியிரிக்கி?” என்ற குரல் பக்கத்தில் கேட்க துபாய் பரிதாபமாகப் பார்த்தால் அங்கே கவிஞர் பொனிபாஸ் உட்கார்ந்திருந்தார். இதோ வெள்ளத்தில்

அடித்துச் செல்லப் பட்டதாகக் கூறப்பட்ட ஜானுடைய தகப்பனார்.

“வே மாமே! செத்த உக்காரும்! ஒரு எமர்ஜென்சி... போயிட்டு பத்து நிமுசத்துல வந்துருகேம்! நீரு இன்னும் நாலு லைன செட் பண்ணி வைய்யும்! இது மீட்டர்ல நிக்காது! தோவாளை மதகு லைட்டா இடிக்கி!” என்று சொல்லி எழ முயன்றவனை அமர்த்தினார் பொனிபாஸ்.

“எங்கல டிமிக்கி குடுத்துட்டு ஓடப்பாக்க? கொப்பன மாதிரியே ஒரு பணிக்கள்ளன்! இந்தா அஞ்சி நாளாச்சி! ஒரு பாட்டு ரிக்காடிங் பண்ணுகதுக்கு ஓழத்தொரு நாளாப்போ?”

“மாமேஞ் சொன்னாக் கேளும்! சீவம் போகப்பட்ட அவசரம்! இந்தா வந்துருகேம்! இன்னைக்கி சாயந்தரத்துக்குள்ள முடிச்சிறலாம்!” என்று சொல்லிவிட்டு எழுந்தான்.

“இப்ப வந்துருவால்லா? ஏகப்பட்ட சோளி கெடக்கு! நாளைக்கே யூடுபுல பாட்ட ரிலீஸ் பண்ணாத்தானுண்டு! சீக்கரம் வந்து சேருலே!” என்று சொல்லிவிட்டு அரைமனதாக துபாயை அனுப்பிவிட்டு காகிதத்தில் ‘தோவாளை மதகு என்னும் வரியை தேவியின் முதுகு’ என்று செப்பனிடத் துவங்கினார் கவிஞர் பொனியான்.

‘தாய்ளி மொவனுக்க ஒரு பாட்டு மயிரு! என்ன செஞ்சிரலாய்ன்? பெரிய மொசார்ட்டுல்லவா?” என்றவாறே எழுந்து வெளியில் ஓடினான் துபாய். அவரது மகனை வெள்ளம் அடித்துப் போகிறது என்ற செய்தியையும் அவனோடு கூடப் போனவன் தன்னுடைய உடன் பிறந்த சகோதரன் சாக்கி என்ற சாக்ரடீஸ் என்னும் காரியத்தையும் ஒருசேர பொனிபாஸ் காதில் போட்டால் அங்கேயே அவருக்கொரு இரங்கல் பாடலை ரெக்கார்டிங் செய்ய வேண்டி வரலாம் என்பதால் நடந்த காரியத்தை மறைத்து விட்டு தனது பைக்கை நோக்கி ஓடினான் சவுண்ட் என்ஜினியர் துபாய் என்ற அலெக்சாண்டர். அவன் துபாய் போன கதையை இங்கே சொன்னால் கிழிந்தும் விடும். பார்க்கிங்கில் நின்று கொண்டு விழி பிதுங்கின துபாய் உடனடியாக பூதப்பாண்டி போலீஸ் ஸ்டேசன் எஸ்.ஐ யை அழைத்து விஷயத்தைச் சொல்ல அவர் சிம்பிளாகச் சொன்னார்,

“தம்பி! பயல் வுழுந்தது எங்க ஸ்டேசன் லிமிட்டுதாம்னாலும் வுழுந்த டயத்துக்கு சொல்லப்போனா இப்போ பாடி கிராஸ் பண்ணுகது ஆராமுழி ஸ்டேசன் லிமிட்டுல வரும்! தோவாள தாண்டிக் கொஞ்ச தூரம் போனாலும்கூட பாடி சுசீந்திரம் கண்ட்ரோலுக்குப் போயிரும்! பொறவு சானலு வேற எங்கயாச்சி போனாலுங்கூட அதுல தாமரகொளம், ராஜாக்கமங்கலம் தொடங்கி அஞ்சிகிராமம் கன்னியாமரின்னு அஞ்சாறு ஸ்டேசன் இன்வால் ஆவும் பாத்துக்கா! போய்த் தேடுங்க! டெட்பாடி எங்க சிக்குகோ அந்த லிமிட்டுல உள்ள ஸ்டேசனுக்கு அடிச்சி காரியத்த சொல்லு! அவாள் வந்து மத்த காரியங்கள பாப்பா!” என்றவாறே ஃபோனைக் கட் பண்ணி விட்டார்.

இப்படியொரு இடியாப்பச் சிக்கலை இதற்கு முன்னர் அவன் காதாண்டதில்லையென்றாலும் கூட அவர் சொன்ன ‘பாடி’ என்ற வார்த்தையை அவனால் ஜீரணித்துக் கொள்ள முடியவில்லை. ‘செவம் பச்சத் தண்ணிக் கூய்வுள்ள பாவம்லா?’

துபாய்க்கு என்ன சொல்வதென்றே தெரியவில்லை! கையும், காலும் ஓடாமல் வண்டியை எடுத்துக் கொண்டு தோவாளையை நோக்கி போய்க் கொண்டிருந்தான். எண்பது கிலோமீட்டர் வேகமென்பதெல்லாம் கனவிலும் அவன் ஓட்டியிறாத வேகம். “தாய்ளி அப்பன் என்னடான்னா தோவாளையின் மதகுன்னு எழுதி பாடச் சொல்லி உயிர எடுக்கான்! மொவெம் என்னன்னா வெள்ளத்துக்கச் சாடி தோவாளச் சானல்ல பாடியத் தேட வுடுகாம்! நல்ல கெழமதாம்டே இன்னைக்கி!” என்றவாறே துபாய் கடுமையான சோகத்தில் வண்டியை ஓட்டிக் கொண்டிருந்தான்.

‘எஸ். ஐ சொன்ன கணக்குக்கு இப்போதைக்கு பச்சத் தண்ணியின் பாடி தோவாளையைத் தாண்டாமலிருக்க வேண்டுமே!’ என்று வழிநெடுக துபாய் கும்பிடாத கடவுளே இல்லை! அழுதுகொண்டே வண்டியை ஓட்டினான்.

அணலிக்கு ஃபோன் செய்தால் ஸ்விட்ச் ஆஃப். பயத்தில் ஃபோனை ஆஃப் செய்திருந்தான். துபாய்க்கோ குழப்பம். வீட்டில் ஃபோன் செய்து தகவலைச் சொன்னால் என்னவெல்லாம் நடக்கும்? தன் வீட்டில் என்னவெல்லாம் சொல்வார்கள்? கடவுளே நான் இப்போது என்ன செய்யவேண்டும்? என்று

குழப்பத்தில் தோவாளை பாலத்துச் சப்பாத்தில் குளித்துக் கொண்டிருந்தவர்களிடம் "இந்த வழியாக ஏதேனும் பாடி மிதந்து போனதா?" என்று அவன் கேட்டதும் அவர்கள் அவனை ஒரு கோணையனாகப் பார்த்தார்கள்.

ஒரு அரைமணிநேரம் அங்கேயே நின்று கொண்டிருந்தான். மீண்டும் அழுகை வந்தது. 'இனிமேலால் உலகத்தில் இல்லாத ஃப்ராடுக் கதைகளையெல்லாம் உற்பத்தி செய்து யார் இந்த ஊருக்குச் சொல்லுவார் இறைவா?'

கொசுவர்த்திச் சுருள் போன்ற காலச்சக்கரம் துபாயின் மனக்கண்ணில் சுற்ற சில வருடங்களுக்கு முன்னர் போனது காலம். அப்போது துபாயின் அப்பா ஞானப்பிரகாசம் ஓமானில் வேலை செய்தார். துபாய்க்கு வயது பதினெட்டு. இந்தியாவிலிருந்து ஒரு போன்கால் ஓமானுக்கு போனது. அதில் போன தகவல் இதுதான்,

"உம்முடைய மகன் அலெக்சாண்டர் வடக்குத் தோப்பில் இருக்கும் ஆழமான கிணற்றில் விழுந்து மரித்து விட்டான். அடக்கத்துக்கு முன்பாகக் கிளம்பி ஊருக்கு வரவும்!"

ஞானப்பிரகாசம் அழுது துடித்து தன்னுடைய வீட்டு லேண்ட் லைனுக்குக் கால் செய்தால் லைன் கிடைக்கவில்லை. ஊருக்குள் இன்னொரு வீட்டிலும் டெலிபோன் அடித்தால் அங்கும் வேலை செய்யவில்லை. அழுது அரற்றியவாறே அடித்துப் பிடித்து அன்றே எமர்ஜென்சி லீவில் டிக்கெட் எடுத்து ஊருக்கு வந்தால் ஊர் முகப்பிலிருந்த குளத்தில் துபாய், பச்சத் தண்ணி ஜான் மற்றும் சகாவுகள் தூண்டில் போட்டு மீனைப் பிடித்துக் கொண்டிருந்தார்கள். டாக்சியிலிருந்து இறங்கி ஓடிப்போய்த் தன்னுடைய மகனைக் கட்டிப் பிடித்துக் கொண்டு "நீ இன்னுஞ் சாவல்லியா மோனே?"என்று அழுத ஞானப்பிரகாசத்தைக் கண்டு கிணற்றடியில் நீரிறைத்துக் கொண்டிருந்த பெண்களுக்கு ஒரே சிரிப்பு.

திடுதிப்பென்று வீட்டுக்குள் வந்து நின்ற தன்னுடைய கணவனைக் கண்ட பாப்பாவுக்குக் குழப்பம், "நீரு எப்பவே வந்தீரு? ஒரு டிரங்காலு இல்ல! ஏர்மெயிலு இல்ல! டபீர்னு ஒரு வரவு?" என்றதும் ஞானப்பிரகாசம் ஓடிப்போய் டெலிஃபோனை எடுத்துப் பார்த்தால் பின்னாலிருந்த ஒயர் விடுவிக்கப் பட்டிருந்தது தெரியவந்தது. அந்த ஊருக்குள்

இருந்த மற்றொரு டெலிஃபோன் ஞானப்பிரகாசத்தின் மைத்துனன் பொனிபாசுடையது. 'ஆனால் அதில் எஸ்.டி.டி வசதி இல்லையே' என்று குழப்பத்தில் ஆழ்ந்த ஞானப்பிரகாசம் முதல் வேலையாக டெலிபோன் எக்ஸ்சேஞ்ச் ஆபீஸில் சென்று கேட்டபோது குறிப்பிட்ட நாளில் குறிப்பிட்ட சமயத்தில் ஓமானுக்கு போன கால் ஞானப்பிரகாசத்தின் வீட்டிலிருந்தே போயிருந்தது தெரிய வந்தது.

இந்தியாவிலிருந்து ஓமானுக்கு ஃபோன்கால் செய்தால் தன்னுடைய ஒரு மாத சம்பளத்தை டெலிஃபோன் பில்லாகக் கட்ட வேண்டும் என்பதால் வழக்கமாக ஞானப்பிரகாசம்தான் ஓமானிலிருந்து இந்தியாவுக்குக் கால் செய்வது வழக்கம். யார் அழைத்திருப்பார்கள் என்ற குழப்பத்தில் தன் மனைவி பாப்பாவிடமும் மூன்று பிள்ளைகளிடம் கேட்டால் அவர்கள் மறுத்து விட்டார்கள்.

பொனிபாசின் வீட்டிலிருந்த டெலிஃபோன் ஓயரும் ஒருசேர விடுவிக்கப் பட்டு இரண்டு நாட்களாக வேலை செய்யாமல் டெலிஃபோன் ஆஃபீசிலிருந்து ஆட்கள் வந்து பார்த்து டெலிஃபோன் ஓயார் பிடுங்கப்பட்டிருந்த காரியத்தைக் கண்டறிந்த பிற்பாடுதான் இந்தக் குற்றத்தின் பின்னணியில் ஒளிந்திருந்தது பச்சைத்தண்ணி ஜான் என்னும் காரியம் விளங்கியது. அப்போது அவனுக்கு வயது பத்து. ஞானப்பிரகாசத்தின் வீட்டின் பின்பக்கம் நின்ற சீதாப்பழ மரத்திலிருந்து பழுக்காத காயொன்றை ஜான் பறிக்க இதைப் பார்த்த துபாய் ஜானின் மண்டையில் இரண்டு கொட்டுகளை வைக்க அழுதுகொண்டே வீட்டுக்குப் போனான் ஜான்.

தன்னை மண்டையில் கொட்டின துபாயைப் பழிவாங்க நாள் குறித்த ஜான், துபாயின் வீட்டில் யாருமில்லாத சமயத்தில் புகுந்து உயரத்திலிருந்த டெலிஃபோனை ஸ்டூல் போட்டு ஏறி டெலிஃபோன் டைரியிலிருந்த ஞானப்பிரகாசத்தின் ஓமான் எண்ணை டயல் செய்து டெலிஃபோன் ரிஸீவரிலுள்ள மவுத் பீசில் ஈரத்துணியை அணிந்து மேற்படி பொய்த் தகவலைக் கடல்கடந்து கசியவிட்டுவிட்டு பின்னாலிருந்த ஓயரையும் பிடுங்கி, தங்களுடைய வீட்டில் போன் செய்துகேட்டு தாம் சொன்ன தகவல் பொய்யென்று தெரிந்து கொள்ளக் கூடாது என்பதற்காக அந்த வயரையும் பிடுங்கி விட்ட எட்டு வயது விஷம்தான் இன்று தண்ணியோடு போய்க் கொண்டிருக்கிறது.

துபாய் ஜானுடைய மண்டையைப் பிளந்ததற்காக ஞானப்பிரகாசம் கொடுத்த விலை அந்நாளில் பணம் பத்தாயிரம். அப்போது அந்த ஊரில் பத்தாயிரம் இருந்தால் ஒரு ஏக்கர் தென்னந்தோப்பை வாங்கி விட முடியும்.

'சின்னப் பயலைக் கொல்லவா முடியும்?' என்பதால் இந்த இயற்கை தமக்குக் கொடுத்த விடுமுறைதான் இது என்று எண்ணிய ஞானப் பிரகாசம் ஜானைக் கூப்பிட்டு, "லேய் மறுமொவன! ஒனக்க மச்சா ஓம்மண்டைல கொட்டுனாஞ் செரி! நா என்னத்தடே பொழச்சேன்?" என்று கேட்க அதற்கு ஜான் சொன்ன பதில் உலகச் சிறப்பு வாய்ந்தது.

"போன தடவ லீவுக்கு வந்தப்ப தோப்புல வச்சி நீங்க அந்த ஜோனா அத்தைக்கி முத்தங் குடுத்தேள்ளா?"

"அடத் தாய்ளிவுள்ள! அப்பன வுட பெருஞ் செறையா இருக்கும் போலுக்கே?" என்றவாறே அந்த முத்தம் கொடுத்த விஷயத்தை யாரிடமும் சொல்லக் கூடாது! என்று சொல்லி சத்தியம் வாங்கிக் கொண்டு ஜானுக்கு கைநிறைய ஃபாரின் சாக்லேட்டுகளை வழங்கினார் ஞானப்பிரகாசம்.

"ஒரு சின்னப்பெயலுக்க கொரல கண்டுபுடிக்கத் தெரியல! அங்காயிருந்து வண்டியேறியிருக்கீரே? நீரெல்லாம் ஒரு மனியேம்னு சொல்லிக்கிட்டு நடக்கீரு பாத்தீரா?" என்று சொன்ன பாப்பாவுக்கு ஒரு குட்டிப் பாப்பாவைப் பரிசளித்துவிட்டு ஒரு அதிகாலையில் ஓமானுக்கு விமானமேறினார் ஞானப்பிரகாசம். இப்படியாக தன்னுடைய பத்தொன்பதாவது வயதில் தானொரு பெண்பிள்ளைக்கு அண்ணனான வாய்ப்பைப் பரிசளித்தது பச்சைத் தண்ணி ஜான் என்பதை துபாய் உணர்ந்திருக்கவில்லை.

ஜான் அத்தோடு நிற்கவில்லை. ஒருநாள் காலையில் ராணித்தோட்டம் பஸ் டிப்போவுக்கு ஒரு ஃபோன்கால். டெலிஃபோன் கண்ட்ரோலர் ஆறுமுகம் அட்டென் செய்து கேட்டார், "ஹலோ! நேசமணி டிப்போ, ராணித்தோட்டம்! யாரு பேசுகது?"

"ஹலோ! டிப்போவா?"

மறுமுனையில், "அதாஞ் சொன்னம்லா டிப்போன்னு? யாரு பேசுகதுன்னு சொல்லுங்க?"

“எனக்க பேரு பொனிபாசு! ஊரு சீதப்பாலு! 4சி அருமநல்லூறு பெஸ்சுல பாம் இரிக்கி! கரெக்டா எட்டரைக்கி தெரிசனங்கோப்புகிட்ட வச்சி வெடிக்கிம்! பாத்துக்கிடுங்கோ!” என்றவாறே கால் கட் செய்யப் பட டிப்போவில் கடுமையான பதட்டம்.

போலீஸ் வாகனங்கள், வெடிகுண்டு அகற்றும் படை, மோப்ப நாய்கள் குழு, தீயணைப்பு வாகனங்கள் மற்றும் ஆம்புலன்ஸ் என்று அருமநல்லூருக்கு விரைய லோக்கலில் தகவல் தெரிவிக்கப்பட்டு உவாட்ஸ்புரத்திலேயே பேருந்தை நிறுத்தி ஆட்கள் இறக்கிவிடப்பட்டு அந்தப் பேருந்தானது பாவம் போல ஒரு ஓரத்தில் தனித்து நிறுத்தி வைக்கப் பட்டது.

பரிசோதனையின் முடிவில் அந்த பஸ்ஸின் அடியில் இருந்தது ஒரு பழைய கிழிந்த ஜட்டி என்பதும், அந்த ஜட்டி கண்டக்டர் வர்க்கீஸால் துவைக்கப்பட்டு பஸ்ஸில் காய்ந்து கொண்டிருந்தபோது ஒரு பெருச்சாளியின் உதவியால் கவ்வப்பட்டு பஸ்சின் ஹவுசிங் பகுதியில் ஒளித்து வைக்கப் பட்டிருந்தது கண்டுபிடிக்கப் பட்டது.

அடுத்த ஒரு மணிக்கூரில் போலீஸ்காரர்கள் கவிஞர் பொனிபாசைப் பொக்கி பூதப்பாண்டி காவல் நிலையத்தில் வைத்துப் பொதிந்தார்கள். பின்பு பஞ்சாயத்துத் தலைவர் பால்ராஜ் ஸ்டேசனுக்குச் சென்று ஃபோன்கால் போன சமயத்தில் பொனிபாஸ் தன்னோடுதான் வாழைத்தோட்டத்தில் நீர்ப் பாய்ச்சிக் கொண்டிருந்தார் என்றும் டிப்போவுக்கு ஃபோன் செய்தது அவரது மகனான பதினொரு வயது ஜான் எனவும், அன்றைக்குப் பள்ளிக்கூடத்தில் கணக்குப் பரீட்சை இருந்ததால் அதைத் தடைசெய்ய வேண்டி டிப்போவுக்குக் கால் செய்து பேசியதாக பச்சைத் தண்ணி ஜான் தன்னிடம் வாக்குமூலம் கொடுத்ததாகவும் சொல்லி பொனிபாசை மீட்டு வந்தார்.

நேசமணி டிப்போவுக்குச் சென்ற பெண் எஸ்.ஐ அங்கிருந்த டெலிகாம் ஆபரேட்டர் ஆறுமுகத்திடம் கேட்டார், “யாம்யா! ஒரு சின்னப் பயலுக்க சத்தத்த ஒம்மால கண்டுபுடிக்க முடியலையா?” என்று கேட்க, ஆறுமுகம் அந்த அம்மாவின் நெஞ்சில் இருந்த பெயர்ப் பட்டையைப் பார்க்க என்னவோரு விந்தை? அதில் எஸ்.பாப்பா என்று எழுதியிருந்ததையும்,

ஞானப்பிரகாசம் அவரது மனைவி பாப்பாவுக்குக் கொடுத்துச் சென்ற பரிசினைப் போலவொன்றை இந்தப் பாப்பாவுக்கு ஆறுமுகத்தால் கொடுத்து விட முடியாததையும் ஒரு தற்செயல் என்று கருத முடியாது!

அடுத்த நாளில் "பதினொரு வயது சிறுவனின் சேட்டை - அலறித் துடித்த குமரி மாவட்ட நிர்வாகம்" என்று தலைப்பிட்ட செய்தியில் ஜானின் புகைப்படம் தினசரி நாளிதழ்களில் வெளிவந்து அவனது அந்தஸ்தைக் கூட்டியது. தெள்ளாந்தி வயலில் மேய்ந்து கொண்டிருந்த ஆட்டினைப் பலாத்காரம் செய்த வழக்கில் கைதாகி சிறை சென்ற முத்துக்குமரனை அடுத்து சீதப்பால் ஊருக்குள்ளிருந்து பத்திரிக்கையில் ஒரு பிரகஸ்பதியின் புகைப்படம் வெளியானதென்றால் அது பச்சைத்தண்ணி ஜானுடையதுதான் என்பதை வரலாறு மிக நுணுக்கமாகப் பதிவு செய்து கொண்டது.

ஜான் அத்தோடு நிற்கவில்லை. அவனுடைய பதிமூன்றாம் வயதில் ஒழுகினசேரி குமார் தியேட்டரில் "மேகத்தில் மோகினி மோகத்தில் காமினி" என்றொரு மலையாள பிட்டுப் படம் பார்க்க வந்து "சின்னப்பயக்களுக்கு டிக்கெட் கெடையாதுலே!" என்று டிக்கெட் விற்பனையாளரால் துரத்தப் பட்ட ஜான் நேராக வீட்டுக்கு வந்து தியேட்டர் நம்பரைத் தேடிக் கண்டுபிடித்து தியேட்டருக்குள் நாகப் பாம்பு ஒன்று நுழைந்ததாக போன் செய்து சொல்ல இரண்டு காட்சிகள் ரத்து செய்யப்பட்டன. இதன் பின்னணியிலும் ஜான் இருந்தது கண்டுபிடிக்கப்பட்டு எச்சரிக்கை செய்யப்பட்டான்.

அதன்பிற்பாடு காவல் நிலையத்துக்கு ஒரு ஃபோன்கால் வந்தது. அண்ணா பஸ்ஸ்டாண்டில் ஒரு கடைக்குள் பாம் இருப்பதாகத் தகவல் வர அதைப் போலீஸ்காரர்கள் அசட்டை செய்ய உண்மையிலேயே பஸ் ஸ்டாண்டில் ஒரு டீக்கடையில் பாம் ஒன்று வெடித்தது. ஆனால் அதற்கும் ஜானுக்கும் சம்மந்தமில்லையென்றும், வெடித்தது கியாஸ் சிலிண்டர் என்பதும் தெரிய வந்ததும் குமரிமாவட்ட காவல்துறை சார்பில் கவிஞர் பொனிபாசுக்கு அவர்களுடைய டெலிபோனை சரண்டர் செய்யுமாறு விண்ணப்பம் ஒன்று வைக்கப் பட்டது. அப்படியில்லையென்றால் மாவட்டம் முழுக்க உள்ள காவல் நிலையங்களுக்கு பொனிபாஸ் தன்னுடைய சொந்தச் செலவில் காலர் ஐடி உள்ள டெலிபோன்களை வாங்கி வழங்க வேண்டும்

என்றும் எச்சரிக்கை செய்யப் பட்டதையடுத்து பொனிபாஸ் கஷ்டப்பட்டு வாங்கின டெலிகாம் இணைப்பை சரண்டர் செய்தார்.

மேலும் போலீஸ்காரர்கள் சார்பில் பச்சைத் தண்ணி ஜானின் புகைப்படம் அச்சிடப்பட்ட துண்டுச் சிட்டாக்களை மாவட்டம் முழுக்க உள்ள எஸ்.டி.டி பூத்துகளில் வினியோகிக்கப் பட்டு "மேற்கண்ட படத்திலுள்ள ஆத்துமா உங்கள் கடைக்கு போன் செய்ய வந்தால் அனுமதிக்க வேண்டாம்!" என்று வேண்டுகோள் விடுக்கப்பட்டது.

அதன்பின்பாக தொலைதொடர்பானது மாறி மாறி இன்று கைக்கு அடக்கமான ஒரு பொருளாக மாறி காலமென்பது ஜானையும் மாற்றி இன்று அவனது மிரட்டும் நோக்கிலான ரகசிய அழைப்புகளை மேற்கொள்ளாமலும், தொழில் நுட்பமானது பிட்டு படம் பார்க்க தியேட்டருக்குப் போகவிடாமல் செய்து விட்டதாலும் ஜான் ரகசியப் படம் மாத்திரமே பார்க்க ஃபோனை உபயோகித்தான். இதையெல்லாம் ரிவர்சில் ஓடவிட்ட துபாயின் கண்ணிலிருந்து கண்ணீர் காவிரியாகப் பாய்ந்தது. "எவ்வளவு பெரிய காலன்லே நீ? இப்புடி வம்பா சம்பவமாயிட்டியே?" என்று அழுதான்.

அப்போது அவனது மொபைலுக்கு ஒரு கால் வந்தது. புது நம்பர். அட்டன் செய்து காதில் வைத்தால் மறுமுனையில், "தம்பி ஒனக்க பேரு துபாயா?"

துபாய் பதட்டத்தில், "ஆமாய்யா.. நீங்க?"

"தம்பி! நா இங்க ஒரு தோட்டம் வச்சிருக்கம்ப்போ? இங்க சானலுக்க ஒரு பயல் தண்ணீக்காத்த மெதந்து வந்தாம் பாத்துக்கா!"

துபாய் உடைந்து அழுதான், "அய்யா! பாடிய எங்கய்யா வச்சிருக்கியோ?"

"பாடியா? என்னடே தம்பி சொல்லுக? மொதல்ல அழுகைய நிப்பாட்டு! இரு!" என்றவாறே வேறு யாரிடமோ கொடுத்தார்.

"ஹலோ மச்சாம்! நாந்தாம் பச்சத்தண்ணி பேசியேம்!"

துபாய்க்கோ அவனைக் கொன்றுவிடும் அளவுக்குக் கோபம், "பு...டாச்சிய்யுள்ள! நீ இன்னுமா சாவல்லை? ஒனக்கு சிக்கப்

போட்டுக்கிட்டு வெள்ளத்துக்கூட என்னல ஒரு களி? தா.. ளி கையில சிக்குனன்னா வகுந்துருவெம் பாத்துக்கா! எங்க நிக்கலே நீ?"

"நா அங்கதாவே வந்துகிட்டுக்கேம்! நீரு எங்க நிக்கீரு?" குரலில் ஒருவித எகத்தாளம்.

"தோவாள பாலத்துல!"

"ஓ இங்கயே வந்துட்டீர்னா சௌரியந்தாம்! இந்த அணலிக் கூயாமொவெம் எங்க போயிச் செத்தானோ தெரியல! என்னைய அப்டியே போட்டுக்கிட்டு ஓடிட்டானுவ பாத்துக்காரும்!"

"சரி என்னாச்சி சொல்லு!"

"அது வேற ஒண்ணுமில்லவே! லேசா குளிப்பம்னு சொல்லித்தாஞ் சாடுனது! வெள்ளங் கடுமையான இழுவ! ரெண்டு பக்கமும் முள்ளுச் செடியளு வளாந்து நிக்கி! புடிச்சி நிறுத்தலாம்னு பாத்து ஒரு பக்கம் ஒதுங்குனேம்! அப்பத்தாம் அங்கன ஒரு பத்தடி இருக்கும்! ஒரு கருஞ்சார பலவட்டர தலையத் தூக்கிட்டு நிக்கி! கருஞ்சாரையோ, கருநாகமோ யாரு கண்டா? கழுத்தக் கண்டாத்தானே கண்டத்தக் காணமுடியிம்? ரொம்பத் தூரம் வந்துட்டேயிருந்தேம் கேட்டீரா! தண்ணிக்குள்ள நீந்தி வாரதும் நல்ல ரசமாத்தானே இரிக்கி? வாற வழியில ஆட்கள் அங்கங்கே குளிக்கத்தாஞ் செஞ்சாவ! என்னையத் தூக்குங்கன்னு சொல்லிக் கூவுனா எப்புடி? நமக்குன்னு ஒரு அந்தஸ்து இருக்குள்ளா? இந்தத் தாத்தா வந்துதாம் நாங்கேக்காமலே கயிற வீசுனாவோ?" என்று சொல்லி முடிக்கவும் மறுமுனையில் ஒரு குரல்,

"எலே காவரக்கி கூய்வுள்ளை... போன வாரந்தாம் எனக்கே கலியாணம் ஆயிரிக்கி? என்னையப் பாத்தா தாத்தாங்கிய? வண்டிலேர்ந்து எறங்கு தாயிளி!"

துபாய்க்குப் புரிந்து போனது. வண்டியை எடுத்துக் கொண்டு பச்சதண்ணி சொன்ன வழித்தடத்தில் எதிர் திசையில் போனான். ஒரு கிலோ மீட்டர் போனால் செவம் எதிரில் வெறும் ஜட்டியோடு வந்து கொண்டிருந்தது. துபாய் அதிர்ந்து, "ஏலே உடுத்துட்டுப் போன துணிய எங்கலே?"

"யாவே நீரெல்லாந் துணியோடத்தாங் குளிப்பீயளோ? அது எங்கன கெடக்கோ?"

“இந்த எக்கண்டடத்துக்கெல்லா கொறச்ச இல்ல! இங்கயே நில்லு!” என்று அவனை அங்கேயே நிப்பாட்டிவிட்டு தோவாளைக்கு மறுபடியும் போய் ஒரு கால் சட்டையும், மேல் சட்டையும் வாங்கிக் கொண்டு மாட்டிவிட்டு வண்டியில் ஏற்றிக் கூட்டிக் கொண்டு துபாய் ஊர்நோக்கிப் போய்க் கொண்டிருந்தான். வழியில் பச்சத்தண்ணி சொன்ன வார்த்தைகள் வண்டியை விட்டு அவனை அங்கேயே மிதித்து இறக்கி விட்டுவிடுவதற்கான முகாந்திரமாய் இருக்கும் என்று துபாய் கனவிலும் நினைக்கவேயில்லை! பச்சத்தண்ணி சொன்னது இதுதான்,

“வே மச்சாம்! இந்தத் தெள்ளாந்தி, திட்டுவள, பூதப்பாண்டி, பூலாங்குழிகாரனுவல்லாம் சுத்த கோம்பையனுவதாம் பாத்தீரா?”

“யாம்லே அப்டிச் சொல்லுக?” - துபாய்.

“திட்டுவள பஸ் ஸ்டாண்டுல ஏறி வடசேரிக்கி அரமணிநேரம்! வடசெரிலேர்ந்து தோவாளைக்கி அரமணிநேரம்ன்னி பெஸ்சுல டிக்கெட்டு எடுத்து ஒரு மணிக்கூரா கெடந்து கறங்குகாணுவல்லா? அதாஞ் சொன்னேம்! இன்னிக்கி நா வந்த பாதையிருக்குல்லா! அதுல வந்தா தெள்ளாந்திலேர்ந்து தோவாளைக்கி வாறதுக்கு வெறும் பத்தே நிமுசந்தாம்னா நீரு பாத்துக்கிடும்!”

9

# கொலுசுக்க மருமொவ கிணுக்கு

இருட்டு கலையாத சின்னத்துறை கடற்கரையில் பீலியானும், செங்கட்டி மைதீனும் வாயில் சுருட்டைப் பற்ற வைத்துக் கொண்டே வாய் பார்த்து வானத்தைக் கண்களால் அளந்து கொண்டிருந்தார்கள். பீலியானின் வாய்க்குள்ளிருந்து புகையானது கடலில் இருந்து வெளியான அலையைப் போலவே வழிந்து கொண்டிருக்க செங்கட்டி கேட்டான்,

“வே பீலி மச்சா! இந்த பேபி சுருட்டு யாவ்வே கெடந்து நறநறங்கி? எழவுல ஒரு ருசி இல்லியே கண்டீறா? சைசுங் கட்டையால்லா இரிக்கியு?”

“எடே செங்கட்டி! எல்லா சாமானமும் ஒண்ணு போல ருசிச்சா செவம் வெளாங்கவாயெய்யிம்? பேபிக்க சாதனம் புடிச்சலைன்னா அவளுக்க மாமி குயினச் சுட்டு சூப்பு!” என்றவாறே சுருட்டின் பிருஷ்டப் பகுதியைக் கடித்து கூடுதலாகப் புகையை உறிஞ்சினான் பீலி.

கிழக்கு மெதுவாக வெளுக்கவே தூரத்தில் படகுகள் வந்து கரையில் நிற்க ஆட்கள் சருவத்தில் மீன்களை ஏலம் எடுத்துக் கொண்டு வந்து கடைகளுக்குக் கொண்டு போனார்கள். பீலியானுக்கு மீன் தரகு செய்வது தொழில். செங்கட்டிக்கு மீன் வியாபாரம். சுருட்டைக் கால் உப்புக்குத்தியில் அழுத்தி அணைத்துக் காதில் இடுக்கிக் கொண்டே ஏலம் நடக்கும் இடத்தை நோக்கி நகர செங்கட்டி பீலியைப் பின் தொடர்ந்தான். இடையில் ஐஸ் வியாபாரி கலயம் ரசாக்கு இணைந்து கொண்டான்.

“மீனுவளு கொள்ளாம்னு அறிஞ்சைய்ன்! பீலியண்ணோ நீங்க வல்லதுங் கேட்டதுண்டா?” - ரசாக்.

“மீனுவளு ஷேப்பாருந்தா ஒனக்க ஒணந்த ஐசு விக்காதுன்னு படக்குண்ண வெய்க்காம சொல்ல வந்த காரியத்த சொல்லாம்லே! வெள்ளய விக்க வந்தா வித்துட்டு கரையேறுங்க! கெடந்து வெண்ணப்புடாது கேட்டயாப் போ!” என்றான் பீலி.

“மச்சா! இன்னைக்காது எடக்கைல எடுத்து வீசாம செவ்வும் நெரப்புமா வெலையள சொல்லும்! பத்து ருவாய்க்கி விக்கணும் பாத்துக்கிடும்!” என்றான் செங்கட்டி.

“நீ கெடந்து ஊதாம வா! மொதல்ல அந்தச் சுருட்ட கீழ போட்டு அணையாம்! பெரிய ஓட்டாபீசுல்லவா... பொகைய கக்கிட்டே வாராம்? பிண்டச்சியுள்ள!“ என்று பீலி உறுமவே செங்கட்டி தன்னுடைய வாயிலிருந்த சுருட்டைத் துப்பினான்.

கரைமடி இறங்கி கூடை கூடையாக மீன்களைத் தூக்கிக் கொண்டு வந்தவர்களிடத்தே பீலி விசாரித்தான்,

“வல்ல கோளும் உண்டுமா? இல்லைன்னா பச்சதானா? ஒரு சோப்புக்குச் சக்கரந் தேறுமாடே?”

“மினுக்குன்னா தோவட்டத்துக்கு மேலதாங் கேக்குதாவு! பொறுவே ஆளுவ வரட்டு பாக்கட்டும்! அந்தா வாரால்லா வலப்பங்குக் காரி! இனிதா ஏலந் தொடங்கம்!” என்றார் இன்னாசி.

சற்று நேரத்தில் ஏலம் துவங்கியது. இரண்டு பழைய மீன்பெட்டிகளைக் கவிழ்த்துப் போட்டு அதன் மீது ஏறிநின்று கொண்டே கிளிஞ்சான் முழங்கினான்,

“கேட்டுக்கிடுங்கப்போ! கோரு மீனு தனிக்கணக்கு! கோ நெத்திலி வெல வேற! சாள நாலு குட்ட! அயலப்பொடி ஆறு குட்ட! கலப்பு நாலு! வாள இருவத்திரெண்டும் ஒரு குட்ட! சீலாவும் குதிப்பும் ஒரு கணக்கு! பெருசுவளுக்கு ஆளுவ வரட்டும்! தற்சமயங் கேக்கக்குடிய ஆளுவ கேளுங்கப்போ! அல்லாத்தவம் மாறி நில்லு! வலையச் சவுட்டாய்ங்கோ!”

“வே மச்சா! சாளையிங் குதிப்புந் தணுப்பான்னு ஒண்ணு கேளும்!” என்று பீலியைச் சுரண்டினான் செங்கட்டி.

“இருலே! அணப்புன்னா எடுத்துத் தருவெம்! இல்லன்னா அடுத்தக் கர ஒண்ணு பாக்கட்டு! மழ வந்தா வெல வேறயாங்கும்! நேரங் கெடக்கயில்லா செய்யிவு? வெப்ராளப் படாத!” என்றான் பீலி.

மேற்கே பார்த்தான் செங்கட்டி. மழை வரும்போல இருந்தது. மழை பெய்யும் பட்சத்தில் ஒன்றில் மீன் விலை எகிறும் அல்லது தரையில் விழும்! எது நடந்தாலும் செங்கட்டிக்கு விற்றால் விலை என்னும்பட்சத்தில் மழை குறித்த எதிர்பார்ப்புகள் செங்கட்டிக்கு இல்லாமலிருந்தது.

“எலே கிளி லேய்! கொஞ்சம் பாத்துச் சொல்லுடே! அந்தப் பெட்டி ரெண்டும் என்ன வெல?” என்றவாறே கையைக் காட்ட அங்கே சீலாவும் குதிப்பும் பெட்டியில் குதித்து கொண்டிருந்தது. அதைக் கண்ணுற்ற கிளிஞ்சான் பீலியிடம்,

“சீலா தனி வெல! குதிப்பு ஒண்ணு நானூறு கேள்வி! எடுக்கட்டா? வேணுமா?”

கூட்டத்தில் பல்வேறு குரல்கள் எழுந்தன.

“ஒண்ணு அஞ்ஞூறு!”

“எய்யோ! ஒரு ஒண்ணு அஞ்ஞூத்தம்பது!”

“ஒண்ணு அறநூறுக்கு தொளியுமா?”

“குதிப்பு என்ன வெலையின்னு தெரியும்லா! அம்பது நூறுங்கிய? வெலவும்மா அப்பறம்! கேக்குதாளெ கேள்வி?” என்றான் கிளிஞ்சான்.

“லே செங்கட்டி! ஒண்ணு தொள்ளாய்ரம்னா ஒதுக்கிறலாமா? ரெண்டு பெட்டி எடுக்கியா? சேத்து எடு! ஒரு கலப்பு கூட எடுக்கட்டா? லைனுக்கு ஆவும்!” என்றான் பீலி.

“எடுத்துரு மச்சாம்! கேக்கவாயெய்யணும்? மத்தவங் கலயத்துக்கிட்ட வெள்ளைக்கி சொல்லிறுகெம்!” என்றவாறே செங்கட்டி தூரத்தில் நின்று கொண்டிருந்த ஐஸ் வியாபாரி கலயத்தைக் கைதட்டிக் கூப்பிட்டு,

“வே கலயம்! ஒரு பார் வெள்ள! சாக்குல எடும்! பெட்டி நாளைக்கித் தாரேம்!”

சாக்கில் கட்டப்பட்ட வெள்ளை எனப்படும் ஐஸ்கட்டி வரவே ஏலம் படிந்து மூன்று பெட்டிகளில் நிரப்பப்பட்டு செங்கட்டியின் டி.வி.எஸ் எக்ஸெல்லில் கட்டப்பட்டு வண்டியை எடுக்கும் வேளையில் காதுகளின் பின்மடல் முடிக்கற்றைகள் காற்றில் சலசலக்க எதிரில் வந்து கொண்டிருந்தாள் கிணுக்கு.

அவளது சொக்கும் கண்களைக் கண்ட செங்கட்டியின் கண்கள் மயங்கின. பீலியான் தன்னுடைய காதுகளின் பின்னிருந்து சுருட்டைக் கையில் எடுத்து மீசையில் ஒரு சுண்டு சுண்டி விட்டு வாயில் வைத்துப் பற்ற வைத்தான்.

“சிலுக்கு வந்தாச்சே! இனி சந்தையில உள்ளவம்மாறுவளுக்கு கவட்டைக்காத்த சுளுக்குல்லா புடிச்சம்?” என்ற கலயத்தை முறைத்தபடியே சிணுக்கு,

“என்னப்போ கலயம்! புறா பறந்துராம? பாத்துப் பத்தரமா கொண்டுகிட்டு போ! ஐச உருக்கிப்புடுவெம் பாத்துக்கா!”

“நீ உருக்குகன்னா சொல்லு! சகலத்தையிம் கொண்டாந்து சந்தையில போடுகேம்! சேந்து உருக்குவமா?” என்றவாறே உருகினான் கலயம்.

“சந்தையில யாவ்வுருக்குதா? வூட்டுலதா இருக்காள்ளா பட்டணத்து ஆம... அவகிட்ட கொண்டோயி குடும்வே... ஓட்டுல படாம அவிப்பா!” என்றவாறே கடந்து போனாள்.

“மைனி வந்தாச்சுல்லா! இனி சலசலான்னி பெய்யும் மழ!” என்றான் செங்கட்டி.

“சீ தொட்டி! யாருலே ஒனக்க சீமையக் கெடந்த மைனி? ஊருல கெடக்க பம்பரத்தையெல்லாஞ் சுத்துகேம்னி சொல்லிக்கிட்டு ஒரு கயித்தையுங் கொண்டுகிட்டு நடப்பானுவா! வூட்டுல உள்ளவக்கிட்ட கேட்டாத்தானே சீத்துவம் சீலையில வடியிம்! கெடயில மோண்டானுவா?த்தூ!” என்றாள் கிணுக்கு.

“எலே செங்கட்டி! அது ஒனக்க அக்கால்லாடே! நீ போக்குல நாக்கத் தொங்கப் போடுகா? செவம் மொறயிந் தரயிம் அறியாம? நா ஒனக்க மச்சாம்லாடே தொட்டிக் கூயிவுள்ளா?” என்றான் பீலியான்.

“ஆமா மச்சாம்னு என்னெஞ்சிரலாம்! கெடந்து மலத்திருவாரு! போங்களாம்டே அந்தால! கூதர சாதனங்கள விக்கியதுக்கு

வண்டியுங் கெட்டிக்கிட்டு ஒரு யாவரமுந் திண்ண தூங்கலும், தெருவு தூப்பும்? தரவுன்னா தரவ மாத்தறங் கொண்டுகிட்டு நடந்தா மதி? பங்காயம் முறிஞ்சிராம! ஒரு நாயளுக்கும் இவுனுவள கண்ணுல கெடைக்கிதில்லியே ஆண்டவரே? விழுந்துற்றானுவண்ணா?!" என்றாள் கிணுக்கு.

"ஏலம் வல்லதும் வேணுமா பிள்ளே?" என்று கண்கள் கிறங்கக் கேட்டான் பீலி.

"இன்னைக்கி போவும் கொண்டுகிட்டு! நல்ல தணுப்புல தீத்துக்கிடலாம்!" என்றபடியே கடந்து போனாள் கிணுக்கு.

வாழ்த்துமானங்களை வாங்கிவிட்டு பீலியும் செங்கட்டியும் அங்கிருந்து நகர்ந்தார்கள். கிணுக்கு ஏலச்சந்தைக்குள் புகுந்தாள்.

ஏழெட்டு வருடங்களாக அந்த மீன் சந்தையில் வியாபாரம் செய்து வருகின்ற கிணுக்குவின் உண்மைப் பெயர் அங்குள்ள யாருக்குமே தெரியாது. கணவன் இறந்த பிற்பாடு கணவனின் உடன்பிறந்த சகோதரனைத் திருமணம் செய்து கொண்ட கிணுக்குவின் மாமியாரின் பெயர் கொலுசு ராணி. ஆகையால் கொலுசுக்க மறுமொவ என்றும் கிணுக்கு, சிலுக்கு, மேக்கோடியா, டிஸ்கோ, வண்டிக்காரி, கொலுசுக்க மறுமொவா என்று ஆளாளுக்கு ஒரு பெயரை வைத்து அவளை அழைத்தாலும் கூட அவள் தரப்பில் ஆண்களுக்கென்று ஒரேயொரு பொதுப்பெயர்தான் இருந்தது.

"சளுவ வடிச்சான்மார்!"

ஆட்கள் கூட்டம் கூட்டமாக வந்து கொண்டிருக்கவே கிணுக்கு சந்தைக்குள் நுழைந்தாள். அங்கிருந்த ஒரு வியாபாரியிடம் சொல்லி வைத்திருந்த கொஞ்சம் மீன்களை வாங்கிக் கொண்டு அவள் பதிவாக அமருமிடத்தில் போய் அமர்ந்தாள். தனக்கு முன்பிருந்த பெட்டியை இழுத்துப் போட்டு மீன்களை அடுக்கி வைத்தாள்.

"பிளா இந்தா முன்னயிருக்க ரெண்டும் என்ன வெல!" என்ற குரல் கேட்டு நிமிர்ந்து பார்த்தவளது முன்பாக வாயெல்லாம் பல்லாக வெறயலு தாமஸ் நின்று கொண்டிருந்தான்.

தன்னுடைய முந்தானையைச் சரி செய்து கொண்ட கிணுக்கு கேட்டாள், "வெலைய சொன்னா மட்டும் எடுத்து

வெளாசிருவாம்லா? ஒதறுக கையில மீனப் புடிச்சன்னா செதுலு செவியில தெரச்சிரும் பாத்துக்கா! போலே அப்றம்? காலையிலயே வந்துருவானுவா பொட்டியையிந் தூக்கிட்டு?"

வெறையல் என்ற பெயருக்கு நல்லதொரு காரணம் உண்டெனில் நரம்புத் தளர்ச்சியைச் சொல்லலாம். நிரோபியானைக் கணக்கு வழக்கு இல்லாமல் உடைத்து சொம்பில் ஊற்றிக் குடிக்கும் அளவிற்கு அவரது தேகம் பழுதடைந்திருந்தாலும்கூட அவரது கிணாட்டலுக்குக் குறைவில்லாமலிருந்தது. தாமஸான் கோழிகளின் மீது சற்றும் சலிப்பில்லாத ஒரு சேவல்.

ஆட்கள் வந்து விலையை விசாரிப்பதும், வாங்குவதும், கடனுக்குக் கேட்பதும், ஆபாசமாகப் பேசி வசவு வாங்குவதுமாக இருக்கவே சூரியன் மேலே வந்திருந்தது. மீன்கள் பளபளத்தன. அத்தனை நேரமும் இந்த சம்பாஷணைகளை ஒரு ஓரத்திலிருந்து கேட்டுக்கொண்டிருந்த சந்தைக் காரர்களால் தாடி மற்றும் ஆவேசம் என்றழைக்கப்பட்ட கார்பட் கிணுக்கை நோக்கி எழுந்து வந்தான்.

"எக்கா! தெனசரியிம் ஒன்னிய இதே சந்தைக்காத்த பாக்கியேன்! இந்தச் சளுவத் தாயோளியுள்ளையள எப்புடி சமாளிக்க?"

"யாரு இது தாடியாடே மக்கா? ஆள கொஞ்ச நாளாக் காணுகதுக்கில்லியே? மூஞ்சில முடியிஞ் செடியிமா சுத்துதியே? செவத்த வெட்டப் புடாதா?" என்று ஆச்சர்யத்தோடே கேட்டாள் கிணுக்கு.

"செடியா செத்தையா நீரூத்தி வளத்துக்கதுக்கு! முடிதானே... தாம்போக்குல வளருவு! அது கெடக்கு செவத்த சுடு! ஓங்கிட்ட ரொம்ப நாளா கேக்கணும்னு நெனச்ச காரியமாங்கும்! இவுனுவ எல்லாஞ் சேந்து ஒன்னிய கொமைக்கிதானுவோ? நீயும் சூடும் பாடுமில்லாம ஏதோவொண்ண சொல்லி வாயாடுதியே?" - கார்பட்.

"கொமச்சா கொமச்சிட்டுப் போவட்டும் மக்களே! கடிச்சாத்தாம் மக்ளே அதுக்குப் பேரு நாயி! இல்லைன்னா உளுவதாம் மக்கா! குடுத்துட்டா மாத்தரம் கடிச்சி மலத்திருவானுவல்லா? த்தூ...!"

"ஒனக்க மாப்ளய எஞ்ச? அவுரு யாவாரம் ஒண்ணுஞ் செய்யிதில்லியா? ஒனக்க சொந்த எடம் எதுவாக்கும்? இஞ்ச வந்து கெடந்துகிட்டு சடஞ்சி மாளுகியே? உண்மையிலயே

ஒனக்க கத என்னவாக்கும்?" என்று கேட்ட கார்பட்டை நிமிர்ந்து ஆச்சர்யமாகப் பார்த்தாள் கிணுக்கு.

"என்னக்கா அப்புடி பாக்கா?" கார்பட்.

"இல்ல மோன! இத்தன காலமா இந்தச் சந்தையில எங்கிட்ட இந்தக் கேள்விய யாருங் கேட்டதில்ல பாத்துக்கா! எல்லார்கிட்டயிம் நாய அவுத்து வுடுகதுனாலத்தானலே ஒன்னிய ஆவேசம்னு விளிக்கானுவோ? ஆனா இதுவரைக்கிம் எங்கிட்ட ஒரு வார்த்த நிமுந்து பாத்துப் பேசாத தங்கம்லாடே நீ? அதாம் பாக்குதென்!" என்று ஆச்சர்யம் விலகாமல் கார்பட்டிடம் கேட்டாள் கிணுக்கு.

"ஓங்கிட்ட என்னான்னு கேக்கதுக்கும் ஒரு ஆளு வேணும்லியா? கேக்கதுக்கு ஆளில்லைன்னு தெரிஞ்சா கெடாவும் தெங்குல ஏறும்லா? அதாங் கேக்கேன்! இந்த ஒண்ணுமில்லாத்த நாயளெல்லாம் ஒனக்கிட்ட வந்து கிணுகிணுங்குவுல்லா... தாடி ஒனக்க தம்பின்னு சொல்லாண்டியதானே?"

"எனக்கக் கத இஞ்ச உள்ள யாருக்குந் தெரியாது மக்ளே?" என்ற கிணுக்கின் குரலில் ஒரு வெப்ராளம்.

"சொன்னாத்தானே தெரியிம்? - கார்பட்டின் குரலில் ஒரு ஆர்வமிருந்தது.

அப்போது சந்தை ஏறக்குறைய முடிந்திருந்தது. கிணுக்கு மெதுவாகத் தன்னுடைய கதையைச் சொல்லத் துவங்கியிருந்தாள்.

"கேட்டுக்கா மக்கா! எனக்க சொந்த ஊரு ராஜாவூரு! எனக்க தவப்பெம் ஊருல டீக்கனாராங்கும்! நா அப்பவே கான்வெண்டுலயாக்கும் படிச்செம்! பத்தாப்பு படிக்கம்ப எங்கைய்யம் போய்ட்டாவு! அந்தாலதானே படித்தத்தயிம் நிறுத்தி குடும்பமெல்லாஞ் சேந்து தெசய மாத்தி இங்கன கெட்டிக் குடுத்திருந்து! பெறவைக்கி மூணு புள்ளயள் வருசையா ஜெனிச்சி மரிச்சிதுவோ! எனக்க வூட்டாளு ஆளு தங்கம் கேட்டயா மோன! தூத்துக்குடிக்கி லோடுக்குப் போவம்போ மீனு வண்டி மறிஞ்சி ஆளும் போய்ச் சேந்தாரு! கன்னியா கச்ச கெட்டி ஆடம்ப உள்ள மினுக்கம் கொடைக்க மறுநாளு சாமியாடிக்கிக் கிட்டாது பாத்துக்கா! அதுமாதிரிதாம் எனக்கப் பாடும்!"

“என்னக்கா சொல்லுக? மூணு பிள்ளையளு பொறந்து செத்துப் போச்சா? போக ஒனக்க மாப்புளையிம் போயிட்டாரா?” என்று அதிர்ச்சியில் கேட்டான் கார்பட்.

“என்ன சாமக்கேடோ தெரியில! இந்தக் குடும்பத்துல பொறந்த எவளுக்கும் தாலிக்கிம் சூலிக்கிம் சோலி கெடையாது! அப்பெஞ் செத்தாவொடனே நானும் கூடவே போயிருவம்னா இங்க கெட்டி வச்சானுவளான்னி அறியிம்மும்பே சீல வெள்ளையாயிட்டு! அப்பவும் வுட்டாயில்லியே எனக்க மாமியா! இருவது வயிசுல மொட்டக் கழுத்தா நிக்கிம்போ எனக்க மாமியா... பேரு கொலுசின்னு சொன்னாத்தாந் தெரியிம்! அந்த மனுசி பாத்த பார்வையில என்னயக் கொண்டு எனக்கக் கொளுந்தனுக்கு கெட்டியிருந்து! எனக்க மாப்ளைக்க ஒடப்பொறந்தான்!”

“அப்ப இது ஒனக்க ரெண்டாங் கெட்டா? அப்பெறம் ஒனக்கு மக்க ஒண்ணும் இல்லியோ?”

அப்போது அங்கு சைக்கிளில் வந்த டீ கேன் தவமணியிடம் ஆளுக்கு ஒரு சாயா சொன்னாள் கிணுக்கு.

“எக்கா எனக்கு டீ வேண்டாங் கேட்டியா? என்றான் கார்பெட்.

“காலம்பர இருந்தே வெறுங்கும்பியாத்தானே நிக்க! ஒண்ணே ஒண்ண குடி மக்ளே?” என்றவாறே தன்னுடைய முகத்தில் வழிந்த வியர்வையை அழுந்தத் துடைத்தவாறே கிணுக்கு. சொல்லத் துவங்கினாள்,

“மக்களுக்க கதையக் கேக்காத மோன! அதுவொரு பெரிய சித்திரங் கேட்டுக்கா! நீ எனக்கத் தம்பிதாம்! ஒங்கிட்ட சொல்லுகதுக்கு என்ன நாணம் வேண்டிக் கெடக்கு? நாந் தாலி கெட்டி வரம்ப எனக்க நெழல சவுட்ட மாட்டாம் இந்த மனியேம்!”

“யாரச் சொல்லுக?”

“அதாம்டே இப்ப எனக்கா மாப்ள! பண்டு அண்ணனுக்க பெஞ்சாதியில்லவா? குனியிம்பயும் குளிக்கம்பயிம் ஒளிஞ்சி நின்னு பாக்கம்ப இருந்த தேகச்சூடு கெட்டி கிட்ட வந்தப்ப இல்லாம போயிட்டு! வள்ளம்னா கயித்தக் கெட்டி இழுத்துறலாய்ன்? வெத்து கப்பியில வெள்ளம் எப்புடி

கோருகதுன்னு எனக்கு வெளங்கயில! இந்தக் கெடைலதா எனக்க மாமி மாசாமாசம் துணி மாத்துத? தலைக்கி ஊத்துதியேன்னு கேட்டுக்கிட்டுத் திரிஞ்சா? மொவனுக்க சீத்துவத்த தள்ளைக்கிட்ட எப்புடி சொல்லவொக்கும்? அறுதிக்கி என்னைய சக்கைன்னி வரைக்கிம் விளிச்சா பாத்துக்கா! ஆனாலும் ஆளு பாவம்!"

"சக்கைன்னா என்னது?"

"புள்ள பெறாத்தவளத்தாம் அப்புடிச் சொல்லுவாளுவோ! எவந் துப்புனாலும் நா பிள்ள பெறுவேங் கேட்டுக்கா! எஞ்ச முங்குனாலும் தல மறிஞ்ச வெள்ளத்தோடதாம் மோன ஏணிப்பேம்! சாடக் களியாத்த சட்டுவம் நீர எங்கனக் காணும்? செவம் தனக்க ஏலுவையத்த காரியத்த மறைக்க அதுவரைக்கிம் பாவம்போல கெடந்தவெம் தண்ணிய போட்டுக்கிட்டு வந்து என்னையப் போட்டு நெதந் தல்லுவாம்! மூணு வருசமும் அடியும் மிதியுங் கொண்டுகிட்டு நடக்கம்ப ஒருநாளு கொலுசு கெழவியும் போயிச் சேந்துட்டா! எலே சும்மா கெடக்க மாட்டியோன்னு கேக்க இருந்த ஒரு சீவனும் போயிட்டு! அதுக்கப்பொறம் அவனுக்க மேளந்தாங் கேட்டியா மக்களே! குடியோ குடின்னி குடிச்சி ஒருநாளு ஒரு கையிங் காலும் வுழுந்து நாக்கு தள்ளி அன்னா கெடக்கு நாயி கெடப்பாட்டுல! வரியம் அஞ்சாவுகு! செவம் போயுந் தொலிய மாட்டங்கு! ஆனாலும் என்ன செய்ய... வூட்டுக்கு ஆணடின்னு ஒண்ணு வேணும்னுதாம் போட்டுப் பண்டுவம் பாத்துக்கிட்டு கெடக்கெம்! இருக்கவெம் ஒழுங்கா இருந்துருந்தாம்னா கண்ட நாயளெல்லாம் சந்தையில வந்து நம்மள சொறியிமா? மூத்தவடியாம் இருந்துருந்தா ஒருநேரத்துக் கஞ்சியாது அடியில்லாம கிட்டியிருக்கும்! நானும் இந்த வேனாவெயிலையும் வேண்டாத்த தாயளிமாரையும் பாத்துருக்காண்டாம்! சொப்புச் சாமாம் போல நடந்து என்னத்துக்கு... கெழக்க தூக்கிட்டுப் போவம்ப சூடமும் பஞ்சுந்தானே மிஞ்சும்?" என்றவாறே தன்னுடைய மொத்தக் கதையையும் சொல்லி முடிக்க கார்பெட்டின் கண்கள் நிறைந்திருந்தது.

என்ன நினைத்தானோ தெரியவில்லை. கிணுக்கிடம் கேட்டான், "எக்கா ஒனக்க ஒரிஜினல் பேரு என்னது?"

இப்போது கிணுக்கின் முகத்தில் ஒருவிடக் குழப்பம், “அத மட்டுங் கேக்காத மோன தாடி!” என்று சொல்லிவிட்டு கடவத்தை எடுத்துத் தன்னுடைய வண்டியில் கட்டத் துவங்கினாள். கார்பெட் அவளிடம் மீண்டும் எதுவும் கேட்கத் தோன்றாமல் அங்கிருந்து கிளம்பினான்.

கிணுக்கும் அங்கிருந்து புறப்பட்டு தன்னுடைய வீட்டுக்குள் நுழையவும் படுக்கையில் கிடந்த அவளது கொளுந்தன் (தற்போதைய கணவன்) கேட்டான், “இவ்ளோ நேரமும் எவங்கூடட்டீ கெடந்துட்டு வாற ஈரச் செறக்கி!”

கிணுக்கு எதுவும் பேசவில்லை. நேராக நடுவீட்டுக்குள் சென்று தன்னுடைய டிரெங்குப் பெட்டியைத் துழாவி அதிலிருந்த பைபிளை எடுத்து அதைத் திறந்து ஒரு புகைப்படத்தை எடுத்துப் பார்த்தாள். பள்ளிச் சீருடையில் அழகான ஒரு பெண்பிள்ளை அதில் சிரித்தவாறே நின்று கொண்டிருந்தது. அது அவள்தான். அந்த புகைப்படத்தின் கீழ் இவ்வாறு எழுதியிருந்ததைக் கண்டு அவளது நெஞ்சடைத்து கண்கள் கண்ணீரால் முட்டி நிறைந்து நின்றது.

“எஸ். ஜாஸ்மின், பத்தாம் வகுப்பு *A* பிரிவு”

## 10

# வீடுங்குடியுமற்றவன்

எனக்கு அந்த நாள் நன்றாக நினைவிருக்கிறது. நாங்கள் விற்ற எங்கள் சொந்த வீடு எங்களைத் துரத்தியடித்த அந்த நாள் அத்தனைப் பெருந்துயர் நிறைந்ததாக இருந்தது. வீடு என்றால் 'விடுவித்தல்' என்றொரு அர்த்தம் இருக்குமாவென எனக்குத் தெரியாது! ஆனாலும் எங்கள் வீடு அம்போ'வென தெருவில் என்னை வீசியெறிந்ததை என்னால் பொறுக்க முடியாமல் அந்த ஆற்றங்கரையில் தனிமையில் நடுங்கிக் கொண்டே நடந்து போய்க் கொண்டிருந்தேன்.

என் கால்கள் போய் நின்றது மணி மாமனின் வீட்டில்... சொல்ல முடியாமல் நான் விஷயத்தைச் சொல்லவும் தன்னுடைய வயதுக்கு வந்த மகளை அவளது தோழியின் வீட்டில் போய்ப் படுக்கச் சொல்லிவிட்டு மணிமாமன் என்னை அணைத்துக் கொண்டார்.

"ஒண்ணுமில்ல மக்ளே! வீடென்னடே வீடு? வெறுஞ் செங்கலுஞ் சிமிண்டுந்தான? அதுக்குப் போயி கண்ணு நெறஞ்சி நிக்க? படிச்சி நல்ல உத்தியோகத்துக்குப் போயி மொறட்டு சைசுல கெட்டலாங் கேட்டியா? வா வந்து சாப்டு!" என்று சொல்லிக் கொண்டிருந்த போதே அத்தை ஆற்றிலிருந்து குளித்து முடித்து வந்தாள். என்னைக் கண்டதும் அத்தையின் முகத்தில் ஒரு பெரும்சோகம். விஷயம் தெரிந்திருக்கலாமாயிருக்கும்!

"எப்ப வந்த மோன? மழ கருகருன்னி தெக்கனிக்கில்லா நிக்கி... இங்கன கூர ஒழுகுமே... ஒனக்கொண்ணுஞ் செரமமில்லல்லா?"

எனக்கு வார்த்தைகள் நாக்கினடியில் துக்கித்துக் கிடந்தன.

“ஒழுகப்பட்ட கூரையாவது ஒங்களுக்கு இருக்குல்லா? எனக்கு இப்போதைக்கி வானந்தாம்த்தே கூர!” என்று நான் கண்கள் நசுங்கி நனைந்து தலையைக் குனிய மாமா வெடித்தார்.

“தா...ளி மொவனுவளுக்கு சக்கரப்பவுசு சங்குல ஏறி நிக்கா? இன்னக்கில்லாட்டீ பத்து பைசாவ ஒரண்ட சேத்து கண்ணுல காணுகானுவோ? அந்த வெதக் கொதுகொதுப்பு காணும்! நாளைக்கி விடியட்டு... அவனுக்க கொப்பனக் கண்டுகிட்டு... ஒரு வீட்ட வாங்குனா அதுல வாடகைக்கி இருக்கவனையே காலி பண்ண மூணு மாசம் அவகாசங் குடுக்கணும்...? நிக்க நெலைக்க தொரத்துனா அந்த வூட்ட கெட்டுனவம் என்ன பாடுபடுவாம்? புண்...ச்சி மக்கமாரு?”

“நீரு சும்ம இரியும்வே... எல்லாவனுங் குடும்பக் காரனுவதானே? ஊராங்காட்டிய உத்தமத்த என்னக்கிவே ஊட்டுல உள்ளவங் காட்டுனாம்? எள்ளோல குடிச்சா கும்பிக்காத்த கெடக்கணும்! கெடந்து நவுட்டப் புடாது! நீ உள்ள வா மக்கா... சோறு போட்டு வைக்கேன்!” என்று அத்தை கொதிக்க மாமன் சன்னமானார்.

எனக்கு என்னவோ சாப்பாடு இறங்கவில்லை. பாதியில் மச்சான் நாகராஜன் வந்தான். “என்ன மாப்ளே! இங்க வந்துருக்கா? வூட்ல அத்தைக்கிட்ட சண்டைய கிண்டையப் போட்டுட்டியா?”

மாமா தன்னுடைய ஒரு விரலை உதடுகளின் நடுவில் குறுக்காக வைத்து மூடி அவனை அமைதியாய் இருக்கச் சொன்னார். நாகராஜன் சட்டையைக் கழற்றி கைகால் கழுவிவிட்டு என் பக்கத்தில் வந்து அமர்ந்தான். நான் அவனைத் திரும்பிப் பார்க்கவில்லை. என் கண்கள் நிறைந்து இரண்டு மூன்று சொட்டுகள் கண்ணீர் என்னுடைய சாப்பாட்டுத் தட்டில் விழ அவன் திகைத்துப் போய் மாமாவைப் பார்த்தான்.

அது ஆச்சர்யம்தான். ஊரிலுள்ள எல்லாரையும் அழ வைத்த ஒருவன் அழுகிறானெனில்...? மாமா அவனிடம் விஷயத்தைச் சொல்ல அவன் முகம் சுண்டிப் போனது. நான் பாதியில் எழுந்து கைகழுவப் போனேன். அத்தை சத்தம் போட்டாள்.

“மோன... செவுத்துல உள்ள எரிச்சல சோத்துல காட்டப் புடாது பாத்துக்கா? மிச்சத்த சாப்புடு!” என்று சொல்லவும்

மாமா அத்தையை அமைதியாக்கிவிட்டு என்னிடம், "எலே மக்களே! வூடுன்னு ஒண்ண மனுசங் கெட்ட ஆரம்பிக்கமுன்ன அந்த தாயளிமாருவ எங்க குடியிருந்துருப்பானுவோ'ன்னு நீ நெனைக்க?"

எனக்கொன்றும் புரியவில்லை. அத்தைக்குக் கோபம் பொத்துக் கொண்டு வந்தது,

"இப்ப அதுக்குன்னு புல்லாந்தாரிசிலயும், பாறையிடுக்குவள்ளயும், மலங்காட்டுக்குள்ளயும் போயி அவனப் படுக்கச் சொல்லுதீறாவே நீரு? நாலு வீட்டுல கடசி வூட்டயும் கடனுக்குத் திங்கக் குடுத்துக்கிட்டு வந்து நிக்க பிள்ளைக்கிட்ட பேசுக கத மயிரு கொள்ளாம்! தண்ணியப் போட்டுகிட்டு தத்துவம்ன்னி எதையாம் நீட்டுனீருன்னா நல்லாருக்காது கேட்டுக்காரும்!" என்று சொல்லிவிட்டு என்னிடம், "ரெண்டு வாயி கூட அள்ளி வாய்க்க போட்டுக்கிட்டு போயி கைய அலம்பாம் மக்களே?" என்றாள்.

எனக்கு மீண்டும் சாப்பாட்டுத் தட்டின் முன்பாக உட்கார யோசனையாக இருந்தது. நான் எழுந்து புழக்கடையில் போய்க் கையைக் கழுவி விட்டு வந்து கட்டிலில் அமர்ந்தேன். மணி மாமன் என்னையே கூர்ந்து பார்த்துவிட்டு,

"மக்கா அழுவாச் செய்ய?"

"இல்ல சிரிப்பாம்! கூடச் சேந்து சிரிக்கீறா? திரியிதீயளே வோய் திரிய நாட்டிக்கிட்டு?" என்று அத்தை மீண்டும் கொந்தளிக்க மாமா அத்தையை, "நீ பேயாம கெடையாம்ளா? நாம்லா பேசிக்கிட்டிருக்கேம்? நீ சொல்லு மருமோன? அழப்புடாது கேட்டயா?"

என் கண்களில் கண்ணீர் வழிந்தது கண்ட அத்தை மீண்டும், "செவனேன்னு இருந்த புள்ளைய அழப்புடாதுன்னி சொல்லி அழவச்சிட்டீருல்லா? இப்ப மனசுக்கு திருப்தியா?" என்று அத்தை சொல்லவும் மாமா அழுதார்,

"ஆம்புளப் புள்ளையளு அழப்புடாது மக்கா!"

"ஆமா இவுரு பொட்டப் பிள்ளைல்லா! கெடந்து இழுவுகாரு? லே நாராஜா! மரியாதிக்கி ஒங்கய்யன ஒறங்கச் சொல்லிரு!

இல்லைன்னா வெறவுக் கட்டய எடுத்து வெரவி ஒரக்காட்ட வேண்டி வந்துறாம?" என்று அத்தை கத்த அதற்கு மாமா,

"எட்டீ பேதில போவா! மருமோன் அழுகதக் கண்டுல்லா எனக்கும் அழப்பாணி வருகு?"

"செரி செரி! எப்பா நீங்க படுங்கோ! நா மாப்ளயக் கூட்டிக்கிட்டு லேசா நடந்துட்டு வாரோம்!" என்று நாகராஜன் என்னை அழைத்துக் கொண்டு வெளியில் வந்தான். நேற்று வரைக்கும் கண்மூடி, இன்று காலையில் எழுந்த அந்த அறைக்குள் நான் இனியெப்போதும் நுழைய முடியாது. இதோ வீதியில் நிற்கிறேன்.

நான் கடுமையான சேட்டைகளைச் செய்யும் போதெல்லாம் அப்பா சொல்லுவார், "இந்த வீட்டயும் வித்து உங்களயெல்லா நடுத்தெருவுல வுட்டாத்தாம்லே அரும தெரியும்? விடிஞ்சதும் எழும்பி லாத்துகதுக்கும் உச்சைக்கிக் குடிக்கக் கஞ்சியும் அடஞ்சதும் ஒறங்க பாயும் கெடைக்கில்லா? அந்த மெதப்பு?"

அதற்கு அம்மா அப்பாவைக் கடுப்படிப்பாள், "கருநாக்கன்! வாயில நல்ல வார்த்தையே வராது! வித்துத் தின்னிக் குடும்பம்! நடுத்தெருவுலதா நிக்கணும்னா நீருந்தானே கூட நிப்பீரு?"

எனக்குமே தோன்றும், "என்னைய நடுத்தெருவுல வுட்டா மாத்திரம் நாந் திருந்திருவெம்'னு இந்த மனுசன் இன்னும் நம்புகாரே?"

அப்போதைக்கு என்னுடைய மனதில் ஒன்று மட்டுந்தான் இருந்தது. அந்த வீட்டுக்கும் எனக்கும் இனி எந்தவொரு பந்தமுமில்லை! அந்தச் சுவர்களில் நான் இனி கிறுக்கவும் முடியாது! சாயவும் முடியாது! எங்கள் வீடு என்றொரு வார்த்தையை இனிமேல் என்னால் உச்சரிக்கவியலாது! நாகராஜன் என் தோள்களை இறுக்கமாகப் பற்றிக் கொள்ள நான் சப்தமாக அழுதேன்.

அப்பா சொன்ன அந்த நாள் அன்று வந்துவிட்டது. என் அப்பா அவர் வீட்டுக்கு ஒற்றைக்கு ஒரு பிள்ளை. வீடு வாசல், நிலபுலன்கள், தோட்டம் துரவுகள் என்று எல்லாமிருந்தும் என் தாத்தா மிகுந்த செலவாளியாக இருந்தது என் தகப்பனை நடுத்தெருவில் நிறுத்தியிருந்தது. அப்பா ஒரு அரசாங்க உத்தியோகஸ்தராதலால் அவரும் அவைகளைக் குறித்துக்

கவலை கொள்ளவில்லை. எங்களை நல்லபடியாக வளர்த்தார். அம்மாவுக்கும் பிறந்த வீட்டில் எந்தச் சம்பத்துக்களுக்கும் குறைச்சலில்லை.

நகரத்தில் ஏராளமான நிலங்கள் சின்ன விலைகளில் விற்பனைக்கு வந்தபோது எங்கள் அம்மாச்சி அவைகளையெல்லாம் வாங்க என் பெற்றோரை விடவில்லை. மகளை தனியே விட விருப்பமில்லையோ என்னவோ எங்கள் தலையில் முதல் பிடி மண்ணை அள்ளிக் கொட்டியது ஆச்சிதான்.

எங்கள் தொழுவத்தில் உள்ள மாடுகள் அனைத்தும் ஒரு குறிப்பிட்ட கால இடைவெளியில் வரிசையாக ரகசிய மரணத்தைத் தழுவிய பிற்பாடு எங்கள் அம்மா தாத்தா மாடுகள் வளர்ப்பதை விரும்பவில்லை. சும்மா கிடந்த தொழுவத்தில் நாங்கள் வீடு கட்ட ஆயத்தமானோம். அப்போது எனக்கு எட்டு வயது. கூட்டுறவு வங்கியில் அறுபதாயிரம் பணம் கடனாக வாங்கி 1990 ஆம் ஆண்டு கட்டத் துவங்கினோம்!

மூலைக்கல் பாவிய அன்று குழி வெட்டியவனின் மண்வெட்டியில் ஏதோவொரு சப்தம் தட்டுப்பட்டது. ‘புதையலாக இருக்குமோ?’ என்று பார்த்த எங்களுக்கு பேரதிர்ச்சி! வாய் மூடப் பட்டிருந்த அந்த வெண்கலச் செம்புக்குள் ஒரு சிறிய மாட்டு பொம்மை வயிற்றில் குறுக்கும் நெடுக்குமாக கம்பிகள் குத்தப் பட்டு இருந்ததைக் கண்ட ஆச்சி கண்டமேனிக்கு வசைபாடினாள்.

“இந்த லெச்சுமி காவக்கார முண்டைக்க கொண்டைய அறுக்காம வுட்டது தப்பு! எல்லா ஒங்க அய்யனச் சொல்லணும்! அண்ணே அண்ணமுன்னு சீவன வுடுவாம்லியா? இன்னக்கி கொண்ணனுக்க வாப்புடியா பாத்து வச்சிருக்க பணியக் கண்டல்லா? செய்வெனக் கார பாதவத்தி! இவ உருப்புடுவாளா? அத்தன மாடுவளும் சாவம்ப, அந்த தாழாக்குடி வயித்தியன போயி காணலாம்னி நா கெடந்து மானா மருவுனனே இந்த கோம்பப் பயகிட்ட! எனக்க பாட்ட செவி குடுத்துக் கேட்டுருப்பானா? எண்டம்மோ!”

என்று ஆச்சி கத்தினாள். அம்மாவுக்கு பேரதிர்ச்சி. ‘அப்ப இந்த செய்வினை காரியங்கள்லாம் உண்மதாம் போலுக்கே?’

தாத்தா வாயே திறக்கவில்லை. அவரது உடன்பிறந்த அண்ணன் சுந்தரத்தின் மனைவிதான் லெட்சுமி என்ற முண்டக்கண்ணி

லெச்சிமி! குழந்தைகளுக்கு வயிற்றுவலி வந்தால் சின்னச் சின்ன கொதி தடவுதல், பெரளிக்கு மருந்து கொடுத்தல் போன்ற வேலைகள் தெரியும்! உபரியாக தனக்கு வேண்டாதவர்களுக்கு செய்வினைகள் வைப்பதும் நடந்தது.

'யாருடைய காலடி மண்ணையாவது எடுத்து லெட்சுமிக்கிழவி மந்திரம் வைத்தாளானால் அந்த ஆசாமிகளுடைய கதி அதோகதிதான்!' என்று ஊருக்குள் சொல்லிக் கொள்வதோடு அவள் வீட்டைக் கடக்கும் யாரும் கடனுக்கு வாங்கியாவது செருப்புகள் போடாமல் அந்த நடையைக் கடப்பதில்லை. பஞ்சாயத்துக்கு நெருக்கடி கொடுக்கப்பட்டு ஊருக்குள் இருந்த தெருக்களில் கான்கிரீட் தரை போடப்பட்டதற்கும் லெட்சுமி கிழவிதான் காரணம் என்றாலும் ஆச்சர்யப் படுவதற்கொன்றுமில்லை! கான்கிரீட் தரையில் காலடி மண்ணைச் சேகரிப்பது எங்ஙனம் சாத்தியம்?

"ஆனா நம்ம பெரியம்ம எதுக்கும்மா நமக்கு தகுடு வச்சா?" என்று கேட்ட அம்மாவிடம் ஆச்சி சொன்னாள்,

"நம்ம ஒப்புடியாஞ் சுந்தரமும் அந்தத் தந்தைக்கித்தானே பொறந்தாம்? இவுனுக்க தொம்பி கன்னையன் மாத்தரம் நல்ல அந்தஸ்ஸா நடக்காம்லா? நாப்பதம்பது மாடுவ! ஆளு வச்சி பாலு கறவ! சொந்த பூமி! வாழத் தோட்டம்! வில்லுவண்டி, கதிரடிச்சிய களம், பார்வைக்கி ஏழெட்டு வயலுன்னு மினுக்குகானே'ன்னு கொள்ளையில போவாளுக்குக் கண்ணுக்குக் கடி! என்னமோ அவளுக்க பங்குக்கு அந்த பாவப்பட்ட மாடுவள கொன்னு பூத்திட்டா? இவுளுவளுக்கெல்லா நல்ல சாக்காலமே கெடயாதும்மோ!" என்று ஆச்சி பொங்கி வழிய தாத்தா மெதுவாக தொழுவத்தின் வாசலில் போய் நின்று கொண்டார். இதைக் கண்ட ஆச்சி அம்மாவிடம் திரும்பி,

"கண்டல்லா! உங்கொய்யனுக்க காரியத்த? குடும்பக் காரனுவளுக்க காரியங்கள செத்தோல இழுத்தம்ன்னு வைய்யி? செவத்துக்க நாக்கு நாலடி கீழ எறங்கிரும்! நானுங் கெட்டுப்புட்டு வந்த சமயந்தொட்டு பாக்கத்தானே ச்செய்யெம்? இது எங்க போயி நிக்கிம்ன்னி பாரு?"

எனக்கு சிரிப்பு பொத்துக் கொண்டு வந்தது. ஏனென்றால் அந்தத் தொழுவத்தின் வாசலில் நேரெதிரே இருந்ததுதான் அந்த சுந்தரம் தாத்தாவின் வீடு. ஆனால் அன்றைக்கு வீடு

பூட்டிக் கிடந்தது. லெச்சுமிக் கிழவி ஆட்டுக்குப் புல்லறுக்கப் போயிருந்ததாக அந்த வேலைக்காரர் சொன்னார்.

“அந்த முண்ட எஞ்ச போனா ஒனக்கு என்னடே நீ குழிய பறி!” என்று ஆச்சி சொல்லவே பாஸ்டர் வந்தார். அங்கு கிடந்த ஒரு பெரிய கல்லில் இளநீர் ஊற்றிக் கழுவி, அதற்குப் பூ வைத்து சந்தனம் தடவி ஜெபித்து அந்தக் கல்லை அந்தக் குழிக்குள் புதைத்தார்கள். மூலைக்கு கல் நாட்டியாகி விட்டது.

அதற்கப்புறம் ஃபவுண்டேஷன் குழிகளைத் தோண்டினார்கள். சதுரமும் செவ்வகமுமாக இருந்த அந்த நீளவாக்குக் குழிகள் ஒரு சிறிய புதிர்ப் பாதையை எங்களுக்கு நினைவூட்டியது. அதுவொரு மழைக்காலம். மழை பெய்து அந்த பவுண்டேஷன் குழிக்குள் நீர் நிறைந்திருந்ததால் நானும் தம்பியும் அந்த நீருக்குள் நீந்தி விளையாடுவோம். அதுதான் எங்களது நீச்சல் குளமாக இருந்தது.

மழைக்காலம் முடிந்து நீரையெல்லாம் வெளியேற்றி கற்களைக் கொண்டு அந்தக் கட்டுமானத்தைத் துவங்கியபோது எங்களுக்கு அப்படியொரு துக்கம். நான் அம்மாவிடம் போய் அழுதேன். “அத மூடாண்டாம்ன்னு சொல்லும்மா! இனிமே நாங்க எங்க போயி நீந்தி வெளையாட?”

“நாம என்ன நீச்சல் கொளமா வெட்டுகோம்? வீடுல்லா மக்களே?” என்று அம்மா சமாதானம் செய்தாள்.

தவணை வாரியாக மாதாமாதம் தாமதமாக வந்த கடன் தொகையில் வீடு கொஞ்சம் கொஞ்சமாக மேலெழும்பியது. நானுமே செங்கல் சுமப்பது, தலையில் சொமுடு வைத்துக் கருங்கல் சுமப்பது, ஒவ்வொரு ஞாயிற்றுக் கிழமைகளிலும் நீரூற்றி கட்டிடத்தை நனைப்பது போன்ற சின்னச்சின்ன வேலைகள் செய்து எனக்கான கூலியாக அப்பாவிடம் இரண்டு மூன்று ரூபாய்களை வாங்கி வைத்துக் கொள்வேன். பலமுறை ரத்தக் காயமும் பட்டதால் அம்மா எங்களை அதற்கப்பால் வீடு கட்டுமானப் பணி பக்கமே அனுப்பவில்லை.

செங்கல் கட்டு முடிந்து, மேலே உத்திரம் வார்த்த பிற்பாடு எலெக்ட்ரீஷியன் வேலைகள் துவங்கியது. சுவர்ப்பூச்சு வேலைகள், பெயிண்டிங் என்று அப்பா போட்ட கணக்கைத் தாண்டி கூடுதலாக நாப்பதாயிரத்தை அந்த வீடு

விழுங்கியிருந்தது. அதுபோக கிரகப் பிரவேசத்துக்கு செலவு என்ற வகையில் அன்றைக்கே எங்களுக்குக் கடன் கிட்டத்தட்ட ஒன்றேகால் லட்சம் ஆனதாக அப்பா சொல்லிக் கொண்ட போதெல்லாம் அந்தத் தொகைக்கு எத்தனை பூஜியங்கள் என்று கூடத் தெரியாது. சொல்லப் போனால் அன்றைக்கு அதுவொரு மிகப்பெரிய தொகை.

“முப்பது வருசத்துக்கு மிந்தி நம்ம வூட்டக் கெட்டம்போது வெறும் முன்னூத்தம்பது ரூவா செலவாச்சி மக்களே! அப்பம்லாம் லச்சம்ன்னி ஒரு நம்பரு இரிக்கியது எந்த நாய்க்கித் தெரியிம்?” என்று கிரகப்பிரவேச நிகழ்ச்சியில் பால் காய்ச்சிக் கொண்டிருந்த அம்மாவிடம் ஆச்சி சொல்லிக் கொண்டிருந்தாள். ஆச்சியின் வீடு பழைய காலத்து வீடாதலால் நாங்கள் கட்டின அந்தப் புது வீட்டில் வர்ணமயமான விளக்குகள் எங்களை வியப்பூட்டின. அதற்குமுன்னர் சினிமாவில் மாத்திரமே அம்மாதிரியான வர்ண விளக்குகளை நாங்கள் பார்த்திருந்தோம்.

எது எப்படியோ அந்த வீடு எனக்கு அத்தனைக்கும் பிடித்துப் போனது. சிலசமயங்களில் வீட்டை விட்டுப் பிரிய மனமின்றி பள்ளிக் கூடத்திற்குப் போகாமல் அந்த வீட்டில் இருந்திருக்கிறேன். “கூடவே தூக்கிட்டுப் போக இது என்ன அண்டாவா? பள்ளிக் கொடத்துக்குப் போக மடிச்சி இப்புடி ஓர் சாக்கு நாய்க்கி?” என்று அம்மா திட்டுவாள். போதாக்குறைக்கு அந்த ஊரிலேயே உப்பரிகை வைத்துக் கட்டப்பட்ட வீடு எங்களுடையதுதான் என்பதால் அதில் ஏறி நின்று கீழே பார்ப்பதற்கே சொந்தக் காரர்கள் வருவதுண்டு. அந்த வீட்டைத்தான் காலம் என்னிடமிருந்து இன்று பிரித்துப் போட்டிருக்கிறது என்பதை என்னால் எண்ணிப் பார்க்கவே முடியவில்லை.

அந்த வீட்டில் நாங்கள் குடியேறிய பிற்பாடு எங்களுக்கு தொடர்ச்சியாக சோதனைக் காலம் துவங்கியது. அதுவரைக்கும் சேமித்து வைத்திருந்த அத்தனைக் காசும் செலவழிந்து கடன் சுமை கூடியிருந்தது பொருளாதாரத்தின் நிமித்தம்தான் என்றாலும் அந்த வீடு ஒரு அசுத்த ஆவியால் ஆக்கிரமிக்கப் பட்டிருக்கிறது என்று ஒரு ராப்பாடி சொல்லிவிட்டுப் போனதாக அடுத்த நாள் அம்மா கூறினாள். அவளுக்கு இதிலெல்லாம் நம்பிக்கையில்லை. ஊரின் கடைசியில் எங்கள்

வீடு இருந்தது. சுற்றிலும் தென்னந்தோப்பு, கிணறு, ஓடி விளையாட மரங்கள் என்று அருமையாகயிருக்கும்.

அப்படியாக ஒருநாள் தம்பி சிறுநீர் கழிக்கையில் அதில் சிவப்பாக ரத்தம் கலந்து கழிந்தது. ஆஸ்பத்திரிக்குக் கொண்டு போனார்கள். உள்ளூரில் அதற்கான மருத்துவம் இல்லையென்று சொன்ன பிற்பாடு திருவனந்தபுரத்துக்குக் கொண்டு போய் பயாப்ஸி மற்றும் வேறுவேறு சோதனைகள் எல்லாம் எடுத்துப் பார்த்தும் ரிசல்ட் நார்மல் என்றே வந்ததும் டாக்டர்களுக்குக் குழப்பம். என்னவாயிருக்கும்?

சுமார் ஒன்றரை ஆண்டுகள் மருத்துவத்துக்காக திருவனந்தபுரத்துக்கும், நாகர்கோவிலுக்கும் அலைச்சலும், ஏறத்தாழ அப்போதே மூன்றரை லட்சத்துக்கும் அதிகமாகக் கைக்காசும், கடனுமாக ஆகிப்போனதில் வீட்டுக்கடனானது ஒரு பனையைப் போல நின்ற இடத்திலேயே மிக உயரமாக வளர்ந்திருந்தது. எங்களுக்கு அப்போது அதெல்லாம் புரியவில்லை. அப்போதைய தங்கம் விலை கிராம் ஒன்றுக்கு 320.00 ரூபாய்தான்.

எங்கள் ஆச்சிதான் ஒருநாள் அம்மாவிடம் சொன்னாள், “மக்களே! நோய்க்கும் பாக்கணும்! பேய்க்கிம் பாக்கணும்! வள்ளியூர்கிட்ட ஒரு வைத்தியன் இருக்கானாம்! போய்ப் பாத்துக்கிட்டு வருவமா?”

அம்மா திடமாக மறுத்தாள். “நம்ம கிறிஸ்தவங்க மந்தரவாதியையெல்லாம் போய்ப் பாத்தா நம்ம கடவுள் நம்மள மதிக்கவும் மாட்டாரு! மன்னிக்கவும் மாட்டாரு!”

அப்பா கடுப்பானார், “மாடனையுஞ் சொடலையையிம், ஏக்கியைய்ங் காளியையிங் கும்புட்டு நடந்தவங்கதா நம்ம ஆச்சியூந் தாத்தனும்! ஏசு இன்னைக்கில்லாம்மாளு வந்தாரு! பெரியவக சொல்லுகத செத்த செவிக் குடுத்துக் கேளு! ஒண்ணும் வத்திப் போயிறாது!”

எல்லாரும் வள்ளியூருக்கு ஒரு டாக்சி அமர்த்திக் கொண்டு கிளம்பிப் போனோம். மந்திரவாதி என்று சொல்லப் பட்ட அந்த மனிதர் சினிமாவில் காண்பிக்கப் படுவது போல கலர் கலராக உடையோ, மண்டையோடு சகிதமாகவோ இல்லாமல் வெள்ளை வேஷ்டி சட்டையில் வெகு சாதாரணமாகவே

இருந்ததால் எனக்கு சந்தேகம் வந்திருந்தது. ஒருவேளை பிராடுப் பயலாக இருக்குமோ?

ஒரு சொம்பில் நீரை வைத்து அதை உற்றுப் பார்த்து விட்டு அவர் தெளிவாகக் கேட்டார், “ஒங்க குடும்பத்துல யாராச்சும் இடுப்புல வண்டியேறிச் செத்தாகளா?”

அம்மா சொன்னாள், “ஆமா! எங்க அண்ணனுக்க மொவன்! லாரில அடிபட்டுச் செத்துப் போய்ட்டான்!”

உண்மைதான்... என்னுடைய மாமன் ஊசிப்புட்டான் ஜேம்ஸின் மகன் மோரிஸ். என் அம்மாவின் பெரியப்பா சுந்தரம் மற்றும் செய்வினைக்காரி லெச்சுமிக் கிழவியின் மகன்தான் ஊசிப்புட்டான். சாலையைக் கடக்கும்போது லாரியின் டயர் இடுப்பில் ஏறி மரித்தவன். அவனது ஆத்துமாவின் தொந்தரவுதான் தம்பிக்கு வந்திருக்கிறது என்று சொல்லி தம்பியின் கையில் ஒரு தாயத்தைக் கட்டி பஞ்சாயத்தை முடிவுக்குக் கொண்டு வந்தார் வைத்தியர். வழிநெடுக அம்மாவுக்கும் ஆச்சிக்கும் சண்டை.

அம்மா, “மொதல்லயே இம்மாதிரி ஒர்த்தரு இருக்காருன்னு சொல்லிருந்தா சக்கரத்த தண்ணி மாதிரி செலவு பண்ணாம இருந்துருக்கலாம்லா?”

ஆச்சி, “அதுக்கு மொதல்ல ஆசுத்திரி பண்டுவத்தப் பாத்தாத்தானே சரி? அதப் பாக்காம மொதல்லயே வைத்தியனுக்கிட்ட வரப்புடாதுல்லா? மொத நோயி! அப்பொறந்தா பேயி!”

அப்பா சொன்னார், “போவணும்னு நெனைக்கியது போய்த்தா ஆவும்! அத எவெம் நெனச்சாலும் தடுக்க முடியாது! ரெண்டு பேரு வாய வச்சிக்கிட்டு சும்மா வாங்கம்மாளு!”

ஆண்டுகள் போயின. அதன்பின்பாக நிகழ்ந்ததுதான் வீட்டுக் கடன் பாடுகள். கூட்டுறவு வங்கியிலிருந்து நோட்டீஸ் கிலோ கணக்கில் வரத் துவங்கியது. கடன் கொஞ்சமும் நகரவில்லை. எங்கள் குடும்பத்திலிருந்து யாரும் உதவிக்கு முன்வரவில்லை. என் அம்மாவின் குடும்பத்தில் கூடப் பிறந்தவர்களுமே தள்ளி நின்றார்கள். அவர்கள் நினைத்திருந்தால் எங்களை அந்தக் கடன் பிரச்சனையிலிருந்து எளிதாகத் தூக்கி எடுத்திருக்க முடியும்.

ஆனால் அவர்கள் மனது வைக்கவில்லை. அப்போதுதான் ஜப்தி நோட்டீஸ் வந்திருந்தது.

அறுபதாயிரம் கடன் தற்போதைக்கு வட்டியும் முதலுமாக ஒரு லட்சத்து எண்பதாயிரமாக மாறிப் போனதில் அரசாங்க வேலையிலிருந்தும் கூட அப்பாவால் அந்தக் கடனை அடைக்க முடியாமல் போனது. கிராமமாக இருந்ததால் ஜப்தியென்பது மானம் சார்ந்த பிரச்சனையாகவும் இருந்தது. ஆகையால் வீட்டை விற்க முடிவு செய்தார் அப்பா. ‘அவசரத்தில் பார்க்கும் வரனுக்கு வரதட்சணை கட்டை’ என்பார்கள். அதுபோலவே எங்கள் வீட்டின் விலையானது அதை வாங்குபவர்களின் கையிலிருந்தது. அப்போதைக்கு அந்த வீட்டை விற்றுக் கடனை அடைத்தால் போதுமென்பதால் அப்பாவும் வாய்மூடி மவுனியாகவே இருந்தார். ஒரு வக்கீல் ஒருவரின் தோப்பு எங்கள் வீட்டையொட்டி இருந்தது. அவரிடம் விலை பேசினார்கள். அவரும் நல்லதொரு விலைக்கு எங்கள் வீட்டை வாங்கத் தயாராகயிருந்தார்.

‘அடுக்களைச் சட்டிக்குள்ளேயே இருப்பான் அவிந்த சனியன்’ என்பதைப் போல என்னுடைய அத்தை ஒருத்தி, அதாவது இடுப்பில் டயர் ஏறிச் செத்துப் போன மோரீசின் தாய் வசந்தி ஒரு விடுமுறை நாளில் அந்த வக்கீலின் வீட்டுக்குப் போய் எங்கள் வீட்டில் பேய் இருப்பதாகவும், அந்த வீட்டை வாங்க நினைப்பவர்கள் விளங்காமல் போவதில் ஒரு சந்தேகமுமில்லை என்றும் சொல்ல அந்த வக்கீலுக்கு அதிலெல்லாம் நம்பிக்கையில்லாமல் அத்தைக்கு ‘பிறர் குடும்பத்தைக் கெடுப்பதில் உள்ள ஆர்வத்தைத் தங்கள் வீட்டுக் குடும்பத்தின் வளர்ச்சியில் காண்பிக்குமாறு அறிவுரை சொல்லி அனுப்பி வைத்திருக்கிறார்.

வசந்தியின் மாமியார் லெட்சுமியின் கைகளால் செய்வினை வைக்கப் பட்டு மொத்த மாடுகளும் செத்துப் போன எங்கள் தொழுவத்தில், நாங்கள் கஷ்டப் பாடு பட்டுக் கட்டிக் குடியேறிப் போன வீட்டில், தான் பெற்று லாரி ஏறிச் செத்துப் போன மகனின் துஷ்ட சக்தியால் கடனும் பட்டது போதாதென அத்தையும் அவள் பங்குக்கு எங்களுக்கு ஏதேனும் கைமாறு செய்துவிட வேண்டுமென எண்ணிய எண்ணத்தில் நீரூற்றப் பட்டிருந்தது.

அதைத் தொடர்ந்து அந்த வக்கீலின் மகன் பைக்கிலிருந்து கீழே விழுந்து கைமுறிந்து போனதற்கும், வக்கீலின் மகளுக்கு கருக்கலைந்ததின் பின்னணியிலும் எங்கள் வீட்டின் பங்கு இருந்ததாக வக்கீல் நம்ப வைக்கப் பட்டதில் அவர் பின் வாங்கிவிட்டார். அதைத் தொடர்ந்து எங்கள் வீட்டின் விலையும் சரிந்தது. வங்கி எங்களுக்கு அறிவித்திருந்த கடன் தொகை கட்டும் நாளும் ஒரு குதிரையைப் போல எங்களை நோக்கி ஓடோடி வந்து கொண்டிருந்தது. அப்போதுதான் சித்தப்பா ஒருத்தர் எங்கள் வீட்டை வாங்க முன்வந்தார். அதுவும் தரை விலைக்கு... ஐந்து சென்ட் நிலத்தில் நான்கு சென்ட் வீடும், ஆறு தென்னை மரங்களும், ஒரு சீத்தாப்பழ மரமும், இரண்டு வாழை மரங்களும், கொய்யாவும், பப்பாளியுமாக நான்கும் வெறும் இரண்டு லட்சத்து அறுபதாயிரத்துக்கு கேட்கப் பட்டது.

எங்களுக்கோ வெப்ராளம் தாங்க முடியவில்லை. ஆனாலும் எங்களுக்கு வேறு வழியில்லை. விற்றுத்தான் ஆகவேண்டும். அப்போதுதான் அது நிகழ்ந்தது. என் அம்மாவின் பெரியம்மா ஒருத்தியின் மகனான என்னுடைய தாய் மாமா ஒருவர் சித்தப்பாவிடம் போய் சொல்லியிருக்கிறார்.

"லே மாப்ள! அவளுக்கு அந்த வீட்ட விக்காம வேற வழி கெடையாது பாத்துக்கா! இன்னுங் கொறச்சிக் கேளு! வழிக்கி வருவா! இந்த ஊருக்குள்ள வந்து அந்த வூட்ட எந்த நாயி வாங்கும்?"

சித்தப்பா அப்பாவிடம் வந்து சித்தியின் பிரசவம் வேறு இருப்பதால் கையில் காசில்லையெனவும் இப்போதைக்கு அந்த வீட்டை வாங்க வேண்டுமெனில் ஒரு நாற்பதாயிரம் குறைத்தால் வாங்குவதாகவும், இல்லையெனில் அந்த வீட்டைத் தன்னால் வாங்க முடியாதெனவும் கூறி விட அப்பா திகைத்தார். நாற்பதாயிரம் என்பது அப்போதைக்கு ஒரு மிகப்பெரிய தொகை. அந்த நாளில் தங்கத்தின் விலை கிராம் ஒன்றுக்கு வெறும் நானூற்று நாற்பதே ரூபாய்.

தனக்கு பத்துப் பைசா லாபமில்லையென்றாலும் தாய்மாமா பார்த்த பார்வையில் எங்களுக்கு நஷ்டமான தொகை நாற்பதாயிரம். ஒருவனுடைய சத்துருக்கள் அவனது வீட்டாரே என்னும் பைபிள் வசனம் அப்போதுதான் எங்களுக்கு விளங்கியது. சித்தப்பன் சொன்ன தொகைக்கு

வீட்டை அவர்களது பெயரில் பத்திரமெழுதி வீடு கைமாறிய தினத்திலிருந்து மூன்று மாதகால அவகாசத்தில் வீட்டை அவர்களது கையில் ஒப்படைக்க வேண்டுமென்ற விதியினடிப்படையில் பக்கத்து நகரில் வாடகைக்கு வீடு பார்த்துக் கொண்டிருந்தோம்.

அன்றிலிருந்து பத்தாவது நாள் சித்திக்குப் பிரசவம் நிகழ்ந்தது. இரண்டாவதும் பெண் குழந்தை. சித்தி ஒரு கறார் பேர்வழி. பெருமைக்குச் சொன்னாளோ, பிடிவாதத்தில் சொன்னாளோ தெரியவில்லை. ஆஸ்பத்திரியிலிருந்து நேராகப் புது வீட்டுக்குத்தான் வருவேன் என்று உடும்புப் பிடியாகப் பிடித்துக் கொள்ள சித்தப்பா அப்பாவிடம் வந்து தனக்கு வேறு வழியில்லை என்றும், உடனடியாக வீட்டை ஒழிவாக்கித் தரவேண்டுமெனக் கெஞ்சவே எங்களுக்கும் வேறு வழியில்லாமல் வெறும் மூன்றே நாட்களில் அவசர அவசரமாக வீட்டைக் கொடுத்து விட்டு இதோ நான் மணி மாமாவின் வீட்டு புழக்கடையில் கண்ணீரோடு நின்று கொண்டிருக்கிறேன்.

அதுவரையிலும் எனக்குச் சொந்த வீடு குறித்து எவ்விதப் பிரயாசையும் இருந்ததில்லை. என் அப்பா தாத்தா கட்டின தரவாடு அப்பாவின் பிடிவாதத்தினால் கைவிட்டுப் போனது. நாங்கள் குடியிருந்திருக்க வேண்டிய வீட்டில் இப்போது எவனோ ஒருவன் குடியிருக்கிறான். பேரப்பிள்ளைகள் வழக்குத் தொடுக்கலாம் என்றார்கள். ஆனாலும் அவனுமே அதைக் காசு கொடுத்துதானே வாங்கினான். சட்டப்படியாகவேயானாலும் கூட அவனிடமிருந்து அதைப் பறிப்பது பெரும்பாவம். ஆகையால் நாங்கள் வழக்கேதும் தொடுக்கவில்லை. நம் முன்னோர்களின் கையாலாகாத்தனத்தால் யாரோ ஒருவன் பாதிக்கப் படுவது அநியாயம்.

எங்கள் அம்மா குடும்பத்திற்கென்று ஆறேழு வீடுகள் இருந்தன. ஒவ்வொன்றாய்க் கைமாறி சொந்தக்காரர்கள் கைக்குச் சென்று விட்டன. தாத்தா தன்னுடைய விவசாயக் கடனுக்கு ஒவ்வொரு வீடாய்ப் பலி கொடுத்தார். இப்படியாக எங்கள் தொழுவத்தில் அரசாங்கக் கடன் வாங்கி அப்பா கட்டிய வீடுமே தம்பியின் மருத்துவச் செலவில் ஒவ்வொரு செங்கலாய் வீழ்ந்து கைவிட்டுப் போனது. வாழ்க்கையில் முதன்முதலாக வாடகை வீட்டுக்குக் குடிபோவது என்பது ஒரு கொடுமை.

உண்மையில் ஒரு வீடென்பதுதான் என்ன? அது ஒரு குடும்பத்துக்கு அல்லது ஒரு மனிதனுக்குத் தேவையா? கண்டிப்பாகத் தேவைதான் என்பது சொந்த வீட்டில் குடியிருக்கும் போது நமக்குப் புரியாது. வாடகை வீடு என்பது ஒரு நரகம். ஒவ்வொரு வீடாக நீங்கள் மாறும்போது பக்கத்து வீட்டு ஆட்கள் மாறிக் கொண்டேயிருப்பார்கள். நண்பர்கள் மாறுவார்கள். வீட்டு உடமஸ்தர் மாறுவார். குளியலறை மாறும். கழிவறை மாறும். படுக்கையறை மாறும். ஆதார் அட்டை முதற்கொண்டு ரேஷன் கார்டு வரையிலும் முகவரிகள் மாறிக் கொண்டேயிருக்கும்.

வாடகை வீட்டுக்குள் முதன்முதலாகக் காலடி எடுத்து வைத்தபோது நான் நொந்து போய் அழுதேன். எங்கள் வீடு இரண்டாவது மாடி. மூன்றாவதாக மொட்டை மாடி. அதிலும் ஒரு சந்தோஷம் இருக்கத்தான் செய்தது. பக்கத்தில் இருந்தது குமார் தியேட்டர். அதில் மூன்றாம் தர மலையாளப் படம் போடுவார்கள். இரவில் மொட்டை மாடியில் ஏறி நின்றால் டிசைன் டிசைனாக முனகல் சப்தம் கேட்கும்.

மருந்துவாழ் மலையின் பின்னணியில் கன்னியாகுமரி லைட் ஹவுசின் வெளிச்சம் கீற்றுக் கீற்றாக வந்து போகும். அதைப் பார்க்கும் போதெல்லாம் கொஞ்சம் ஆறுதலாக இருக்கும். சொந்த வீட்டில் இவ்வாறான அனுபவங்கள் கிட்டியதில்லை.

தெருவில் சைக்கிளில் போகும்போதெல்லாம் ஒவ்வொரு வீடாகப் பார்த்துக் கொண்டேயிருப்பேன். அப்போதெல்லாம் மனம் படபடப்பாக இருக்கும். 'கடவுளே இந்த வீட்டுக்காரர்கள் இந்த வீட்டின் பெயரில் கடன் மட்டும் வாங்கியிருக்கக்கூடாது!' என்று மனம் வேண்டிக் கொள்ளும்.

நண்பர்களின் வீடுகளுக்குச் செல்லும்போது அவர்களிடம் கேட்பேன். "இந்த வீட்டுப் பெயர்ல கடன் எதுனாச்சும் வாங்கிருக்கேளா?" சில நேரங்களில் அவர்கள் என்னை வினோதமாகப் பார்த்தபடியே "இல்லை!" என்று பதில் அளித்தால் மனம் 'அப்பாடா' என்று நிம்மதிப் பெருமூச்சு விடும். ஆம் என்று சொன்னார்களானால் மனம் மிகவும் துக்கத்தில் ஆழ்ந்து விடும். அதற்குப் பின்னர் அந்த வீடுகளுக்குப் போவதைத் தவிர்த்து விடுவேன்.

ஒரு வீடு ஏன் உங்களுக்கு வேண்டுமென்றால் நீங்கள் வெயிலிலும், மழையிலும், கொட்டும் பனியிலும் நிம்மதியாக உறங்க வேண்டும். உங்கள் தலைக்கு மேலாக ஒரு தாழ்வாரம் ஒன்று கண்டிப்பாக வேண்டும். உங்கள் கண்ணீரையோ, அந்தரங்கத்தையோ மறைத்து வைக்க உடையைத் தாண்டியும் நான்கு சுவர்கள் இன்றி உங்களால் நிம்மதியாக இருக்க முடியாது. ஜன்னல்களேயானாலும் அதையும் மூடி வைப்பது ஒருவிதப் பாதுகாப்புதானே?

வாடகை வீட்டின் முதல் நாளில் இரவென்ற ஒன்று இருக்காது. கட்டில், படுக்கை, போர்வை மற்றும் தலகாணி ஆகியவை பேக்கிங்கில் இருந்து அனேகமாகப் பிரிக்கப் பட்டிருக்காது. அந்த வீட்டின் உரிமையாளரின் இஷ்டத்துக்குக் கட்டப் பட்டிருக்கும் அவ்வீட்டின் அறைகளுக்குத் தகுந்தாற்போல உங்களுடைய உடமைகளை ஒதுக்குவதற்கு ஒரு அசாத்தியமான துணிச்சல் தேவைப்படும். இல்லையென்றால் அழுகை வந்து விடும். செருப்புகளுக்குத் தகுந்தவாறு கால்களை வெட்டிக் கொள்வது போன்றது அது. அந்தத் துணிச்சல் எனக்கில்லை. ஆகையால் நானும் அழுதேன். சொந்த வீட்டில் என்னுடைய சைக்கிளுக்கென்று ஒரு அறை இருந்தது. இந்த வீட்டில் அது இல்லை. என்னுடைய பிரியமான சைக்கிள் வீட்டின் வெளியில் வெயிலில் நின்று கொண்டிருந்தது.

ஜீவியமென்பது நீங்கள் வாழும்போது பூமியின்மேலுள்ள வீடெனும் ஒரு செங்கல்கட்டிலும், வாழ்வு முடிந்தபின்னர் பூமியினடியிலுள்ள கல்லறையெனும் கற்குவியலின் மத்தியிலும் உறங்குவதுதான். நீங்கள் வாடகையாகக் காசு கொடுத்து குடியிருக்கும் உங்கள் வீட்டின் உரிமையாளரைக் கண்டு உங்களுக்கு விருப்பமில்லையெனினும் தேவையேயில்லாமல் வணக்கம் வைக்கும் நிலைதான் உலகின் ஆகப்பெரிய துன்பநிலை. அவர்கள் உங்களை எப்போதும் நேசிப்பதில்லை. அவர்கள் கட்டின வீட்டில் நீங்கள் அறையும் ஆணியினை அவர்கள் ஏசுநாதரின் உள்ளங்கையில் அறையப் பட்ட ஆணிக்கொப்பானதாகக் கருதிக் கதறுவார்கள்.

அப்படியாக ஒவ்விரு வீடாக மாறி நானும் பள்ளி கல்லூரி என்று முடித்து நல்லவொரு வேலையில் அமர்ந்தபோது எனக்குப் பெண் பார்க்கத் துவங்கினார்கள். அப்போதுமே சொந்த வீடென்னும் வாதை ஒரு பெருமாளாய் என்னெதிரில்

நிற்கும் என்பது என்னுடைய புத்திக்கு உரைக்கவேயில்லை. ஒரு வீட்டில் போய் ஒரு பெண்ணைப் பார்த்தோம். பெண் வந்து காப்பி கொடுத்தாள். நல்ல அழகான வட்டமுகம். பார்த்ததும் பிடித்துப் போனது. காப்பியை வாயில் வைக்கும் சமயத்தில் பெண்ணின் அப்பா கேட்ட முதல் கேள்வி, “பையனுக்கு சொந்த வீடு உண்டுமா?”

நான் அம்மாவைப் பார்த்தேன். அம்மா அப்பாவைப் பார்த்தாள். அப்பா தரகரைப் பார்த்தார். தரகர் அந்தப் பெண்ணின் அப்பாவைப் பார்த்துப் பல்லை இளித்தார். அந்தப் பெண்ணின் தகப்பனின் முகம் மாறியது. தரகரைப் பார்த்து சப்தம் போட்டார், “வீடுங்குடியுள்ளம்மாரக் கொண்டு வான்னா! நீ என்னத்தடே கொண்டாந்துருக்க?”

நான் அந்தக் காப்பிக் கோப்பையை பக்கத்திலிருந்த மேசையில் வைத்து விட்டு எழுந்தேன். அந்தப் பெண்ணின் தகப்பனார் அப்பாவிடம் சொன்னார்,

“சாரி சார்! பொறந்ததுலேர்ந்து சொந்த வீட்டுல வளந்தவ சார் எம்புள்ள! வாடக வீட்ல வாழச் சம்மதிக்க மாட்டேன்! மூத்த புள்ளைய பண்ணையார் குடும்பத்துல குடுத்துக்கிட்டு ரெண்டாமத்த புள்ளையா யாராது தெருவுல நிப்பாட்டுவாளா?”

“யாம் சார்! நாங்க என்ன தெருவுலயா குடும்பம் நடத்திட்டிருக்கோம்! சொந்த வீடு இல்லைன்னாலும் என் பையனுக்கு படிப்புக்கோ, வேலைக்கோ அந்தஸ்துக்கோ எந்தக் குறச்சலுமில்ல! ஒங்க புள்ளைய திருவாங்கூர் அரமனையில வேணா கெட்டிக் குடுங்கோ! மொதல்ல வீட்டுக்கு வந்தவங்ககிட்ட கொஞ்சம் நிதானமா பேசப் படியுங்கோ! இதெல்லா நல்லாவா இருக்கு?” என்று அப்பா சூடானார்.

நாங்கள் வந்து காரில் ஏறினோம். வழியில் ஒருவருக்கொருவர் எதுவும் பேசிக்கொள்ளவில்லை. அதற்குப் பின்பாக நான் வேறெந்தப் பெண்ணையும் பார்க்கப் போகவில்லை. ஓராண்டுகள் கழித்து அலுவலகத்தில் வைத்து ஸ்ரீதேவியைச் சந்தித்தேன். எனக்கு ஜூனியர். பாதி மலையாளி. பார்த்தவுடன் அவள் மீது ஏதோவொரு ஈர்ப்பு. பழகினோம். என்னுடைய காதலைச் சொல்வதற்கும் முன்னர் “எனக்குச் சொந்தமாக வீடில்லை! உனக்குச் சம்மதமா?” என்றுதான் முதலில் சொன்னேன்.

சப்தமாகச் சிரித்தாள். "பரவால்லைடா! எங்களுக்குதான் நாலு வீடுங்க இருக்கே! அதுல அண்ணனுங்க ரெண்டு பேருக்கும் போக எனக்கு ஒரு வீடு கிடைக்கும்! நாம அதுல இருக்கலாம்!" என்று சொன்னவள் சாதி தாண்டி, மதம் தாண்டி பெற்றோரின் சம்மதம் பெற்றுக் கரம் பிடித்து இதோ மூன்று பிள்ளைகள் பிறந்து ஒரு சின்ன சண்டையில் அவள் சொன்ன வாக்கியம் என்னைச் செவியில் அறைந்து போட்டது. அவள் சொன்னது இதுதான், "எடோ பாப்பச்சா! நீ என்னோடு காணிச்சது மகா செற்றத்தனமாணு! வீடுங் குடியுமில்லாத்த ஒரு கோந்தனுக்கு என்னே கெட்டிச்சிக் குடுத்த எண்டே அச்சன வேணும் தல்லான்?"

இத்தனைக்கும் என்னுடைய மனைவியின் இரு தங்கைகளைக் காதலித்ததையும் என் அலுவலகத்திலுள்ள ஒரு இளம்பெண்ணுக்கு காதல் கவிதை எழுதியதையும் தவிர்த்து நான் வேறு எந்தவொரு பெரிய தவறும் செய்துவிடவில்லை என்பதுதான் என்னுடைய ஆகப் பெரிய வருத்தம்.

வெந்த கோழிக்கு சொந்த வீடும் ஒரு கேடோ?

# 11
# சுடுகாட்டுப் பவுல்தாசின் கருத்த சந்தி

தண்டவாளத்தின் இருமருங்கிலும் 'யாராவது வருகிறார்களா?' என்று பார்த்துக் கொண்டே வேஷ்டியை உயர்த்திக் குத்த வைத்தார் சுடுகாட்டுப் பவுல்தாஸ். அப்போது இரண்டு ரெயில்வே போலீசார் பின்பக்கமாக அங்கு விரைந்து வந்து பவுல்தாசை கையோடு அள்ளினார்கள். அப்போதுதான் திருவனந்தபுரம் மெயில் மேற்கு நோக்கிப் போயிருந்தது. ஒழுகினசேரி ரயில்வே டிராக்கில் அப்போதெல்லாம் பெரிதாக ஆள்நடமாட்டம் இருக்காது. கஞ்சா விற்பவர்களும், சாராய வடிச்சான்களும் அவ்வப்போது கையில் சாதனங்களை ஏந்திக் கொண்டு கடந்து போனால்தான் உண்டு.

பள்ளி ஆசிரியராகப் பணியாற்றி ஓய்வு பெற்ற பவுலானுக்கு வேறு பணிகள் ஒன்றுமில்லையாதலால் உண்பதும், வெளித்தள்ளுவதும், உறங்குவதுமாக வாழ்க்கை ஒரு நெளிந்த சக்கரமாக ஓடிக் கொண்டிருந்தது. வழக்கமாக சுடுகாட்டில்தான் பவுலான் வெளிக்கி போவது. ஒருநாளைக்கு ஐந்து வேளைகள் ஆளை அங்கே காணலாம். ஒரு நாளைக்கு மூன்று மணி நேரம் கழிப்பதற்கும், இரண்டு மணி நேரம் குளிப்பதற்குமாக மொத்தமாக ஐந்து மணிநேரங்கள் அங்கே கழிப்பாராகையால் அவருக்குச் சுடுகாட்டுப் பவுல்தாஸ் என்ற பெயரை ஊரிலுள்ள சில விஷமிகள் வைத்திருந்தார்கள். பின்பொரு முறை காய்கறி விற்கும் ஓமனாவை சுடுகாட்டுக்கு ஒதுக்கிக் கொண்டு போனது முதல் அந்தப் பெயரானது சுடுகாட்டடி பவுலான் என்று மேம்பட்டது.

பவுலான் ஆள் ஒரு சவடால்ப் பேர்வழி. யாராவது ஒரு இளிச்சவாய் சிக்கிக் கொண்டால் “அந்த எவரெஸ்டுக்க மேல அந்த எட்டுமண்டையன் கில்லாரி தாயளிக்கி முன்னுக்கூட்டியே பாதத்தப் பதிச்சவம்லா இந்தப் பவுல்தாசி! இந்த யூரின் ககாரின் பெயெலெல்லாம் எனக்கக் கால்கட்ட வெரலுக்கு வெல பெற மாட்டாங் கேட்டுக்கா!” என்று காதைக் கசக்கி விடுவார். பாதி அன்லோடிங்கில் அரெஸ்ட் செய்யப்பட்டதால் பவுல்தாசுக்கு கோபம் வந்துவிட்டது.

“தேகத்துல இருந்து கைய எடுங்கவோய்!” என்று கத்தவும் அதிலிருந்த ஒரு போலீஸ்காரர், “சுப்!” என்று இந்தியில் வாயை மூடுமாறு சொல்லவும், “நீ போயி சூப்புல! நா என்ன மயித்துக்கு சூப்பணும்?” என்று பவுல்தாஸ் கேட்டுவிட்டார். அந்த போலீஸ்காரர் இந்திக்காரர் ஆனதால் பவுல்தாசுக்கு அடிதப்பியது. இன்னொரு போலீஸ்காரர் மலையாளி. அவர் பவுல்தாசை அதட்டினார்.

“எடோ! ரெயில்வே டிராக்கினகத்தே ஆய் போகாம்பாடில்லானு அறிஞ்சூடே?”

“இதுவொண்ணும் எவனுக்க அப்பஞ் சொத்துங் கெடையாது கேட்டுக்கிடுங்க! இது பொதுத் தண்டவாளமாக்கும்!”

“தண்டவாளம் பொது வஸ்து என்னு ஆரடோ பறஞ்சது பட்டீ? டா இது கேந்திர சர்க்காருடே வஸ்துவல்லே! தானாரடோ ஒரு கிணாப்பன்?”

“மை நேம் இஸ் பவுல்தாசி... ரிட்டையர்ட் டீச்சர்!”

“ஓ அத்யாபகனோ? எடோ தனிக்கி கொறச்சிகூட வித்தியாபியாசம் அல்லல்லோ! ஈ பப்ளிக் ஸ்தலத்துலெக்கி அப்பிட்டு நடக்கான் நினக்கு நாணமில்லடோ?”

“தமிழ்’ல பேசுப்போ! ஒரு எழவும் வெளங்கல்ல!”

“ஓ மலையாலத்துல முக்கா சதம் தமிழானு! நா சொல்ல வந்தது! நிங்களுக்கு எஜுகேஷன் இருக்கா இல்லையா?”

“அது என்ன கேள்வி கேக்க? வாத்தியாம்னு சொல்லுகம்லா? எல்லாஞ்சரி இப்ப என்னைய எங்க விளிச்சிட்டு போறிய?”

“சந்தி கழுகிவிடான்! எந்தோ?”

“நா கழுவிக்கிடுதேன்! நீ பொய்க்கோடா!” என்று கையை முறுக்கி இழுக்கவும் அந்த இந்திக் கார போலீஸ்காரரின் முகத்தில் பவுல்தாசின் கை பட்டு இந்திக்காரனின் பொன்னாசி உடைந்தது. இதைச் சற்றும் எதிர்பாராத போலீஸ்காரர்கள் பவுல்தாஸின் வாய்மேலேயே ஒன்று வைத்தார்கள்.

அடிகிட்டியதும்தான் பவுலானுக்கு தான் செய்திருந்தது ஒரு தண்டனைக்குரிய குற்றம் என்பதும், தண்டவாளத்துக்கு அருகில் யாருக்கும் அனுமதியில்லையென்பதும், தான் சேட்டை செய்தது மத்திய சர்க்காரின் சட்ட வகுப்புகளுக்குக் கீழே வரும் என்பதும் புரிந்து போனது. போதாக்குறைக்கு ஒரு மத்திய அரசின் ஊழியரின் முகத்தில் கிழித்து ரத்தம் வரவைத்தது கிட்டத்தட்ட கொலைமுயற்சி என்றதும் கெஞ்சத் துவங்கினார்.

“ஐயா என்னைய உட்டுருங்கைய்யா?”

ரெயில்வே போலீஸ்காரர்கள் ரெண்ட் பேரும் கண்டு கொள்ளவில்லை. இந்திக்கார போலீசின் பெயர் ரஞ்சித் சிங் என்பது அவர்கள் இருவரும் பேசிக் கொண்டதில் தெரியவந்தது. பவுலானை அழைத்துக் கொண்டு ஒழுகினசேரி ஆட்டோ ஸ்டாண்டிற்கு வந்தார்கள். சட்டையில்லாத பவுல்தாசைக் கண்டதும் அவரது ஊர்க்காரனான அம்பலத்துக்குச் சிரிப்பு அள்ளியது.

“லெ அம்பலம் என்னத்தலே கண்டு பல்ல இளிக்க? இங்க என்ன சீல இல்லாமலா ஆடுகா?” - பவுல்தாசுக்குக் கோபம் வந்து விட்டது.

“ரெண்டு பக்கமும் ரெய்ல்வே போலீசுக் கூடச் சேந்து ஊர்வலமா போறீரு? இல்லைன்னா எஸ்கார்டுக்கு வாரானுவளா?” என்று கேட்டதும் மலையாளத்தானுக்குக் கோபம் வந்து விட்டது. “உவ்வோ! தானும் வாராவோ?” என்றதும் அம்பலம் மறுத்து, “இல்ல சார்! அவரையே கூட்டிட்டு போங்கோ!” என்றான்.

போலீஸ்காரர் கேட்டார், “ஈ ஓட்டோ ரிக்ஷா ஆர்க்கடோ?” என்று கேட்டதும் அம்பலம், “எனக்கதான்!” என்றான். “வண்டிய ஒண்ணு எடுக்கு! ஸ்டேசன் வரைக்கிலும் போணும்!” என்று சொன்னதும் அம்பலம் காக்கிச் சட்டையை எடுத்து மாட்டிவிட்டு வண்டியைக் கிளப்பினான். முதலில் இந்திக்காரன் ஏறினான். அவனது கண்ணின் கீழ்ப்பகுதியில் ரத்தத்தைக்

கண்ட அம்பலத்துக்குக் குழப்பம். வண்டியில் பாட்டிலில் இருந்த தண்ணீரை எடுத்துத் துடைத்துக் கொள்ளுமாறு கொடுக்கவே அதை வாங்கின இந்திக்காரன் தண்ணீரை ஊற்றிக் காயத்தில் துடைத்தான்.

மலையாளத்துக்காரர் கடையில் போய் ஒரு பிளாஸ்திரியை வாங்கி வந்து இந்திக்காரனின் காயத்தில் ஒட்டவே ரத்தம் கசிவது மட்டுப் பட்டது. பவுல்தாசை வண்டியில் ஏற்றி உட்காரச் சொன்னதும் அவரது முகம் சுருங்கியது.

“சார்! கழுவலை!” என்றார் முகத்தைப் பரிதாபமாக வைத்துக் கொண்டு...

“ஸ்டேசனிலேக்கி போயி கழுவாம்! நீ ஆயாள தல்லியல்லடோ பட்டீ?” என்றான் மலையாளத்தான்.

“சார் நா எங்க சார் அடிச்சேம்? கையத்தானே உருவுனேம்?” - பவுலான்.

“அங்க போயி நல்லா உருவாம் நினக்கு? டா தானெந்தாடோ வாயும் நோக்கி நிக்குகா? எடடோ வண்டிய?” என்று அம்பலத்தை அதட்டி விட்டு வண்டியில் ஏறியமர்ந்தான். வேஷ்டி பாழாய்ப் போய்விடுமோ என்ற அச்சத்தில் நடுவில் இருந்த கம்பியைப் பிடித்துக் கொண்டு வளைந்து நின்றார் பவுல்தாஸ். பின்பக்கக் கண்ணாடியில் பவுல்தாசின் நிலையைக் கண்ட அம்பலத்துக்கு சிரிப்பு பொத்துக் கொண்டு வந்தது. விட்டால் சிரித்துச் சிரித்து வண்டியை விட்டுக் கீழே விழுந்து விடுவானோ என்ற அச்சம் வந்துவிட்டது.

‘நல்லாச் சிரி கூய்மோன! திரும்பி வந்து வச்சிக்கிடுதேன்!’ என்றவாறே பவுல்தாஸ் மனதுக்குள் கருவினார். அப்போது பவுல்தாஸ் அந்த மலையாளத்தில் ஏதோவொன்றைக் குசுகுசுப்பாகச் சொல்ல அந்த மலையாளத்தான் முகம் ஒருவிதச் சோகத்துக்குள் ஆழ்ந்தது.

அதற்கும் ஒரு மணிநேரத்துக்கும் முன்பாக புரவசேரி ஆலமரத்தடியில் அமர்ந்து ஒரு கூட்டம் சீட்டாடிக் கொண்டிருந்தது. அப்போது அங்கே வந்த சூரலிங்கத்தைக் கூட்டமே வினோதமாகப் பார்க்க சூரன் கேட்டான், “என்னத்தடே கெடந்து ஒரு நோட்டம்! இதுக்கு மும்ப என்னையக் கண்டதே இல்லியா?”

காட்டுவாசி சொன்னான், "போலீஸ் ஸ்டேசனுக்குப் போனதா சொன்னாவோ? எப்பம்டே திரும்ப வந்த?"

"போயி பொங்கிப் பொரிச்சித் தின்னுப்புட்டு பாய விரிச்சிப் படுக்கதுக்கு அது என்ன கொளுந்தியாளுக்க வூடா காட்டுவாசிக் கூய்மோன? போயி அரமணிக்கூறுக்குள்ள வந்துட்டாம்லா?" - சூரன்.

"இப்பத்தான் களி தொடங்கிச்சி! ஹையஸ்ட்டு நூத்தி முப்பது! லீஸ்ட்டு நாப்பது எப்புடி?" - காட்டுவாசி.

"சரி எனக்குமொரு கையப் போடு!" என்றவாறே அமர்ந்தான் சூரன்.

ஒவ்வொரு சீட்டாகப் போடப்போட கையில் எடுத்துக் கொண்டிருந்த சூரனின் வீங்கின கைகள் நடுங்கியதைக் கண்ட காட்டுவாசி ஒரு நளிச் சிரிப்போடே மற்றவர்களைக் கண்ணைக் காட்ட குறுக்கன் சபாபதிக்குச் சிரித்து வாய் பொட்டியது. இதைக் கண்ணுற்ற சூரனுக்குக் கோபம் வந்து, "லே குறுக்கா செத்தக் கூய்வுள்ளா! என்னக் கு...ணைக்கிப் பல்லக் காட்டுகா?" என்றான்.

சிரிப்பின் மத்தியில் குறுக்கன் கேட்டான், "இல்ல சூரண்ணே! கையி வீங்கிருக்குல்லா? போதாக்கொறைக்கி நடுங்க வேற செய்யி? அதாங் கேட்டேம்!"

"ஓ அதக் கேக்கியா? ஒனக்க மைனிக்காரிக்கி மேலுக்கு சோமில்லைன்னி சொல்லி காலம்பர அந்த மயித்துல வச்ச கெணத்துலர்ந்து இருவத்தஞ்சி கொடம் வெள்ளங் கோருனம்லியா? வாளி வேற ஒருவாடு கனத்துக் கெடந்து பாத்துக்கா? அதாங் கையி வீங்கிட்டு?" -சூரன்.

"யாம்ணே மைனி என்ன சமைஞ்சா நிக்கா? இருவத்தஞ்சி கொடம் கோரியிருக்க?" - குறுக்கன்.

"அது எனக்க மண்டையில எழுத்து? நீயும் ஒருத்திய கெட்டிப்பாரு! அப்பந்தா கோளாறு மனசுலாவும்!" - சூரன்

"அது ஆவும்! நா ஓங்கிட்ட என்ன கேட்டம்னா? கையி வீங்கிருக்கு? போதாக்கொறைக்கி நடுங்க வேற செய்யி? அதாங் கேட்டேம் பாத்துக்கா!" - குறுக்கன் சிரித்தவாறே மீண்டும் கேட்க...

“ஏலே குறுக்கு செத்த எழவுள்ள! முந்தாநாளு நம்ம எம்மெல்லே விசுவாமித்தர அண்ணே இருக்காருல்லா! அவியளுக்க டிராக்டர எடுத்துக்கிட்டு சுங்காங்கட எறக்கத்துல வந்துக்கிட்டுருந்தேம் பாத்துக்கா! அன்னேரத்துக்கு அங்கன போலீசுகாரனுவ கெடையா கெடந்துக்கிட்டு போற வாற வண்டியள செறத்து சக்கரம் பிரிச்சிக்கிட்டு நின்னானுவ! மொதல்ல நானுங் கெவுனிக்கல... இருட்டுல்லா! அப்பம் பாத்து டபீர்ன்னி ஒரு காக்கிச்சட்ட முள்ளங் குறுக்கச் சாடி நம்ம வண்டிக்க முன்னுக்க வந்துட்டாம்! நானுமே வண்டிய வுட்டு தாழ எறங்கல்ல! என்ன மைய்த்துக்கு எறங்கணும்? புதுப்பெய போலுக்கு? நா வண்டிலேர்ந்து எறங்கலன்னவொடனே ‘என்னலே மொறைக்க தாய்ளி’ன்னு சொல்லி அந்த எத்துவாளிக் கூயாம் அவனுக்க கையில இருந்த கம்ப எடுத்து ஸ்டீரிங்க்ல வச்சிருந்த எனக்க கையில அடிச்சிட்டாம் பாத்துக்கா?” - என்று சூரன் சீரியசாகச் சொல்ல சுற்றியிருந்தவர்களின் வாயெல்லாம் பற்கள்.

குறுக்கன் சிரிப்பின் மத்தியில் கேட்டான், “ஒனக்க நகத்தயே எண்ணிருக்கானுவ பாத்தியா? அப்பொறமென்ன ஆச்சி?”

“அதானே... நா ஒண்ணும் வண்டிய வுட்டு எறங்கல? அப்புடியே மொறச்சி வுட்டெம் பாரு ஒரு நோட்டம்! பய பேடிச்சிட்டாம் பாத்துக்கா? அந்தால நா அவங்கிட்ட கேட்டேம்! வண்டி யாருக்க வண்டி தெரிமாலே? எம்மெல்லேக்க வண்டியாங்கும்? ஆளுங் கோளுந் தெரியாம கம்ப நீட்டுனா தொப்பிய கழத்தி ஆணில மாட்ட வேண்டி வந்துரும்டே’ன்னு சத்தம் போடவுமே அனக்கங் கேட்டு எஸ். ஐ வந்துட்டாங் கேட்டியா? பாத்தா அந்த எஸ்.ஐ நம்ம பயல்! அவனுக்கு ஜீப்பு ஓட்டச் சொல்லிக் குடுத்ததே நாந்தாம்! அவனுமே அந்தாக்குல அந்தப் புதுப் பயலக் கூப்ட்டு சத்தம் போட்டாம் பாரு! எலே நம்ம சூரலிங்கம் அண்ணனத் தெரியாதா? நம்ம கன்னியாமரி டிஸ்ட்ரிட்லயே மொத டிரைவிங் லைசென்சு எடுத்தவராங்கும்! ஆளு தெரியாம கைய நீட்டப்டாது புரிஞ்சாப்போ’ன்னு சத்தம் போட்டாம்! அதோட நிக்காம என்கிட்டயும் வந்து எண்ணே! பெய யூனிஃபார்முக்குப் புதுசு! எம்மெல்லெக்கிட்ட சொல்லி பணிக்கி சூடு வச்சிராய்ங்கோ! பாவமாக்கும்னு சொன்ன அப்பொறந்தா அந்தப் பய எங்கிட்ட வந்து மாப்பு கேட்டு நின்னாம் பாத்துக்காலே குறுக்கா! நம்ம வயிசுக்கும் அனுவத்துக்கும் செவங்கள மன்னிக்கதுதானடே மொற?” -

என்று சொல்லவும் சூரனின் கண்களில் கண்ணீர் வழிந்து 'வாழவா வீழவா' என்று நின்றது.

குறுக்கன் சப்தமாகச் சிரித்தான், "அதாம் மொறைன்னாலும் ஒனக்க கையி வீங்கிருக்கு? போதாக்கொரைக்கி நடுங்க வேற செய்யி? அதாங் கேட்டேம்! அங்க பாரு கையி ஆடுகு! சீட்டு கையில நிக்க மாட்டங்கி?"

சூரன் தன்னுடைய கண்களைத் துடைத்துக் கொண்டே, "எலே மக்கா குறுக்கா! நேத்து ராத்திரி வீட்டுக்குப் பொறத்த நிக்கில்லா மாவு? அதுல ஒரு கடந்த கூடு கெட்டிக் குடியிரிக்கி பாத்துக்கா? நானும் ஒண்ணுக்கிருக்கப் போனவெம் இருட்டுக்காத்த கண்ணு தெரியாம அதுல கைய வைக்க புளியங்கொட்ட சைசுல ஒரு சின்னப் புண்டாளுத கையில கொட்டிட்டு கேட்டயா? செவம் ராமுச்சூடும் கையில ஒரே குத்துந் தரிப்பும் காச்சலும்! விடிய விடிய ஒறக்கமில்ல... வெள்ளன லேசா சுண்ணாம்பு வச்சி வுட்டா ஒனக்க மைய்னி? அப்போறாங் கொஞ்சோல கொள்ளாம்!" என்றான் சூரன் சோகமாக..

குறுக்கன் விடவில்லை, "அதில்ல சூரண்ணே! முந்தா நாளு தெரியாம போலீசுக்காரன் அடிச்சாஞ் செரி? நேத்து ராவுல கடந்த கொட்டிச்சி அதுவுஞ்சரி? காலம்பர கெணத்துல வெள்ளங் கோருன அதையும் மறுக்கலை? இப்பஞ் சொல்லு பாப்பம் ஒனக்க கையி யாம் வீங்கிருக்கி? அதும்போக நடுங்க வேற செய்யி? எள்ளுபோல சீட்டப் புடிக்க களியாம கெடந்து ஒதறுகு! யாம்னு சொல்லாம்!" என்றதும் சூரன் வெகுண்டெழுந்து சீட்டுக்களை வாரியெறிந்து எழுந்தான்.

"ஒங்களுக்கு இப்பம் என்னலே வேணும் காவக் கார கூய்மக்களா? ஆட்கள விளிச்சி வருத்தி பரியாசக் கு...ணையா அடிக்கிதிய? ஆமலே... முந்தாநாளு எனக்கப் பொண்டாட்டிய நா அடிச்சதுக்கு அவ போயி போலீசுல கேசு குடுத்து போலீசுக் காரனுவ என்னையக் கொண்டோயி எனக்க சட்டிய சூடாக்குனானுவோல்லா? அதுலத்தாம்லே கையி வீங்குனது!" என்று குறுக்கனைப் போட்டுப் பொதிய அங்கே ஒரு கைகலப்பு நிகழ்ந்தது.

அப்போது அவ்வழியாக மாம்பட்டை கேஸ் பிடிக்க வந்த மதுவிலக்கு சிறப்புப் பிரிவினர் அங்கிருந்த அத்தனை பேரையும் அள்ளிக் கொண்டு போய் கோட்டார் போலீஸ் ஸ்டேஷனில் வீசி விட்டுப் போகவும், பவுல்தாசை ரெயில்வே போலீசார்

அங்கே கொண்டு போய் விட்டுவிட்டு போகவும் சரியாக ஒரே நேரத்தில் நிகழ்ந்தது. சுடுகாட்டுப் பவுலானோடு சேர்த்து புரவசேரி ஊரிலுள்ள ஏழு பேர் அங்கே கைதிகளாகப் புகுந்தார்கள்.

அந்த ரெயில்வே போலீசில் இருந்த மலையாளத்தான் இன்ஸ்பெக்டரிடம் போய் ஏதோ ரகசியமாகச் சொல்ல இன்ஸ்பெக்டர் பவுல்தாசை மாத்திரம் செல்லுக்குள் அடைக்காமல் அங்கிருந்த பெஞ்சில் அமரச் சொன்னார். பவுல்தாஸ் அமரவில்லை. எப்படி அமர முடியும்? எஸ்.ஐ சொல்லியும் பவுலான் அமராததைக் கண்டு 'அவருக்கு என்னவாயிற்று?' என்று சீட்டாட்ட கோஷ்டிக்கு ஆச்சர்யம். எஸ்.ஐக்கும் இன்ஸ்பெக்டருக்குமே வியப்பு தாளவில்லை. இத்தனை சொல்லியும் அமராமல் நிற்கிறாரென்றால் இம்மனிதருக்குதான் எத்தனை மரியாதை என்று இன்ஸ்பெக்டர் தன்னெதிரில் போடப்பட்டிருந்த நாற்காலியில் வந்தமருமாறு வேண்டிக் கேட்டுக் கொண்டார்.

பவுல்தாசுக்கோ குழப்பம், 'தம்மை ஏன் செல்லுக்குள் அடைக்கவில்லை? தமக்கு மாத்திரம் ஏனிந்த மரியாதை? ரெயில்வே போலீஸ்கார முண்டை இந்த இன்ஸ்பெக்டர் மூதேவியிடம் என்ன சொல்லி விட்டுப் போனதோ அய்யகோ?'

"ஹெட் மாஸ்டரைய்யா! இங்க வந்து சேர்ல உக்காருங்கோ!" என்று இன்ஸ்பெக்டர் சொன்னதும் பவுலான் இயல்பு நிலைக்குத் திரும்பி இன்ஸ்பெக்டரிடம் கேட்டார், "சார் இஞ்ச கக்கூசி எஞ்ச இரிக்கி?"

இன்ஸ்பெக்டர் பவுலானைப் பார்த்து ஹெட்மாஸ்டர் என்று விளித்ததைக் கேட்டு சூரனுக்கும், குறுக்கனுக்கும் சிரிப்பாணி அள்ளியது. செல்லிலிருந்து சிரிப்புச் சப்தத்தைக் கேட்டதும் ஏட்டு சப்தம் போட்டு, "எங்க என்னலே ஒரு பல்லிளிப்பும் கெக்கலிப்பும்! சீட்டு வெளையாடுனதும் பத்தாதுன்னு அடிவுடியிம் வச்சிக்கிட்டு ஒரு எக்காள இளி என்னடே? இருக்கு இன்னிக்கி ஒங்களுக்கு?" என்று சொல்லிவிட்டு ஏட்டு கழிவறையை நோக்கி கையைக் காட்ட பவுலான் அவசர அவசரமாக உள்ளே போய்க் கழுவிவிட்டு வந்து இன்ஸ்பெக்டரின் முன்பாகப் போய் அமரவே இன்ஸ்பெக்டர் எழுந்து நின்று வணங்கி அமரச் செய்துவிட்டு பவுலானிடம் சொன்னார்,

“உங்கள மாதிரி அஞ்சாநெஞ்சர்களாலத்தாம்யா இந்த பூமி இன்னுஞ் சுத்திக்கிட்டு கெடக்கு! இவ்ளோ பெரிய காரியத்த செஞ்சிக்கிட்டு கொஞ்சமும் பயமில்லாம எப்புடித்தாம் இப்புடி நெஞ்ச நிமுத்திக்கிட்டு இருக்கீயளோ?”

பவுலானுக்கு வியப்பு மேலிட்டது, ‘தண்டவாளத்துல தூறுனதுல என்ன பெரிய காரியம் இருக்கப் போகு?’ என்று மனதுக்குள் எண்ணிவிட்டு பவுலான் நெளிந்தார்.

இன்ஸ்பெக்டர் எழுந்து செல்லுக்கு முன்பாக வந்து நின்று விட்டு சப்தம் போட்டார், “எவ்ளோ பெரிய ஆளு குடியிருக்குத ஊருக்குள்ளேர்ந்துக்கிட்டு ஒங்களுக்கு சூதாட்டம், அடிதடி இல்லியாடே? நா இந்தா வெளில போய்க்கிட்டு வந்து வச்சிக்கிடுதேம்” என்றவாறே புல்லட்டை உதைத்துக் கிளப்பினார்.

சூதுப்படைக்குக் குழப்பம், ‘பெரிய ஆளா? சுடுகாட்டுப் பவுல்தாசையா சொல்லுகாம்? இன்ஸ்பெக்டருக்கு மண்டைக்கி வட்டெளவிட்டா?’

இவர்களைப் போலீஸ் பிடித்துக் கொண்டு போனதையடுத்து புரவசேரி ஊரிலுள்ள முக்கியஸ்தர்கள் கொஞ்சம் பேர் மீட்புக் குழுவாக மாறி காவல் நிலையம் புகுந்த ஆசாமிகளைக் கூப்பிட வந்திருந்தார்கள். அதில் மோசையும் ஒருவர். ஸ்டேஷன் வரைக்கும் வந்த மோசை வழியில் மிஸ்ஸிங். எப்படியாவது வந்து விடுவார்! என்று அழைத்துப் போனவர்களும் கண்டு கொள்ளவில்லை.

ஸ்டேஷனில் இன்ஸ்பெக்டர் வரும்வரைக்கும் காத்திருந்த ஆட்கள் அவர் வந்ததும் உள்ளே அழைக்கப் பட்டு விசாரணை நடந்தது. சூதாட்டப் பிரகஸ்பதிகள் ஒவ்வொருவராக வரவழைக்கப் பட்டு பிருஷ்டத்தில் கோடுகள் போட்டுக் கொண்டிருக்கும் சமயத்தில் வெளியிலிருந்து ஒரு கூச்சல்,

“லேய் காவக்காரத் தாய்ளியளா! வெளங்காத தொட்டிப் பெயலுவா? எனக்க வஸ்த்துக்கள ஒடனடியா எங்கிட்ட ஒப்படைக்கலைன்னா வம்பா சப்பட்டையாயிருவிய! எந்திச்சி வெளிய போங்கல தெருத்தூத்தி கூய்மோனுவள!”

ஊர் ஆட்கள் அதிர்ச்சியில் வெளியில் எட்டிப் பார்க்க அங்கே நின்ற ஆளைக் கண்டவர்களுக்கு அதிர்ச்சி. கையில் ஒரு

தென்னை மட்டையை ஏந்தி நின்றார் மோசை. கடுத்த குடியின் முடிவில் இடுப்பு வேஷ்டி அரைக்கம்பத்தில் கட்டப்பட்ட கருப்புக் கொடி போல அசைந்ததைக் கண்ட எஸ்.ஐக்கு அதிர்ச்சி. இன்ஸ்பெக்டரும் லேசான சங்கடத்தில்,

“யாருவே இது?” என்று கேட்க மோசையின் பக்கமிருந்து மீண்டும் ஒரு கூச்சல்,

“அன்னா அந்த இன்ஸ்பெக்டரு கோம்பக் கூயாம் பகுமானப் பி...டையில உக்காந்துருக்காம்லா? அங்கதா எங்க ஆச்சி உக்காந்து உள்ளி உரிப்பா பாத்துக்காங்க மக்கா! அதையே அபகரிச்சிட்டானுவளே தய்ளியளூ? இவுனுவ வெளங்குவானுவளா?” என்று அழுதார்.

பாளையங்கோட்டைக் கார இன்ஸ்பெக்டர் பரிதாபத்தோடு கேட்டிருக்கிறார், “எவே அவெம் யாரவே வையிதாம்?”

“உம்மதாம் தந்தைக்கி விளிக்காம்!” என்று சொல்லி அதே பரிதாபத்தோடு எஸ்.ஐ இன்ஸ்பெக்டரைப் பார்க்க இன்ஸ்பெக்டருக்கோ சுய காழ்ப்புணர்ச்சியும், சுய பச்சாதாபமும் எட்டிப் பார்த்தது. அப்போதுதான் அது நடந்தது. காவல் நிலைய வாசலில் கையில் துப்பாக்கி ஏந்தி நின்றிருந்த சென்ரி போலீசைப் பார்த்து மோசை சொன்னதாவது,

“கையில தோக்கு வச்சிருந்தா நீயென்ன பெரிய கு..ணையாவே! அந்தால சுட்டுக் கெடந்துருக மாதிரி ஒரு செறஞ்சிப் பாப்பு? சுடத் தெரிமால ஒனக்கு? என்கிட்டக் கொண்டா சுடச் சொல்லித் தாரேம்!” எனவும் சென்றிக்கு ஒரே கூச்சமாகிப் போனது.

மோசை விடவில்லை, “எலே சென்றி நாய! நீ நிக்கியல்லா அங்கதா எங்க தாத்தா ஊஞ்சாலங் கெட்டி ஆடுவாரு! இப்பம் பாரு கோணத் தைளி நீ நிக்கியா? போலே வெளிய! நாணமில்லியாடே ஒங்களுக்கெல்லாம்? எங்க குடும்பத்து வஸ்துக்கள அபகரிச்சிட்டானுவளே எனக்க இறைத்தகப்பனே! இவுனுவளுக்க சந்ததி செழிக்குமா ஏக்கியம்மா?” என்று மீண்டும் ஊளையிடவே மொத்த போலீசுக்கும் பேரதிர்ச்சி.

‘குடிச்சிருக்கான்! செவத்த அடிச்சா செத்துரும்! ஆனாலும் வாய அடைக்கணுமே? ஊரு முச்சூடும் கேவலப் படுத்தியானே?’ என்று அந்தக் காவல் நிலையத்துக்கே பட்டா வில்லங்கங்கள்

பார்க்க வேண்டிய துர்நிலை ஏற்பட்டுப் போனது. காவலர்கள் வந்து மோசையிடம் ஏதேதோ சொல்லச் சொல்ல மோசை அந்த வீட்டின் கக்கூஸ் இருந்த இடத்தில் தற்சமயம் உட்கார்ந்திருப்பது ஒரு கிறுக்கு ஏட்டைய்யா கோம்பக் கூய்மோன்! என்பது வரைக்கும் சொல்லி கிறுகிறுக்க வைக்க உச்ச கட்ட பேரின்பத்தில் இருந்த இன்ஸ்பெக்டர்,

“எப்பாடே ஒங்களையெல்லா கூட்டிக்கிட்டு வந்தது ரொம்பப் பெரிய தப்புதாம்ப்போ! இந்த மதுவெலக்குத் துஷ்டப் பெயலுவளுக்கு வேற சோலி மயிரு கெடையாது! சாராயக் கேசு புடிக்கப் போனவனுவோ அத மட்டும் புடிச்சப் போதாதா? வேலிக்க போற மூளி எனக்க சேலைக்க வந்து ஒளின்னு இங்கா கொண்டாந்து வுட்டுட்டுப் போயிட்டானுவ? தயவு செய்து அந்த மூங்கில் மூஞ்சன கூட்டிக்கிட்டுப் போயிருங்கடே! நல்லாருப்பிய? சீட்டு வெளையாடுகது அவ்ளோ பெர்ய கொல குத்தமெல்லாமில்லை! என்னைய மன்னிச்சிருங்கய்யா!” என்று சீட்டாட்ட கோஷ்டியிடம் மன்னிப்பு கேட்டு அனுப்பி வைக்கும் போது இன்ஸ்பெக்டர் ஊர்க்காரர்களிடம்,

“இதோ இங்கே அமர்ந்திருக்கும் மதிப்பிற்கும் மரியாதைக்குமுரிய ஆசிரியர் பவுல்தாஸ், தான் மாத்திரம் தனியொருவனாக தண்டவாளத்தில் சீறிப் பாய்ந்து கூடங்குளம் அணுமின் நிலையத்துக்கு கருப்புக் கொடி ஆட்டி எதிர்ப்புத் தெரிவித்து ரயிலை நிறுத்த முயன்று போலீசாரால் இங்கே அழைத்து வரப்பட்டதாகவும் இப்படியொரு நபரை நான் திருநெல்வேலியில் கூடக் கண்டிருக்கவில்லை! உங்கள் ஊரில் இவரைப் பாராட்டி ஒரு விழாவை ஏற்பாடு செய்யுங்கள்! அதற்கு நானே தலைமை தாங்குவேன் என்றும், இனிமேலால் இந்த மோசையை காவல் நிலையத்திற்கு முன்பாக வர விடவேண்டாம்” என்று முழங்கவும் ஊர்க்காரர்களுக்கு அதிர்ச்சியும் வியப்பும்... பவுல்தாசுக்கே கடுமையான அதிர்ச்சிதானென்றாலும் அந்தச் சூழலை அமைதியாகக் கடந்தார்.

ஊராரும் இந்த வேண்டுகோளை ஏற்று மோசைக்கு ஆறுதலாக “வெகு சீக்கிரம் உன்னுடைய வஸ்துவான இந்தக் காவல் நிலையத்தையும் அதுசார்ந்த பிரதேசங்களையும் மீட்போம்! இது தாய் மீது சத்தியம்!” என்று சொல்லி கூட்டி வந்தார்கள். ரயில்வே போலீசால் ஆட்கொள்ளப் பட்டு ஆட்டோவில் வரும்போது பவுலான் மலையாளத்தானிடம் சொன்னதாவது,

“தன்னைப் போன்றதொரு ஆசிரியானால் கற்பிக்கப் பட்டுத்தான் நீயும் இந்த நாளில் மத்திய அரசு உத்தியோகஸ்தனாகி இருக்கிறாய்! நன்றி மறக்கல்லே சாரே!”

இதைக் கேட்ட மலையாளத்து ஆசாமி தன்னுடைய சக ஊழியனான இந்திக்காரனின் பொன்னாசியை உடைத்த பவுலானுக்கு வித்தியாசமான ஒரு தண்டனையைப் பரிசளித்து விட எண்ணி இன்ஸ்பெக்டரிடம் சொன்னதாவது,

“சாரே! ஈயாளக் காணும்போள் ஒரு கம்மியுனிஸ்டென்னாணு ஒரு சம்ஷியம்! கருத்த கொடி காட்டி ரயிலு மும்பே சாடியதாணு! ஞங்களு சாடி ஈயாளுடே ஜீவியம் ரக்ஷிச்சு! சாடும்போள் ஏ மத்திய சர்க்கார் மண்டம்மாரே கூடங்குளத்தே பொளிக்குகா எண்டு வெல்லி விளிச்சு!”

பவுல்தாஸ் ரயில் முன்பு காட்டியது கருப்புக் கொடியல்ல! அவருடைய கருத்த பிருஷ்டத்தைத்தான்!’ என்பதும் தண்டவாளத்தில் குத்தவைத்த பவுலானுக்கும், பவுலானிடமிருந்து எழுந்த நறுமணத்தைப் பொறுக்கவியலாமல் மூக்கைப் பிடித்துக் கொண்டு ஆட்டோவில் பயணித்த அந்தக் குசும்பு பிடித்த மலையாளத்தானுக்கும், தங்கள் துறையின் தண்டவாளத்தில் குத்த வைத்ததுமில்லாமல் தன்னுடைய பொன்னாசி உடைந்து மூக்கைப் பொத்திக் கொண்டு பவுலானின் சுகந்த வாசனையை அனுபவிக்க அதிர்ஷ்டமில்லாமல் கிடந்த இந்திக்காரனுக்கும் மாத்திரமே தெரியும்!

இப்படியாக அந்த ரயில்வே போலீஸ் பார்த்த பார்வையில் கூடங்குளம் என்றால் என்னவென்றே தெரியாத அந்த காலத்தில் ஊரில் ஒருநல்ல நாளில் சுடுகாட்டானுக்குப் பாராட்டு விழா நடந்தது. ஆனால் மோசையின் காவல் நிலையப் போக்கு மாத்திரம் நின்ற பாடில்லை. பின்பொரு நாள் ஊர் கிணற்றில் யாரோ ரகசிய ஆசாமி சாடிக் குளித்ததால் குடிநீர் அழுக்கடைந்து விட்டதெனக் கூறி ஊர் கூடி கிணற்றை இறைத்த அன்று இரவு குளிக்கக் குதித்த மோசை பரலோக ராஜியத்தில் காலடி வைத்து அந்தக் காவல் நிலையப் பஞ்சாயத்து முடிவுக்கு வந்தது.

‘நீரில் குளிக்கலாம்! பாறையில் எங்ஙனம் குளிப்பது?’

12

# கிளிமானூர் திருமேனியின் கிண்ணார ஊர்வலம்

'ஒரு வெட்டுக்கிளியின் கர்ப்ப பாத்திரம் என்ற நூலுக்கான சாமித்திய அகாதமி விருதை வென்ற கவிஞர் கிளிமானூர் திருமேனி காலமானார்' என்னும் செய்தி நாகர்கோவில் நகரையே அதிரச் செய்தது. காலையில் எட்டு மணிக்கு இந்தச் செய்தியை முதலில் அறிவித்தது அவரது மூன்றாவது மனைவி பிரமீளா.

முதல் மனைவியின் காதுகளுக்கு திருமேனியின் மரிப்புச் செய்தி போனது காலை ஒன்பது மணி. இரண்டாவது மனைவி ராதாவின் காதுகளுக்கு அந்தச் செய்தியானது ஒருபோதும் செல்லப் போவதில்லை. ஏனெனில் அவளது காதுகளின் சாம்பல் கன்னியாகுமரி கடலின் ஏதேனுமொரு பகுதியில் மிதந்து கொண்டிருக்கலாம். நான்காவது மனைவி கமலியின் காதுகளுக்கு செய்தி செல்லும்போது மணி ஒன்பதரை. கிளிமானூர் திருமேனி ஐந்தாவதாக கல்யாணம் செய்யவில்லை. அதற்குள்ளும் அவரைக் காலன் கட்டிக் கொண்டான்.

செல்ஃபோன் வசதிகளெல்லாம் கிடையாத காலம். கன்னியாகுமரி மாவட்ட இலக்கியப் பூனைகள் சங்கம் சார்பில் ஒரு பாராட்டுக் கூட்டம் அன்றைக்குக் காலையில் பத்து மணிக்கு அன்னை லாட்ஜில் துவங்கியது. அரங்கைச் சூழ்ந்திருந்த அத்தனை பேரது முகத்திலும் ஒரு கடுமையான இறுக்கம். இத்தனைக்கும் கவிஞர் ஆடலாண்டியின் 'பூப்போன்ற நிறத்திலொரு வெண்ணிறக் காட்டுப்பூனை' என்ற கவிதைத் தொகுப்புக்கான பாராட்டுக் கூட்டம்தான்.

எங்கெல்லாம் மனிதர்கள் ஒடுக்கப் படுகிறார்களோ அங்கெல்லாம் படைப்பாளிகள் பிறக்கிறார்கள். *Devil's Asylum* என்று அன்போடு அழைக்கப் பட்ட திருவிதாங்கூர் சமஸ்தானமும் இதற்கு விதிவிலக்கல்ல! இங்கும் அநேகம் அசாத்திய படைப்பாளிகள் இருந்தார்கள்! இருக்கிறார்கள்! இனிமேலும் பிறப்பார்கள். 'ஒரு இலக்கியம் என்பது யாதெனில்' என்று தொடங்கினார்களானால் ஆறாம் உலகப்போர் முடிகிற வரையில் வாயை மூடாமல் பேசுகின்ற இலக்கியர்களுக்குப் பேர் போன ஊர் குமரி என்பது குமரிக் கண்டத்துக்காரர்களுக்கே தெரியாது என்றால் பார்த்துக் கொள்ளுங்கள்.

இலக்கியவாதிகள் சிரிக்கக் கூடாது! கூட்டங்களின் இடையில் பேசக்கூடாது! மோவாயைச் சொறிந்து கொண்டே உத்திரத்தை வெறிக்க வேண்டும்! யாரையும் சாந்தமாகப் பார்க்கக் கூடாது! முறைத்துக் கொண்டே இருக்க வேண்டும்! தங்களுடைய எழுத்துக்களின் வாயிலாக அழுது ஊரைக் கூட்டி ஒப்பாரியை ஏறெடுக்க வேண்டும்! சாதாரணமாக இருக்கும்போது பேசக் கூடாது! மேடையில் அறுபது கிலோமீட்டர் வரையிலும் பேசிக்கொண்டே நடக்கலாம்! மறந்தும் கூட கேட்பவர்கள் யாருக்கும் புரிந்து விடாத வகையில் தங்களது பேச்சு அமைந்து விடுமாறு பூசகமான முறையில் நடந்து கொள்ள வேண்டும்! இலக்கியக் கூட்டங்களில் சிரித்தால் மரண தண்டனைக்குக் கூடப் பரிந்துரை செய்து விடுவார்கள். இப்படி தமிழ் இலக்கியத்தின் கொடூரமான விதிமுறைகளின் பட்டியலின் நீளம் ராமேஸ்வரம் வரைக்கும் இருக்கிறதைப் பார்த்தால்தான் கெதக் என இருக்கிறது.

இதோ மரித்துக் கிடக்கும் கவிஞர் கிளிமானூர் திருமேனி வீட்டில் சதாசர்வகாலமும் தன்னை வதைத்த தன்னுடைய நான்காவது மனைவியை ஒரு இலக்கியக் கூட்டத்திற்கு அழைத்துச் சென்றிருந்தார். உண்மையில் அவளைக் கொடுமைப் படுத்தும் நோக்கில் அவர் அங்கே அழைத்துச் செல்லவில்லை. ஆரம்பித்து சுமார் ஆறே மணி நேரத்தில் கணப்பொழுதில் முடிந்து விட்ட அந்த இலக்கியக் கூட்டத்தின் முடிவில் அவரது மனைவி அவரிடம் கேட்ட கேள்வி இதுதான்.

"இவுனுவளெல்லாம் இவ்ள நேரமா என்னத்த பேசிக்கிட்டுக் கெடந்தானுவோ? இது என்ன மொழிவே மனியா?

இவுனுவளுக்கெல்லாம் தலைக்கி அசுகமா? இப்புடியெல்லாமா வவுதூறு கெட்டுப் பேசுவானுவோ?"

"சத்தம் போடப்புடாது! இவங்கெல்லாம் இலுமிநாட்டிகள் மாதிரி இலக்கியநாட்டிகள்! கொஞ்சம் பரகசியமான ஒரு அமைப்பு! இதையெல்லாங் கண்டு கொள்ள வேண்டாம்! இவுனுவளுக்க காதுல வுழுந்துன்னா நமக்கொரு கண்டனக் கூட்டத்த நடத்திப்புடுவானுவட்டீ!" என்று சமாதானப் படுத்தி வீட்டுக்கு அழைத்துப் போனார். அதற்குபின்னர் என்ன நினைத்தாளோ தெரியவில்லை அவரை ஒரு போதும் சல்லியம் செய்ததாக அவர் அறிவிக்கவில்லை. தன்னுடைய கணவர் அவர் சார்ந்திருக்கும் வதைக்கூடத்தை விடவும் தன்னுடைய வதைகள் பெரிதில்லை என்று அவர்மீது பரிதாபம் கொண்டிருக்கலாம்.

இலக்கிய அமைப்புக்களில் லியோ டால்ஸ்டாயைத் தெரிந்து கொள்ளாதவர்கள் கொடூரமான முறையில் தண்டிக்கப் படுவார்கள். தஸ்தாயெவ்ஸ்கியைப் படிக்காதவர்கள் பள்ளத்தாக்குகளின் சிங்கத்துக்கு இரையாக்கப் படுவார்கள். ஷெல்லி பைரன் போன்ற கவிஞர்கள் குறித்து அறியாதவர்கள் மேடையிலேயே விசம் கக்க வைக்கப் படுகிறார்கள். இப்படியிருக்கிறது இலக்கிய உலகம். ஆனால் விஷயம் அதுவல்ல! எழுதுபவர்கள், வாசிப்பவர்கள் மற்றும் விமர்சகர்கள் தாண்டியும் ஒரு சில இலக்கிய உடைப்பு ஆசாமிகளால் தமிழ் இலக்கியம் நாக்கு தள்ளிக் கிடப்பாட்டில் கிடப்பதைத்தான் பொறுத்துக் கொள்ளமுடியவில்லை. அப்படித்தான் அந்தக் கூட்டமும் நடந்து கொண்டிருந்தது.

"அதாகப் பட்டது நண்பர்களே! பூப்போன்ற நிறத்திலொரு வெண்ணிறக் காட்டுப்பூனை! தலைப்பைக் காணும்போதே நம்முடைய ஆறாம் அறிவின் மீது ஒரு ஆணியை அடித்தாற்போன்ற ஒரு நுண்ணுணர்வு எழுகிறதல்லவா? அதுதான் இந்தப் புத்தகத்தின் வெற்றி என்பதை நான் குறிப்பிட வேண்டிய சூழல் அமைந்திருக்கிறது! இது நம்முடைய கன்னியாகுமரி மாவட்ட இலக்கியப்பூனைகள் அமைப்பின் வெற்றியாகவே காண்கிறேன்!" என்று கவிஞர் காட்டுப்பசு சொல்லவும் அரங்கத்தில் பலத்த கரகோஷம் எழுந்தது.

மேடையில் அமர்ந்திருந்த எழுத்தாளர் சொர்ணக்கிளிதாசனுக்கு அந்தக் கூட்டத்தில் இருந்தவர்களது முக பாவனைகளும், மண்டைத்தனமான ரசிப்புத் தன்மையும் எரிச்சலையும் கோபத்தையும் உருவாக்கியது.

“வாயத் தொறந்து சிரிங்களாம்ல... பெரிய நாசா சைண்டிஸ்ட்டுகளல்லவா? கிண்ணக்கிப் பெறந்தயக்களா! சமயம்போன சமயத்துல காலோட பீச்சிக்கிட்டு மூத்தர கொழல்ல டியூப்ப சொருவிட்டு போயி ஆயிபித்திரியில கெடந்து உத்தரத்த மொறச்சிக்கிட்டு வீம்புவானுவா... சீவம் நல்லாருக்கம்ப வாயத் தொறந்து சிரிக்கதுக்கு ஒரு மடி? யாம்னா பெரிய சுப்ரீம் கோர்ட்டு ஜட்ஜிகளல்லவா? தானுஞ் சிரிக்க மாட்டானுவா! சுத்தியுள்ளோரயுஞ் சிரிக்க சம்மதிக்க மாட்டானுவோ! இலக்கியம்னா என்னெஞ்சிறலாம்? பெரிய சீத்தலைச் சாத்தனாரு? சீலய ஒதுக்கிட்டுச் சாத்துனாருன்னு... மேடைல பெரிய தோரணக் கு...ணையில நின்னுகிட்டு நாடீல கைய நெம்பிகிட்டு அதாகப்பட்டது வாசகர்காள்’னு ஒரு ஒலக ஔவு வேற... செவனேன்னு இருக்கியாம்னு எண்ணிறப் புடாது பாத்துக்காங்கடே! எழவு செறயாங்கும்...!” என்று தம்மைச் சுற்றியிருந்த ஆசாமிகளை மனதுக்குள் கடிந்து கொண்டார்.

அடுத்ததாக கவிஞர் அடையாமடை அரங்கநாத பாகவதர் பேச எழும்போது கிளிமானூர் திருமேனியின் மரிப்புச் செய்தி கதவோடு வந்து நின்றது. ஓலை கொண்டு வந்தது மொழிபெயர்ப்பாளர் கத்திரி கதிரேசன்.

“எப்பா! நம்ம வாத்து வானகம் போய்ச் சேந்துட்டாராம்!” என்று வாசலில் நின்று சப்தமாக அறிவிக்கவும் கூட்டம் அமைதியாக இருந்தது.

“எம்பதுங்கியது சின்ன வயிசுதானே கூய்வுள்ளைக்கி?”

“சின்ன கெடையா கெடந்தாய்ன் தைளி?”

“ஔத்தோரு பெண்ணு கெட்டுனா வெளங்கியதுக்கா?”

“ஒரு விருதும் வாண்டிண்டு நடந்த நடை? கோச்சாளி?”

என்று ஆளாளுக்கு முணுமுணுக்கவும், சொர்ணக்கிளிதாசன் கேட்டார், “எப்போ கத்திரி! அடக்கம் எப்பம்ன்னி விசாரிச்சியா?”

“நாள சாய்ந்தரம் அஞ்சி மணிக்கின்னி அறிஞ்சைய்ன் அண்ணாச்சி?” என்றான் கதிரேசன். சபையில் எல்லாரும் இருக்கும்போதே துக்க வீட்டுக்குச் செல்வது குறித்து முடிவு செய்து விடலாம் என்று விவாதிக்கத் துவங்கினார்கள். அமைப்பின் தலைவரான காட்டுப்பசு தனது தொண்டையைச் செருமியவாறே, “நம்முடைய மதிப்பிற்குரிய கவிஞர் வாத்து மேச்சான்! அய்யைய்யோ... கவிஞர் கிளிமானூர் திருமேனி அவர்கள் மறைந்த செய்தி நம்முடைய கல்மனதைக் கரைப்பதாக அமைந்திருக்கிறது!”

கூட்டத்தில் கடுமையான சலம்பலும், சிரிப்பொலியும் எழுந்தது. திருமேனிக்கு ‘வாத்து மேய்ச்சான்’ என்றொரு பெயருண்டு. அவரது நான்கு மனைவிகளுமே அன்னம் போல நடப்பவர்கள். எப்போதுமே தன்னுடைய மனைவிகளை முன்னால் நடக்க விட்டு பின்னால் நடக்கும் திருமேனிக்கு இன்னொரு பெயருமுண்டு. அதை இங்கே குறிப்பிடல் அவசியமற்றது. இறந்தவர்களைக் குறித்து எகத்தாளம் செய்வது தமிழ் மரபல்ல!

ஆளுக்கு நூறு ரூபாய் வீதம் பிரிவு வசூல் செய்து அதைத் திருமேனி வீட்டுக்குத் தருவதாகவும், தனிப்பட்ட முறையில் செய்வது அவரவர் விருப்பம் எனவும் கூறி கூட்டம் ஒருமனதாக முடிந்தது.

காலையிலிருந்தே திருமேனியின் வீட்டின் முன்பாக ஆட்கள் வரத் துவங்கினார்கள். கிளிமானூர் திருமேனி சாமித்திய அக்காதமி அவார்டு வாங்கியவரல்லவா? கலெக்டர் வந்தார். எஸ்.பி வந்தார். காத்திரக் கவிஞர் புத்தேரி பூத்திரி வந்ததும் கூட்டம் கொஞ்சம் கொஞ்சமாகக் கலையத் துவங்கியது. பூத்திரி அங்கு வந்ததும் கேட்ட முதல் வாக்கியம் இதுதான்.

“மூணு பேர்த்துல யாது மூழியாங்கும் எங்க தலைவனக் கொன்னது?”

கூட்டம் அமைதி காத்தது. வீட்டுக்குள்ளிருந்து நான்கு பேர் வந்து பூத்திரியை சமாதானப் படுத்தி வீட்டுக்குள் அழைத்துச் சென்றார்கள். சற்று நேரத்தில் பூத்திரி வெளியில் வந்தார். அவரது இடது கண்கள் கலங்கியும், கடைவாயில் லேசாக ரத்தமும் வழிந்ததைக் கண்ட காட்டுப்பசு கேட்டார்,

“என்னடே பூத்திரி? உள்ள கூட்டிக்கிட்டுப் போயி குடிச்ச சர்பத்து தந்தானுவ... கரெக்டா?”

பூத்திரி அமைதியாக, “இந்தத் திருமேனித் தாய்ளிமொவனுக்க நாலாவதடியாளுக்க தம்பிமாறுவ ரவுடிப்பயக்கன்னு நீராது ஒரு வார்த்த சொல்லப்புடாதாவே காட்டுப்பசு சீமையக் கெடந்தவர?” எனவும் கூட்டத்தில் லேசான சிரிப்பொலி எழுந்து அமைந்தது.

“எவ்ளவு போட்ட மக்கா?” - காட்டுப்பசு.

“ஒரு கோட்டருல இம்புடுதாம் மிச்சம்!” என்று பூத்திரி இடுப்பிலிருந்து ஒரு குவார்ட்டர் குப்பியை எடுத்துக் காட்ட அதில் ஒரு முப்பது மில்லி பிராந்தி ரசம் மிச்சம் கிடந்தது.

“வாண்டுன தல்லுக்கு கூடவொரண்ணம் குடிச்சணுமே? என்னெய்யப் போற?” என்ற காட்டுப்பசுவுக்குச் சிரிப்பு தாங்க முடியவில்லை. பூத்திரியின் முகத்தில் ஒருவிதக் கலக்கம். கையில் காசும் இல்லை. போதையில் இல்லாவிடில் ஒரு சவ ஊர்வலத்தில் கலந்து கொள்வதில் என்னவொரு ரஸம் இருந்து விடப்போகிறது?’

அப்போதுதான் ஒரு மொப்பட்டில் வந்திறங்கினான் கவிஞர் சட்டிசொறண்டியான். பூத்திரி வாயில் சர்பத் ஒழுக நின்றதைக் கண்ட சட்டிக்கு அதிர்ச்சி.

“என்னடே மாப்ள பூத்திரி! நிரோபியான் இஞ்சக்சன ஒடச்சி வாய்ல தடவிருக்க? வாய் நடுக்கமா?”

“வந்ததும் வராததுமா திருமேனிக்க மூணு வாப்புடியா மாருவளையும் தந்தைக்கி விளிச்சாம்லா! நாலாவது காரிக்க சொக்காரம்மாரு உள்ளுக்க கூட்டிக்கிட்டுப் போயி இடிச்சி அலசி அசையில தொங்க வுட்டுட்டானுவ பாத்துக்காடே சட்டி!” என்றார் காட்டுப்பசு.

“என்னது எனக்க மாப்ளைக்க மேல கைய வச்சானுவளா! லே மாப்ள வாலே போயி என்னான்னி கேப்பம்?” என்று சட்டி விளிக்கவும் பூத்திரி வேகமாக மறுத்து தன்னுடைய வலது தோளைக் காட்டினான். அது ஒருவிதமாகக் குழைந்து கிடந்தது.

“என்னெலே இது? பொஜத்த எறக்கி உட்டுருக்கானுவ? இதுக்கே கோவாலாசாங்கிட்ட லிட்டரு கணக்குல எண்ணைய வாங்கிப்

பூசணும் போலுக்கே? இது துஷ்டி வூடா? கசாப்புக் கடையா? இப்புடி செப்ப இஞுங்கி தொங்க உட்டுருக்கானுவோலு?" என்று சலித்துக் கொண்டான்.

"உள்ளுக்க போயி அந்தப் பயக்கக்கிட்ட யா அடிச்சானுவன்னு தேக்கப் பொறியாடே சட்டி?" - காட்டுப்பசு.

"சீச்சீ... வூட்டுக்குள்ள வெறுங்கையோட போக வொக்குமா? நா இந்தா கடையில போயி ஒரு மாலைய வாங்கிட்டு வாரேம்! லே மாப்ள வண்டியில ஏறுடே! வடசேரி சந்த வரைக்கிம் போயிட்டு வந்துரலாம்!" என்றவாறே பூத்திரியை ஏற்றிக் கொண்டு மொப்பட்டைக் கிளப்பிக் கொண்டு சென்றான் சட்டி.

கூடவே ஆட்டோவில் வந்திறங்கினார் பன்மொழி வித்தகர் களச்சி வீங்கி அம்புஜாக்ஷன். 'ஓதம் பொங்கிய முகம்' என்ற அவரது நூலுக்காக நான்கு விருதுகள் வாங்கினார் என்பதைத் தவிர அம்புஜாக்ஷனது விறைவீக்கம் அவரது பெயர்க்காரணியாக இருந்ததைப் பற்றி இங்கே குறிப்பிட வேண்டாம்.

ஆட்டோவுக்கு காசை எண்ணிக் கொடுத்துவிட்டு நேராக நடந்து வந்து காட்டுப்பசுவிடம் வினவினார், "என்னடே காடு! கக்கத்துக்குள்ள கையக் குடுத்துக்கிட்டு கம்முன்னு நிக்கிய? வெள்ளம் வல்லதுஞ் சாத்தலியா?"

"ம்க்கும்! இப்பத்தா ஒருத்தேம் முக்கா கோட்டர குடுச்சிப்புட்டு காதுல உள்ள அடப்பு எளகி அந்தா தெக்கமாற போறாம்! நம்ம தேகத்துக்கு அடி கொள்ளாது வோய்!"

"என்னவே சொல்லுதீரு? யாரு யார சாத்துனது?" என்று அம்புஜாக்ஷன் கேட்கவும் காட்டுப்பசுவால் முழுக்கதையும் விவரிக்கப்பட்டது.

"பூத்திரிதானே? வாங்கட்டும்... பு...டாளுத நல்ல கடையில இன்னும் காப்பி குடிச்சல்ல கேட்டீரா! இம்மாதிரி கண்ட எடங்கள்ள வாங்குனாதாம் செவம் ஒதுங்கும்! அன்னைக்கி ஒருநாளு பஸ்ஸுல வச்சி நாயி என்கிட்ட கேக்கு! பிள்ளெளு வெளையாடியதுக்கு பந்து இல்ல ரெண்டுல ஒண்ணு தாருமாம்னு?" - அம்புஜாக்ஷன்.

“அப்பம் பெயலுக்கு தகுடு வச்சது நீருதாம்னு சொல்லும்!” - காட்டுப்பசு.

“நானும் இந்த நாயிம் ஒண்ணாடே? செவங் கெடந்து கொலைச்சிக்கிட்டு கெடக்கட்டும்’னு கேட்டுங் கேக்காத்த மாதிரி போயிட்டம்லா? செரி எனக்க ஊட்டாளு இன்னைக்கி திருச்சி பாஸ்போர்ட்டாபீசுக்கு போயிட்டா! நைட்டு அவுக அக்கா வூட்டுல தங்கிட்டு நாள மறுநாத்தான் வருவா பாத்துக்கா! லேசா ரெண்டண்ணாத்த நாக்குல தொட்டுக்கிட்டாத்தா என்ன?” என்ற அம்புஜாக்ஷனின் கண்களில் மதுக்கோப்பையின் பிரகாசமும் மனையாட்டி ஊரிலில்லாத பவுசும் மின்னியது.

“வண்டிய எடுக்கட்டா?” என்ற காட்டுப்பசுவின் கண்களில் சிக்கனத்தின் சில்லறைகள் தெறித்தன.

வண்டி நேராக வடசேரி மேட்டிலிருந்த சுஜித் ஒயின் ஷாப் வாசலில் போய் நின்றது. ஒரு குப்பியை வாங்கி விட்டு உள்ளே போய் அமர்ந்தால் எதிர் மேஜையில் அமர்ந்திருந்த சட்டியையும், பூத்திரியையும் கண்ட அம்புஜாக்ஷனும், காட்டுப்பசுவும் அதிர்ச்சியடைந்தார்கள். அந்த அரையிருட்டில் ஆளைக் கண்டுபிடிக்கத் தெரியாத அளவுக்கு இருவரும் குடித்திருந்ததால் மேப்புடியான்களுக்குச் சமாதானமாகிப் போனது.

திடீரென ஒருகுரல், “நம்ம திளிமேனி யாஞ்செத்தாம்னு நெனைக்க மாப்ழ நீ?” - சட்டி

“ஒழு பொண்டாட்டிய வச்சே நம்மாழ மேய்ச்ச ஒக்கலை! நாளண்ணத்த வச்சி மேச்சடச்சிருக்காம்லியா? அந்தச் சடவா இரிக்கிம்?” - பூத்திரி.

அந்தக் காட்டுப்பசு கண்டாரக்கொல்லிக்கி திரிமேனிக்க நாலாங்காரி பிளமிழா மேழ ஒழு கண்ணு கேட்டயா மாப்ழெய்? என்று சட்டி பூத்திரியிடம் கேட்டதும் அம்புஜாக்ஷன் தனக்கு எதிரில் உட்கார்ந்திருந்த காட்டுப்பசுவைக் காட்டமாகப் பார்க்க, சம்மந்தமேயில்லாமல் பேச்சு தன்மீது திரும்பிய அதிர்ச்சியில் காட்டுப்பசு மிரண்டு போய், இனிமேலும் அமைதிகாத்தால் தன்னுடைய வேறு சில வதந்திகளைத் தன்மீது லாரி மேல் சுமந்து வந்து கொட்டக் கூடிய வாய்ப்புகளே அதிகமென்பதால் காட்டுப்பசு சுதாரித்தவாறே சத்தம் போட்டுக் கேட்டார்,

“ஏலே மக்ளே சட்டி! மால வாங்கப் போறம்னுல்லா சொல்லிட்டு வந்தியோ? மாறி இங்கன இரிக்கிதியளே?”

“யாழுவே அது மக்கழே மைருழேன்னி வச்சியது?” என்றவாறே தன் கண்களை எடுத்து பக்கத்து டேபிளில் வைத்தான் சட்டி.

“நாந்தாம்லே காட்டுப்பசு!”

“காட்டுப்பசுவா? நீறு தண்ணியவே வெரசா குடிச்சா தீந்துரும்ன்னி கடிச்சி திம்பீரு? இதுல பிராந்தி எப்புடி வாண்டுனீரு? ஒமக்க மத்த சிங்கிடி அந்த எளனி யாவாரி அம்புஜத்கான் வரிலியாவே?” என்றான் சட்டி.

திடீரென தானும் தாக்கப்பட்டதால் அதற்குமேலும் அமைதியென்பது தன்னைத் தானே தாக்கிவிடும் அபாயகரமான ஆயுதமாக மாறிவிடுமென்பதால் அம்புஜாக்ஷன் தன்னுடைய கனத்த மவுனத்தை உடனடியாகக் கலைக்க வேண்டிய சூழல்.

“நானும் இவடம் உண்டுல்லா மக்கழே?”

“அதானே கண்டேம்! ஆச்சியும் அய்யருஞ் சேந்துதானே பாலு குடிப்பியோ? மாப்ளே பூத்திரி! காரியத்தக் கண்டியா?” என்று சிரித்தான் சட்டி.

“ஃபுட்பாலு கொண்டாந்தாரான்னி ஒண்ணு கேளும் மச்சா! வூட்ல புள்ளையளு வெளையாடணும்ன்னு கேட்டுக்கிட்டு கெடக்கு!” என்றான் பூத்திரி சற்றும் மனம் தளராமல்...

அம்புஜாக்ஷனுக்கு கடுமையான அதிர்ச்சி. ‘எழுந்து போய் விடலாமா?’ என்று யோசிக்கும் முன்னர் சட்டியும், பூத்திரியும் வந்து இந்த மேஜையில் அமர்ந்து கொண்டு ஒரு குவார்ட்டருக்கு விண்ணப்பித்தார்கள். அதை ஏற்றுக் கொள்ளாவிடில் அம்புவும், காட்டுப்பசுவும் மேப்புடியான்களின் வாயிலிருந்து வெளிவரும் விஷ வார்த்தைகளின் ரசாயன ஏவுகணைகளால் தாக்கப் படுவார்கள் என்பதால் தங்களது குப்பியிலிருந்தே அவர்களுடைய குவளையில் பகிர்ந்தளித்தார்கள்.

குப்பி முழுவதும் தீர்ந்ததும் திடீரென ஒரு அழுகைச் சப்தம், “இந்த ரெண்டு பேருஞ் சேந்து என்னையப் பரியாசமாடிக்கானுவளே ஆண்டவனே? ஏறுனாத்தாம்டே தெரியும் எருதும் எரிச்சலும்?” - அம்புஜாக்ஷன்.

மீண்டும் மனம் தளராத பூத்திரி கேட்டான், "வே அம்புஜம் மாம்ஸு! ஒமக்கு எப்புடிவே சாதனங் கனம் கூடிச்சி?"

அம்புஜாக்ஷனின் முகத்தில் சோகம் தேய்பிறையாகி வெட்கம் வளர்பிறையானது, "அத யாம்டே மறுமொவன கேக்கா? கலியாணமான புதுசுல ஒனக்க அத்தைக்க தங்கச்சி எனக்க வூட்டுக்கு வந்துருந்தா! அவ வந்தது எனக்குத் தெரியாது! அதே சமயத்துல ஒங்க அத்த கோயிலுக்குப் போயிருக்கானும் எனக்குத் தெரியாது பாத்துக்க! வூடு தொறந்துருக்கேன்னு உள்ளுக்க போயிட்டேம்! அந்த சமயத்துல வந்த ஒரு சீற்றத்துல பெட்ரூம்புக்குள்ள போயி இருட்டுல ஆளு தெரியாம எனக்க கொளுந்தியாரப் புடிச்சித் தடவிப் புட்டெம் மக்கா! அவ போட்ட சத்தத்த கேட்டு பேடிச்சி போயி லைட்ட போடவும் கிளிங்க்னு ஒரு சத்தம்!"

"என்ன சத்தம்?" காட்டுப்பூவின் முகத்தில் ஆயிரம் வாட்ஸ் பிரகாசம்.

"கோட்டாரத்துக் கோயில் மணிய காலக் கொண்டு சவுட்டிட்டு நாயி! செவத்துக் கூய்வுள்ளை மார்த்தாண்டத்துல எங்கயோ நாட்டு அடவு படிச்சிருக்காளாம்! கள்ளம்னு நெனச்சி இருட்டுக்காத்த கவட்டைக்கெடையில ஒரே எத்து எத்திப்புட்டா? ஆளு யாருன்னு தெரிஞ்சதும் புள்ளைக்கு ஒரே வெக்கமும் துக்கமும்! அத்தான ஏந்திட்டமேன்னு"

"பெறவு என்னாச்சி? அத்த ஒண்ணுங் கேக்கலியா?" -பூத்திரி.

"ஒங்கத்தைக்கி தெரிஞ்சாத்தானே? இந்த விசியம் எனக்கும் கொளுந்தியாளுக்கும் மட்டுமே தெரியும்! அந்த சமயத்துல லேசா வலிச்சி! காதலையும் கர்ப்பத்தையும் எத்தன நாளு மறைப்ப? நாள்ப்பட நாள்ப்பட வீங்கிட்டு பாத்துக்கா!" என்று தன்னுடைய ரகசியத்தைப் போட்டு உடைத்தார் அம்புஜாக்ஷன்.

"மாமேன்! ஒரு வல்லிய கோழிதாங் கேட்டியா? கொளுந்தியாளையே ராவிருக்க நீ? கதை அத்தைக்கித்தானே தெரியாது! எங்களுக்குத் தெரியும்லியா? சரி மாமேன் இன்னொரு கோட்டர் சொல்லு! இல்லைன்னா தங்கச்சிய தடவுன கதைய அக்காக்கிட்ட சொல்லிப்புடுவெம் பாத்துக்கிடும்!" என்ற பூத்திரியின் மிரட்டலை எதிர்பாராத அம்புஜாக்ஷனுக்குப் போதை தெளிந்தது.

மீண்டும் செலவு செய்து அதுவரைக்கும் நால்வருக்குமான மொத்த செலவையும் அம்புஜாக்ஷனே ஏற்றார். ஒரு ஃப்ளாஷ்பேக்குக்கே இத்தனை செலவு செய்ய வேண்டியிருக்கிறதென்றால் தன்னுடைய முழுக் கதைகளும் இவன்மார்களுக்குத் தெரிந்தால் தன்னுடைய மொத்த சொத்தையும் விற்றுத்தான் செலவு செய்ய வேண்டியிருக்கும் என்று அம்புஜாக்ஷனுக்கு ஆச்சர்யம் வர ஆரம்பித்தது.

துஷ்டி வீட்டுக்கு வந்து சேரும்போது சவத்தைத் தூக்க ஆயத்தப் பட்டிருந்தார்கள். இதைக் கண்டதும் முழுபோதையிலிருந்த பூத்திரிக்கு ஆத்திரம் வந்தது.

“யார்கிட்ட கேட்டுட்டுலே பாடிய எடுக்கியோ?” என்றதும்தான் தாமதம். திருமேனியின் நான்காவது மனைவியின் சகோதரர்கள் பூத்திரியை வீட்டுக்குள் கூப்பிட்டு சமாதானம் பேச அழைக்கவே பூத்திரி திரும்பி நின்று கொண்டே அருகிலிருந்த வேப்பமரத்தைக் கட்டியணைத்து அதன் மீது காதலைப் பொழிந்தான்.

எழுத்தச்சன் ஒ.பாரி, கவிஞர் தல்லுகொள்ளி, எழுத்தாளர் ஊரம்புகுமாரன், கட்டுரையாளர் கொசுச் சவுட்டி என இலக்கியப் பிதாவுகளின் தலைமையில் சவத்தை எடுத்தார்கள். காலைப் பின்னிப்பின்னி நடந்து கடும்போதையில் பிணத்திற்குத் தோள்போட முனைந்த சட்டியிடம் பாரி சொன்னார், “நீ நிக்க நெலைக்கி இப்ப திருமேனிக்கி தோள் போட்டான்னா நாளைக்கே நாங்க ஒனக்குத் தோள் போட வேண்டி வந்துரும்! பேசாம பொறத்தால போயி நில்லு!” என்றதையடுத்து சட்டி சமாதானத்திற்குள் பிரவேசிக்கும் நாளானது ஒத்தி வைக்கப் பட்டது. திருமேனியின் மூன்று மனைவிகளும் வாசலில் நின்று அழுதபோது எழுந்த பிரச்சைனையில் மாற்றி மாற்றி அடித்துக் கொண்டார்கள்.

பூத்திரியும், சட்டியும் பிணம் போய்க் கொண்டிருந்த வழிநெடுகிலும் ஊளையும் கூச்சலுமாக வந்து கொ்ண்டிருந்தார்கள்.

“லே ஒதுங்குங்கலே! செத்தது யார்ன்னு தெரியிமாடே! வழி முச்சூடும் திருங்கித் திருங்கி நடக்குதீயளே?” - சட்டி சவுண்டைக் கொடுத்தான்.

அப்போது வழியில் ஒரு தெருவுக்குள் ஏதோ திருமண வீடு போலத் தோற்றமளித்த அந்தத் தெருமுனையில்

வாழைமரங்களும் சீரியல் செட்டு சகிதம் ஸ்பீக்கர் கட்டப் பட்டு பாடல் ஒலித்துக் கொண்டிருந்தது.

*"அரச்ச சந்தனம் மணக்கும் குங்குமம் அழகு நெற்றியிலே!".*

பூத்திரியும் சட்டியும் ஒருவருக்கொருவர் கோபமாகப் பார்த்துக் கொண்டே பூத்திரி கத்தினான், *"எந் தலைவெஞ் செத்து நெத்தியில ஒர்ருவா துட்டு ஒட்டி தூக்கிட்டு வாரம்! சந்தனம் அரைச்சி நெத்தியில தேய்க்கணுமா? செத்தக் கூய்மொவம் எதுக்குடே குங்குமத்த மணத்தணும் தாய்ளி மக்கள?"*

சட்டியும் அதை ஆமோதிப்பது போல பூத்திரியோடு சேர்ந்து அந்தத் தெருவுக்குள் ஓடிப்போய் அந்த வீட்டின் முன்பாக நின்று கொண்டு சத்தம் போட்டார்கள், *"ரோட்டுல ஒரு பாடை போயிட்டிருக்கு! ஒங்களுக்கு பாட்டு பூளலு கேக்காலே? பாட்ட அமத்துங்கலே நாயளா?"* என்று சொன்னதுதான் மாத்திரம்... அந்த வீட்டுக்குள்ளிருந்து கடாமாடுகள் போல ஏழெட்டு பேர் வந்து சட்டியையும், பூத்திரியையும் புரோட்டாக் கடையில் சால்னா கவர் மடிப்பது போலச் சுருட்டினார்கள். கொஞ்ச நேரத்துக்கு அங்கே என்ன நடந்தது என்பது தெரியாத அளவுக்கு தெரு முழுக்க ஒரே புழுதி மயம்.

சிறிதுகாலத்திலேயே தாங்கள் ரெண்டு பேருமே அம்புஜாக்ஷனுக்குப் போட்டியாக வருவோம் என்பது தெரியாத அளவுக்குத் தங்களது கவட்டைகளுக் கிடையில் சரமாரியாகச் சவுட்டுக்களைப் பெற்றிருந்தார்கள். அடித்தவர்கள் வீட்டுக்குள் செல்லும் வரைக்கும் மயங்கியது போல நடித்த சட்டியும், பூத்திரியும் மெதுவாக எழுந்து ஓட்டமும் நடையுமாக ரோட்டுக்கு வரவும் சவ ஊர்வலம் கொஞ்சம் தூரமாகப் போயிருந்தது. ஓடிப்போய் கலந்து கொண்டார்கள்.

ஊர்வலம் வேப்பமூட்டைக் கடக்கும் சமயம் சட்டி அங்கிருந்த ஒரு டீக்கடையை நோக்கி சப்தம் போட்டான், *"செத்தது யாருன்னு தெரியுமா வேய்? கடைய சாத்துங்கல வெண்டிக் கூயானுவளா?"*

அங்கிருந்த டீ மாஸ்டர் ஒரு பாத்திரம் நிறைய சூடு நீரைத் தூக்கிக் காட்டவும் சட்டி பூத்திரியிடம் திரும்பி, *"மாப்ள ஒரு சிகுரெட்ட குடு செவத்தப் பத்த வைக்கட்டு!"* என்று சொல்லி ஒரு சிகரெட்டை வாங்கி பற்ற வைத்து இழுத்து

விட்டு சலித்துக் கொண்டான், “ச்சை! என்ன ஊருடே இது? ஒரு இலக்கியவாதிக்கி ஒரு மட்டு மரியாதி இல்லை! பூராங் கடையிம் தொறந்து வச்சிரிக்கியானுவா? ரோடு நெறஞ்சி பசுமாடுகளூ அடைச்சிக்கிட்டு நிக்கி ஆளுகள வழிநடக்க வுடாம? இந்தப் பெம்பிள்ளையளும் பட்டுடுத்திக்கிட்டு லாத்திக்கிட்டு நடக்குதுவோ? என்னெலே நடக்கு இஞ்ச? அங்க பாரு நல்லபெருமாளூ ஷட்டர ஒசத்தி தூக்கி வச்சிருக்காம்!” என்று சொல்லிவிட்டு வழியில் கிடந்த ஒரு கல்லைத் தூக்கிக் கொண்டு நல்லபெருமாள் ரெடிமேட்சை நோக்கி வீசும் எண்ணத்தில் ஓடவே பாரி ஓடிப்போய்த் தடுத்தார்.

“லேய்! அனக்கமுடாமா வாங்கடே! செவம் செறைய இழுத்துராய்ங்கோ? செத்தவங் குண்டி சொமாந்தவந் தலமேலன்னு ஆக்கி வுட்டுராதடே நல்லாருப்ப?” என்றதும் சட்டி சற்றே ஆசுவாசப் பட்டான்.

அப்போதுதான் எழுத்தாளர் சொர்ணக்கிளி தாசனும், கத்திரி கதிரேசனும் ஒரு லேம்பெர்ட்டா ஸ்கூட்டரில் வந்திறங்கினார்கள்.

“வே கத்திரி! என்ன சமைஞ்ச ஊட்டுக்கா வந்திய குலுங்கிக் குலுங்கி...? ஒரு பெஞ்ச்சூவால்ட்டி வேண்டாமா? பாடில்லா? இந்த வேனா வெயில்ல திரிமேனி கருகிப்போயிறா மாட்டானா?” - என்றான் பூத்திரி காத்திரமாக.

“எலே நேரத்தயே வந்தாச்சிடே! படக்கு வாண்டப் போனோம் பாத்துக்க!” - கத்திரி.

“படக்கா? எஞ்ச வச்சிரிக்கியோ” எனவும் சொர்ணக்கிளிதாசன் தன்னுடைய கால்களினடியிலிருந்து அட்டைப்பெட்டி ஒன்றை எடுத்துக் கொடுத்தார். அதை உடனடியாகப் பிரித்துப் பார்த்தால் அதில் ரெண்டாயிரம் எண்ணிக்கை கொண்ட சரவெடி இருந்ததைக் கண்ட பூத்திரியின் கண்களில் இரண்டாயிரம் வாட்ஸ் மின்சாரம் வழிந்தது. அதைப் பிரித்து ஆட்கள் தடுக்கத் தடுக்கக் கேட்காமல் தன்னுடைய உடல் முழுவதும் சுற்றிக் கொண்டு பிணத்தின் முன்பாக ஆடத் துவங்கினான்.

அப்போது அங்கே ஒரு அரசுப் பேருந்து வந்து நிற்க யாரும் எதிர்பாராத நேரத்தில் அந்தப் பேருந்தின் முன்பாகப் போய் மறித்தான் சட்டி,

“செத்தது யாருன்னு தெரியாம ஒங்களுக்கு ஒரு சர்ர்க்கியூட்டு கேக்காவே டிரைவரு கோஞ்சாட்ட! ஏறங்குலே வண்டிலேர்ந்து! ஒரு விருது வாங்குன ஆளு செத்துருக்கு? இந்த அரசாங்கம் யாம்டே பெந்து அறிவிக்கல்ல?”

டிரைவரோ கண்டக்டரோ பஸ்சிலிருந்த பிரயாணிகள் யாரும் வண்டியிலிருந்து கீழே இறங்கவில்லையாதலால் சட்டிக் கோபம் வந்து விட்டது.

“மான ரோசமே கெடையாதாடே ஒங்களுக்கு? இவ்ளோதூரத்துக்கு ஒருத்தங் கெடந்து நாயா கொலைக்கானே? என்னான்னி ஒண்ணு கேப்பம்ன்னி ஒரு பெயலுக்குஞ் செறக்கிக்கிம் சூடு வருதில்லியே? லேய் டிரைவரு தாய்ளி! நீ இப்ப கீழ எறங்கலைன்னு வையி! எங்கையாலத்தாம்லே ஒனக்குச் சாக்காலம்!”

டிரைவர் சற்றும் சட்டை செய்யவில்லை.

அப்போதுதான் அந்த விபரீதம் நிகழ்ந்தது. பூத்திரி தன்னுடைய உடம்பு முழுவதும் சரவெடியைக் கட்டிக் கொண்டு அங்கே சட்டி காட்டிய வித்தைகளை ஆ’வென வாய்பிளந்து வேடிக்கைப் பார்த்துக் கொண்டு கிளிமானூர் திருமேனியின் பாடையின் கீழே நின்று கொண்டிருக்க, பாடையிலிருந்த ஊதுபத்தி குலுங்கி பூத்திரியின் தோளில் விழ அது சரவெடியின் திரியில் பட்டு சராமாரியாக வெடிக்கத் துவங்கியது. வெடிச் சப்தத்தைக் கேட்ட ஆட்கள் பாடையைத் தூரமாக வீசிவிட்டுத் தெறிக்க பூத்திரி வெடி வெடிக்க ஆவேசமும் அனலும் தாங்காமல் பேருந்தை நோக்கி ஓட பேருந்திலிருந்த அனைவரும் இறங்கிச் சிதறி ஓட ஆரம்பித்தார்கள்.

சற்று நேரத்தில் ஆம்புலன்சும், போலீஸ் ஜீப்பும் வந்தது. அறுபது சதமானம் தீக்காயத்தோடு பஸ்சினடியில் கிடந்த பூத்திரியை ஏற்றிக் கொண்டு ஆம்புலன்ஸ் கோட்டார் அரசு ஆஸ்பத்திரிக்கும், எழுபது சதமானம் போதையில் கிடந்த சட்டியைத் தூக்கிப் பொடித்து வண்டியில் வீசி போலீஸ் ஜீப்பானது அதே கோட்டார் அரசு ஆஸ்பத்திரியின் எதிரிலிருந்த ஸ்டேஷனுக்குப் போனார்கள். செத்துக்கிடந்த கிளிமானூர் திருமேனியீன் பூதவுடல் கேட்பாரற்றுப் போய்ச் சாலையில் கிடந்தது.

போலீஸ் இன்ஸ்பெக்டர் சட்டியை விசாரித்து சட்டி சொரண்டியான் ஒரு எழுத்தாளர் என்பதைத் தெரிந்து கொண்டு சட்டியின் புத்தகத் தலைப்பைக் கேட்டு சட்டியின் காதுவாக்கில் ஒன்று வைத்து விட்டு சட்டியின் பேரிலும், பூத்திரியின் பேரிலும் மூன்று சட்டத் தலைப்புகளில் வழக்குப் பதிந்து செல்லுக்குள் அடைத்தார்கள்.

சட்டத் தலைப்புகளாவன,

- பொது இடத்தில் கடும் சர்ச்சைகளை மேற்கொண்டு பொதுமக்களின் உயிர்களுக்கு கேடு விளைவிக்க முனைந்தது.

- அரசு போக்குவரத்து ஊழியர்களுக்குக் கொலை மிரட்டல் விடுத்தது.

- வெடி பொருளைக் கொண்டு அரசு சொத்தான பேருந்துக்குத் தீ வைக்க முற்பட்டது.

இன்ஸ்பெக்டர் கேட்டு சட்டி கூறிய அவன் எழுதிய ஒற்றைப் புத்தகத்தின் தலைப்பு இதுதான்,

"மல்லிகைப்பூவும் மாடத்தட்டுவிளை மைனியும்"